AF901990

तीन गानमूर्ती

लेखकाची इतर पुस्तके

दिनरंग (डिसेंबर २००५)

Dinarang (२०१२)

श्रुतिविज्ञान व रागसौंदर्य (मार्च २०१५)

तीन गानमूर्ती

सदाशिव बाक्रे

प्रस्तावना
रामदास भटकळ

पॉप्युलर प्रकाशन, मुंबई

तीन गानमूर्ती
(म - १२९३)
पॉप्युलर प्रकाशन
ISBN 978-81-7991-913-2

TEEN GANMURTI
(Marathi : Biography)
Sadashiv Bakre

पहिली आवृत्ती : २०१७/१९३९

मुखपृष्ठ / संकल्पना : अंजली सावंत

प्रकाशक
हर्ष भटकळ
पॉप्युलर प्रकाशन प्रा. लि.
३०१, महालक्ष्मी चेंबर्स
२२, भुलाभाई देसाई रोड
मुंबई ४०० ०२६

अक्षरजुळणी
हेमा गुप्ते
आणि
पॉप्युलर प्रकाशन

राजाराम काजरेकर ऊर्फ राजामामा
आपल्या प्रयत्नांनी चांगली शाळा व चांगले शिक्षण मिळाले,
गाण्यासाठी सततचे प्रोत्साहन मिळाले, म्हणून मी आज हे लिहू शकत आहे.

पुंडलिक ऊर्फ बाळ नाखरे
तू मला पहिला तंबोरा घेऊन दिलास, त्याने गाण्याचे चार
ज्ञानकण वेचता आले व इयत्ता वाढल्या.

आपणा दोघांना हे पुस्तक अर्पण!!

प्रस्तावना

संगीताच्या क्षेत्रात अजून बरेच लिखाण होणे बाकी आहे. हिंदुस्थानी संगीताचा विस्तार एवढा आहे की त्या शास्त्राचा देखील अजून निरनिराळ्या दृष्टिकोनांतून ऊहापोह होणे आवश्यक आहे. नाट्यकर्मींच्या धर्तीवर संगीतकर्मी अशी संज्ञा वापरली तर संगीतकर्मींचे व्यक्तित्व आणि कर्तृत्व यांसंबंधी बऱ्याच गोष्टी आपल्यासमोर यायच्या आहेत. या दृष्टीने सदाशिव बाक्रे यांनी लिहिलेले 'दिनरंग' हे चरित्र महत्त्वाचे आहे. पंडित दिनकर कायकिणी यांनी गायक, शिक्षक, संगीतकार, आयोजक आणि विचारवंत म्हणून केलेले कार्य इतके महत्त्वाचे होते की त्याची नोंद होणे जरुरीचे होते. हा चरित्रग्रंथ लिहिताना त्यांना मिळालेले गुरूंचे मार्गदर्शन, त्यांची सामाजिक आणि सांस्कृतिक पार्श्वभूमी, त्यांचे सहकारी, त्यांची निर्मिती अशा अनेक पैलूंचा विचार केल्याने 'दिनरंग'चे दस्तऐवज म्हणून महत्त्व वाढले.

दिनकर कायकिणी हे पंडित श्रीकृष्ण नारायण रातंजनकर यांचे शिष्य. रातंजनकर यांनी आपले गुरू पंडित विष्णू नारायण भातखंडे यांचे चरित्र लिहिले. डॉ. सुमती मुटाटकर यांनी आपले गुरू रातंजनकर यांचे चरित्र लिहिले. परंतु रातंजनकर यांनी जो शिष्यवर्ग निर्माण केला त्यांच्याविषयी अद्याप फारसे काही उपलब्ध नव्हते. 'तीन गानमूर्ती' या नवीन पुस्तकात सदाशिव बाक्रे यांनी पंडित चिदानंद नगरकर, पंडित एस. सी. आर. भट आणि पंडित के. जी. गिंडे या तिघांबद्दल सविस्तर लिहिले आहे. ही चारही चरित्रे वाचत असताना लक्षात आलेली गोष्ट अशी की या सर्वांची पार्श्वभूमी वेगळी, स्वभावविशेष निरनिराळे आणि साहजिकच त्यांचे कर्तृत्व वेगळ्या प्रकारचे. प्रत्येकाने संगीताची आराधना सर्व प्रकारे केली असली तरी नगरकर हे प्रामुख्याने उत्तम कलाकार होते. त्यांनी एक संस्था उभारली. भट यांनी स्वत:ला संगीतशिक्षणाला वाहून घेतले. गिंडे हे संगीतज्ञ म्हणून मानले गेले. दिनकर कायकिणी यांनी आपल्या प्रतिभेने प्रत्येक क्षेत्रात कामगिरी केली.

गुरू रातंजनकरांच्या प्रतिभेची ही अलगअलग रूपे खरी. परंतु त्यांमागील सांगीतिक जडणघडणींत काही साम्य आहे. या सर्वांचे शिक्षण लखनौच्या मॅरिस कॉलेजमध्ये रातंजनकर यांच्या देखरेखीखाली झाले.

रातंजनकर स्वत: बाळपणात अनेकांकडून शिकले असले तरी ते घडवले गेले भातखंडे यांच्याकडून. भातखंडे यांच्या कामाचा व्याप बहुविध आणि अजस्त्र म्हणता येईल असा दिसतो. भातखंडे यांनी रातंजनकरांना स्वत: तालीम दिलीच. संगीतशास्त्र आणि प्रत्यक्ष गाण्यातील चिजा यांचा संग्रह करताना छोटा श्रीकृष्ण विष्णूंच्या सोबत असायचाच. भातखंडे स्वत: अव्वल दर्जाचे संगीतज्ञ असूनही मैफलीत गाण्याची तालीम मिळावी म्हणून त्यांनी रातंजनकरांना बडोद्याला उस्ताद फैयाझ खाँ यांचेकडे पाठवले. आपल्या तरुण वयात रातंजनकरांनी आग्रा गायकी आत्मसात केली. भातखंडे यांनी ग्वाल्हेर, रामपूर अशा अनेक संगीतकारांकडून जमवाजमव केली होती. ग्वाल्हेर घराणे हे मूळ घराणे मानले जाते. ग्वाल्हेरचे राजाभैया पूँछवाले यांनी भातखंडे यांना बऱ्याच बंदिशी मिळवून दिल्या होत्या.

भातखंडे यांनी अनेक ठिकाणी संगीत विद्यालये स्थापन केली. त्यांतील लखनौच्या मॅरिस कॉलेजची जबाबदारी रातंजनकर यांच्यावर सोपवली. त्यांच्या मदतीला असलेल्या सहकाऱ्यांमध्ये ग्वाल्हेर घराण्यातील गणेश नातूंसारखे कलाकार होते. त्या दिवसांत ब्रिटिशव्याप्त हिंदुस्थानात फक्त आठ रेडिओस्टेशने होती. त्यांत लखनौ महत्त्वाचे होते. तेथे कार्यक्रमांच्या निमित्ताने देशभरातले संगीतकार येत. त्यांची मॅरिस कॉलेजमध्ये हजेरी असायचीच. तेथील विद्यार्थ्यांवर सर्वांचे संस्कार होत असले तरी प्रामुख्याने ग्वाल्हेर आणि आग्रा गायकीचा प्रभाव होता. शिक्षणासाठी बंदिशीही बहुतेक या दोन घराण्यांच्या होत्या.

सर्वच घराणी आपल्याला मिळालेल्या शास्त्रीय माहितीला धरूनच गातात आणि आपले गाणे रंगतदार करण्याचा प्रयत्न करत असले तरी लखनौला मिळणाऱ्या शिक्षणाचा एक विशेष होता. भातखंडे यांनी संगीतशास्त्र विषयक जुने ग्रंथ गोळा करून ते उपलब्ध करून दिले. त्यातून मिळणाऱ्या माहितीची छाननी केली. प्रत्यक्ष गायल्या जाणाऱ्या रागांची आणि बंदिशींचीही त्यांनी जमवाजमव केली होती. प्राचीन शास्त्रग्रंथ आणि प्रत्यक्षात ऐकू येणारे गाणे यांचा अभ्यास करून त्यांनी 'लक्ष्यसंगीता'ची नव्याने मांडणी केली होती.लखनौच्या शिक्षणसंस्थेचा शास्त्रीय पाया अत्यंत बळकट होता.

त्याचवेळी उस्ताद फैय्याझ खाँ यांच्या तालमीमुळे रातंजनकर उस्तादी रंगीली परंपरेचे गाणेही शिकले होते. आग्रा घराण्याच्या परंपरेनुसार नोमतोम, बोलबाँट असे खास प्रकार आस्थेने शिकवले जात. एका बाजूने पंडिती शास्त्रशुद्ध बैठक आणि दुसऱ्या बाजूने उस्तादी गानशैली यांच्यामुळे लखनौमधील या छात्रांच्या संगीताला एक वेगळेच परिमाण प्राप्त झाले.

त्यानंतरच्या काळात स्वत: रातंजनकरांनी जवळ जवळ सातशे बंदिशी लिहिल्या. रातंजनकरांचे सहकारी नातूसाहेब हेही बंदिशी करत असत. रातंजनकरांचा शिष्यवर्ग नगरकर आणि कायकिणी यांनीही त्यांत भर घातली. मुंबईबाहेरचे चिन्मय लाहिरी, बाळासाहेब पूंछवाले यांनीही अनेक रचना केल्या.

पिढ्यान्‌पिढ्या हे शिक्षण प्रसृत होत राहिले त्यात ही पंडिती-उस्तादी शैली घडत गेली आणि त्यासाठी ज्या बंदिशींचा खजिना वापरला गेला तो असा भातखंडे -रातंजनकर आणि त्यांच्या परिवारांतील नायकांनी निर्माण केला होता.

नगरकर-गिंडे-भट-कायकिणी यांच्या पुढील पिढीतील छात्रांपैकी मी एक. मला भटसाहेबांची दीर्घकाळ तालीम मिळाली. गिंडे यांच्या व्याख्यानांतून खूप काही शिकता आले. दिनकर कायकिणी, बाळासाहेब पूँछवाले, यशवंत महाले यांच्याकडूनही मार्गदर्शन मिळाले. प्रभाकर चिंचोरे, सुमती मुटाटकर, ग. ना. दंताळे यांचा दाट परिचय होता. या सर्व अनुभवावरून खात्री पटली की जी तालीम माझ्या पिढीला मिळाली ती फक्त आग्रा घराण्याची नव्हती किंवा फक्त ग्वाल्हेर घराण्याची नव्हती. या दोन्ही घराण्यांच्या आधारे एक नवीन शैली निर्माण होत होती. त्या शैलीला मी भातखंडे परंपरा असे मानतो.

ग्वाल्हेर घराण्यात अनेक शाखा आहेत. विष्णू दिगंबर पलुस्कर, कृष्णराव शंकर पंडित, अनंत मनहर जोशी, मिराशीबुवा अशा अनेक ज्येष्ठ गायकांनी आपापली परंपरा निर्माण केली. प्रत्येकाचे घराणे वेगळे वाटावे असा फरक त्यांच्या शैलींत आहे. आम्हाला मिळालेली तालीम ही या सर्वांपासून वेगळी आहे. मुंबईत आग्रा घराण्याचा एक अड्डा आहे. तेथील बहुतेक एका विशिष्ट प्रकारे गाणे सादर करतात. काहींवर अत्रोली, रंगीला, हापूर अशा इतर घराण्यांचाही प्रभाव पडला. या सर्वांपासून आमच्यावर जो आग्रा घराण्याचा प्रभाव पडला तोही वेगळ्या प्रकारचा. स्वरभाव, लयभाव आणि शब्दभाव या सर्वांचा कटाक्षाने अभ्यास करून बंदिशी सादर करण्यावर आमच्या गुरूंचा भर होता.

या भातखंडे घराण्यांचा दस्तऐवज सादर करण्याचा सदाशिव बाक्रे यांच्या या उपक्रमाचे मी एक गुरूबंधू म्हणून स्वागत करतो.

दि. २८ एप्रिल २०१७ — **रामदास भटकळ**

मुंबई

लेखकाचे मनोगत

हे पुस्तक आज पूर्ण करून देताना जसा आनंद होतो आहे तशीच रुखरुखही लागून राहिली आहे. आनंद याचा की माझे गुरुबंधू रामदास भटकळ यांची इच्छा आता फलद्रूप होते आहे. हे पुस्तक म्हणजे त्यांच्या स्फूर्तीचे व मार्गदर्शनाचे मूर्त स्वरूप आहे. चिदानंद नगरकर, एस. सी. आर. भट व के. जी. गिंडे यांचा सहवास मला लाभला नाही. त्यांचे मोठेपण व उंची मोजताना माझ्या डोक्यावरील टोपी खाली पडेल अशी माझी अवस्था. जेव्हा या तिघांवर लिहायला रामदास भटकळ यांनी सांगितले तेव्हा त्यांना मी ही अडचण सांगितली. रामदास भटकळ स्वत: व्यस्त असल्यामुळे या कामात पडू शकत नव्हते म्हणून मी हे पुस्तक लिहावे अशी त्यांची इच्छा होती. त्यांनीच मला स्फूर्ती दिली, ही थोर व्यक्तिमत्त्वे समजून कशी घ्यायची त्याचे मार्गदर्शन केले, उणेअधिक सांभाळून घेतले म्हणून आज हे काम पूर्ण होत आहे.

या पुस्तकातील तीन गानमूर्ती व परिशिष्टात उल्लेख केलेले अण्णासाहेब रातंजनकरांचे अन्य शिष्य यांची ओळख करून देण्यात अनेकांचा हातभार लागला आहे. नंदन गंगोळी, अजय गिंडे, दुर्गेश चंदावरकर, राजा उपासनी, सीता उपासनी, श्रीवल्लभ संगीताश्रमाचे स्वामी चैतन्यस्वरूप, इंदूधर निरोडी, सुनीलकांत गुप्ता तसेच चालता बोलता संदर्भकोश असे ज्यांना समजले जाते असे पं.यशवंत महाले, त्याचबरोबर इतर अनेकांच्या साहाय्याने हे पुस्तक पूर्ण होऊ शकले आहे. हे सगळे साहाय्यकर्ते गुणीजन तीन गानमूर्तींच्या सहवासात वावरले आहेत, त्यांच्या थोरपणाचा अनुभव त्यांनी घेतला आहे. त्यांच्या नजरेतूनच तीन गानमूर्तींचा थोरपणा मला दिसला. म्हणून या पुस्तकातील माझे योगदान शून्य आहे. किंबहुना ते उणे शून्य आहे कारण परोक्षातून अपरोक्ष असे ते योगदान आहे. मी जर या थोर व्यक्तींना भेटू शकलो असतो तर मी अधिक काही लिहू शकलो असतो ही रुखरुख आहे.

या पुस्तकाच्या निमित्ताने तीन गानमूर्तींचे व अण्णासाहेबांच्या अन्य शिष्यांचे चरित्र व कार्य समजून घेण्याची मला संधी मिळाली म्हणून मी मला भाग्यवान समजतो.

माझी पत्नी सौ. रंजना हिचे प्रोत्साहन व पाठपुरावा यामुळे हे काम निदान आजतरी पूर्ण होत आहे.

।। शुभं भवतु।।

दि. १ मे २०१७ — **सदाशिव बाक्रे**

ठाणे

डॉ. विद्याधर ओक यांचे २२ श्रुतींचे सूत्र (Formula)

सा =१०० पासून		सा	= १००	श्रुती क्र. १(षड्ज)
१००	× ५.३५%	= रे१	= १०५.३५	श्रुती क्र. २(कोमल ऋषभ-उतरा)
	× ६.६६%	= रे२	= १०६.६६	श्रुती क्र. ३(कोमल ऋषभ-चढा)
	× ११.११%	= रे१	= १११.११	श्रुती क्र. ४(शुद्ध ऋषभ-उतरा)
	× १२.५%	= रे२	= ११२.५०	श्रुती क्र. ५(शुद्ध ऋषभ-चढा)
रे२ =११२.५० पासून				
११२.५०	× ५.३५%	= ग१	= ११८.५१	श्रुती क्र. ६(कोमल गंधार-उतरा)
	× ६.६६%	= ग२	= १२०.००	श्रुती क्र. ७(कोमल गंधार-चढा)
	× ११.११%	= ग१	= १२५.००	श्रुती क्र. ८(शुद्ध गंधार-उतरा)
	× १२.५%	= ग२	= १२६.५६	श्रुती क्र. ९(गंधार-चढा)
ग२ =१२६.५६ पासून				
१२६.५६	× ५.३५%	= म१	= १३३.३३	श्रुती क्र. १०(शुद्ध मध्यम-उतरा)
	× ६.६६%	= म२	= १३५.००	श्रुती क्र. ११(शुद्ध मध्यम-चढा)
	× ११.११%	= म१	= १४०.६२	श्रुती क्र. १२(तीव्र मध्यम-चढा)
	× १२.५०%	= म२	= १४२.३८	श्रुती क्र. १३(तीव्र मध्यम-चढा)
प = १५० पासून		प	= १५०.००	श्रुती क्र. १४(पंचम)
१५०	× ५.३५%	= ध१	= १५८.०२	श्रुती क्र. १५९(कोमल धैवत-उतरा)
	× ६.६६%	= ध२	= १६०.००	श्रुती क्र. १६(कोमल धैवत-चढा)
	× ११.११%	= ध१	= १६६.६६	श्रुती क्र. १७(शुद्ध धैवत-उतरा)
	× १२.५%	= ध२	= १६८.७५	श्रुती क्र. १८(शुद्ध धैवत-चढा)

धर = १६८.७५ पासून

१६८.७५ ×	५.३५%	= नी१	= १७७.७७	श्रुती क्र. १९	(कोमल निषाद-उतरा)
×	६.६६%	= नी२	= १८०.००	श्रुती क्र. २०	(कोमल निषाद-चढा)
×	११.११%	= नी१	= १८७.५०	श्रुती क्र. २१	(शुद्ध निषाद-उतरा)
×	१२.५%	= नी२	= १८९.८४	श्रुती क्र. २२	(शुद्ध निषाद-उतरा)

वरीलप्रमाणे क्रमाने २२ श्रुती एका सूत्रात (formula) मांडल्या आहेत

- वरील तक्त्यात १०० ही कंपनसंख्या गणिताच्या सोयीसाठी गृहीत धरली आहे
- वरील सूत्रात डॉ. विद्याधर ओक यांना ५.३५%, ६.६६%, ११.११% व १२.५% ही श्रुत्यंतरे क्रमाने सापडली आहेत
- षड्ज (सा), पंचम (प) ह्या अचल स्वरांच्या २ श्रुती, रेगमधनी या शुद्ध स्वरांच्या प्रत्येकी २ श्रुती (एकूण १०), रेगधनी या कोमल स्वरांच्या प्रत्येकी २ श्रुती (एकूण ८) आणि तीव्र मध्यमाच्या २ श्रुती अशा एकूण २२ श्रुती होतात.
- आतापर्यंत १२ स्वरांची स्वरलिपी लिहिली जात असे. या पुस्तकात वरील तक्त्यात दाखवल्यानुसार २२ श्रुतींचे २२ स्वर मानून स्वरलिपी लिहिली आहे

अनुक्रमणिका

अवतारपुरुष : डॉ. श्रीकृष्ण नारायण रातंजनकर	१
चमत्कार : पंडित चिदानंद नगरकर	१६
संतपुरुष : पंडित एस. सी. आर. भट	४८
अवतारपूर्ती : पंडित के. जी. गिंडे	८५
तीन गानमूर्ती : गोषवारा	१२३
परिशिष्ट : शिष्यपरंपरा	१२७

पंडित श्रीकृष्ण नारायण रातंजनकर

जन्म : ३१ डिसेंबर १९०० • मृत्यू : १४ फेब्रुवारी १९७४

१

अवतारपुरुष

पंडित श्रीकृष्ण नारायण रातंजनकर

आपण चिदानंद नगरकर, के. जी. गिंडे व एस. सी. आर. भट या तीन गानमूर्तींच्या कार्यकर्तृत्वाची ओळख करून घेणार आहोत. हे तिघे गायक कलाकार डॉ. श्रीकृष्ण नारायण रातंजनकर उपाख्य अण्णासाहेब रातंजनकर यांचे शिष्य होते. जसे गुरू तसे त्यांचे शिष्य. गुरू अत्यंत ज्ञानी आणि त्याचबरोबर गानकुशल. संगीत विद्या आणि संगीत कला या दोहोंमध्ये तुल्यबळ आणि पारंगत. खरे तर असे असते की विद्या व कला या दोन्हींपैकी एक दुसऱ्यावर कुरघोडी करते आणि त्यांतील एक जसजशी वश होत जाते तसतशी दुसरी मागे पडते. अण्णासाहेब रातंजनकर यांच्या बाबतीत मात्र असे झालेले दिसत नाही. ते विलक्षण बुद्धिमान आणि संगीताचे ज्ञानी तर होतेच परंतु त्याचबरोबर गायनकलाही त्यांना पूर्णपणे वश होती. ते संगीताचे विद्वान जसे होते तसेच ते मैफलीचे गायकही होते. यामागे अण्णासाहेबांचे गुरू विष्णू नारायण भातखंडे यांची दूरदृष्टी होती. भातखंडे यांनी अण्णासाहेबांना शिकवून तयार केले. आपली पुरेपूर विद्या त्यांना दिली. आपला ज्ञानसाधनेचा वारसा त्यांनी अण्णासाहेब रातंजनकर यांना दिला.

मात्र एवढे पुरेसे नाही हे त्या तपस्वी गुरूंनी जाणले होते. अण्णासाहेब हे विद्यार्थी म्हणून अत्यंत गुणवान आहेत त्याचबरोबर त्यांच्यात मैफलीचा गायक बनण्याची क्षमता आहे हे त्यांना पक्के कळले होते. म्हणून विष्णू नारायण भातखंडे यांनी अण्णासाहेबांना उस्ताद फैय्याज खाँ यांची तालीम घ्यायला लावली. श्रीकृष्ण मैफलीच्या गवयाकडे शिकतो आणि तो मैफलीचा गवयी आहे असे त्यांना श्रीकृष्णाच्या भवितव्यावर कोरायचे होते. म्हणूनच त्यांनी उस्ताद फैय्याज खाँ यांच्याकडे अण्णासाहेबांना

बडोद्याला पाठवले. त्यामुळे अण्णासाहेबांना विद्या आणि कला या दोन्हीचा वारसा मिळाला. विष्णू नारायण भातखंडे यांचे नाव संगीतात कुशल संघटक आणि शास्त्रकार म्हणून नोंदवले गेले आहे. अण्णासाहेबांना हाही वारसा लाभला. हा अलौकिक वारसा आणि आपली विलक्षण गुणवत्ता यांच्या द्वारे संगीतक्षेत्रात एक अपूर्व अशी थोर गुरुपरंपरा त्यांनी निर्माण केली. या परंपरेला एकमेवाद्वितीय असे का म्हणता येते ते त्या परंपरेची व त्यांच्या कार्याची ओळख करून घेतली की लक्षात येईल.

लखनौ येथील मॅरिस कॉलेज या संगीत महाविद्यालयाचे (सध्याचे भातखंडे संगीत विश्वविद्यालय) अण्णासाहेब रातंजनकर चाळीस वर्षे प्राचार्य होते. गुरुकुल पद्धतीच्या संगीत शिक्षणाबरोबरच महाविद्यालयीन शिक्षणपद्धतीतून शिक्षण घेण्याचा त्यांना पुरेपूर अनुभव होता. त्या पद्धतीचे महत्त्व ते जाणत होते. विद्यालयातील वरच्या वर्गाच्या तुकड्यांना ते प्रत्यक्ष शिकवत असत. त्या वर्गांना ते जे शिकवत असत ते जरी परीक्षेच्या अभ्यासक्रमानुसार असले तरी ते यांत्रिक शिकवणे नसे. त्यात कलात्मकता आणि गायकी शिकवली जायची.

या विद्यालयातील सर्वच शिक्षक या गायकी पद्धतीचा शिक्षणपद्धतीत कलात्मकरीत्या अवलंब करीत असत. त्यामुळे अगदी सुरुवातीच्या वर्गांपासून वर्गात शिकणारे विद्यार्थी कलाकार बनण्याच्या दिशेने शिकत असत. तसे त्यांना घडवले जावे अशी शिक्षणपद्धती व शिकवण्याचे तंत्र लखनौच्या या भातखंडे विश्वविद्यालयात रूढ केलेले होते. याचे श्रेय विष्णू नारायण भातखंडे आणि त्यांचे शिष्योत्तम अण्णासाहेब रातंजनकर यांच्याकडे जाते.

अण्णासाहेब रातंजनकरांच्या या एकूण व्यक्तित्वाकडे व कारकिर्दीकडे नजर टाकल्यावर त्यांची अनेक गुणवैशिष्ट्ये नजरेला येतात. अतिशय अपवादात्मक अशी ही गुणवैशिष्ट्ये आहेत. ज्ञानी कलाकार तर अण्णासाहेब होतेच परंतु त्याचबरोबर ते उत्तम गुरू, मार्गदर्शक, शिक्षक, वक्ता, प्रशासक, संघटकही होते. अण्णासाहेबांचे नाव आधुनिक रचनाकार म्हणून आणि शास्त्रकार म्हणून अतिशय आदरपूर्वक घेतले जाते. त्यांची 'संगीत शिक्षा' आणि 'तानसंग्रह' ही पुस्तके याची साक्ष आहेत. त्याचबरोबर आकाशवाणीसाठी त्यांनी सादर केलेले संगीताच्या परिभाषेवरील कार्यक्रम अतिशय दर्जेदार म्हणून गणले गेले आहेत.

नवीन राग आणि नवीन बंदिशींचे रचनाकार म्हणूनही अण्णासाहेब रातंजनकर प्रसिद्ध आहेत. त्यांचे सालगवराळी, मार्गबिहाग, केदारबहार, सावनी केदार असे जवळ जवळ पंचवीस नवीन राग प्रचलित आहेत. त्यांच्या उत्तमोत्तम नवीन रचनांच्या बंदिशी 'अभिनव गीत मंजिरी' या तीन भागांतील संग्रहांमध्ये समाविष्ट केल्या आहेत.

ही अण्णासाहेब रातंजनकरांची समृद्ध परंपरा आपले जे तीन चरित्रनायक आहेत त्या चिदानंद नगरकर, एस. सी. आर. भट आणि के. जी. गिंडे यांना लाभली. तिघांनी आपापल्या परीने आणि गुणवत्तेनुसार या परंपरेचे सोने केले, परंपरांचे आदर्श पाळले आणि पुढे नेले.

विद्वत्ता, कलात्मकता, ज्ञानसाधना, प्रशासनाचे व संघटनेचे कौशल्य यांचे आपापले मापदंड या तिघांनी निर्माण केले. या तीन चरित्रनायकांची आपापली स्वभाववैशिष्ट्ये आणि गुणवैशिष्ट्ये आहेत. त्यानुसार अण्णासाहेबांच्या आदर्श सामाजिक परंपरांचे पालन करताना व त्यांचा अवलंब करताना या तिघांनी विविधता आणलेली दिसते. एका परंपरेतील, एका गुरूच्या छायेतील हे तिघे थोर संगीतकार ही विविधता कशी आणतात हे या पुस्तकातून आपल्याला दिसून येईल.

अण्णासाहेब रातंजनकर यांना मिळलेली व त्यांनी पुढे नेलेली संगीतपरंपरा

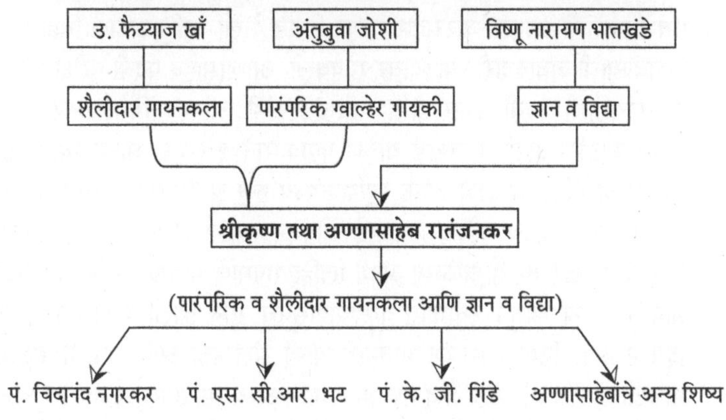

अण्णासाहेब रातंजनकर हे एक अवतारी युगपुरुष होते असे त्यांचे व्यक्तिमत्त्व व कार्य पाहिल्यानंतर लक्षात येते. अवतारी युगपुरुष कोणाला म्हणावे याचे जे निकष आहेत त्यांमध्ये अण्णासाहेब अगदी चपखल बसतात. एक विशिष्ट कार्य समोर ठेवून ज्या व्यक्ती कळत्या वयापासून कामाला लागतात आणि अन्य कोणत्याही मोह किंवा अडथळ्यांचा विचार न करता संपूर्ण आयुष्य ते कार्य पूर्ण करण्यासाठी झिजतात आणि ते बहुतांशी पूर्ण करतात, त्यांना अवतारपुरुष हे नामाभिधान वापरलेले आपल्याला दिसते.

या निकषांनुसार अण्णासाहेबांना ज्यांनी घडवले ते विष्णू नारायण भातखंडे हे अवतारी युगपुरुष होते. विष्णू दिगंबर पलुस्कर आणि विष्णू नारायण भातखंडे या

दोघांना संगीतातील अवतारी युगपुरुष म्हणूनच संबोधले जाते. एवंविशिष्ट घराण्यांकडे बंदिस्त असलेले भारतीय पारंपरिक रागसंगीत या दोघांच्यामुळे सर्वसामान्य विद्यार्थ्यांसाठी खुले झाले. विष्णू नारायण भातखंडे यांनी संगीताचे शास्त्र - जे वेगवेगळ्या पारंपरिक संस्कृत ग्रंथांमधून मांडले होते - ते संकलित केले आणि संस्कृत न जाणणाऱ्या वाचकांसाठी उपलब्ध केले. त्याचबरोबर पारंपरिक रागरचना, बंदिशी मधमाशीप्रमाणे गोळा करून त्या स्वरलिपिबद्ध केल्या. त्यांनी गोळा केलेल्या रागरचना आणि बंदिशी ही काही मोजक्या घराण्यांची मक्तेदारी झाली होती. ती त्या गायकवादकांच्या घराण्यांमध्ये तिजोरीबंद स्वरूपात होती. ही ज्ञानसंपत्ती केवळ संचित म्हणून राहिली असती व कालौघात नष्टही झाली असती. विष्णू नारायण भातखंडे यांनी तो संगीतातील अमूल्य ठेवा सर्वांसाठी धडपडून गोळा केला. तो खुला केला आणि शब्दबद्ध आणि लिपिबद्ध करून तो कायमस्वरूपी जतन करण्याची व्यवस्था केली.

विष्णू नारायण भातखंडे यांनी हे आपले कार्य पुढे चालवण्यासाठी अण्णासाहेब रातंजनकरांची आपला वारसदार म्हणून निवड केली आणि आपले विहीत कार्य पुढे चालवण्याची जबाबदारी त्यांच्यावर सोपवली. अण्णासाहेब पदवी परीक्षेनंतर पुढे खरे तर कायद्याची पदवी घेणार होते. भातखंडे यांनी त्यांना सांगितल्यावरून त्यांनी तो विचार सोडला आणि भातखंडे यांच्या पुढाकाराने १९२६ साली स्थापन झालेल्या लखनौच्या मॅरिस कॉलेज ऑफ म्युझिकमध्ये रुजू झाले. एका अवतारी युगपुरुषाने आपले अवतारकार्य पुढे दुसऱ्याकडे सोपवून त्याला अवतारपुरुष घडवण्याची ही नांदी होती. खरे तर ही प्रक्रिया आधी लिहिल्याप्रमाणे भातखंडे यांनी अण्णासाहेबांचा आपला शिष्य म्हणून स्वीकार करण्यापासूनच सुरू झाली होती. परंतु ती तशी दृश्य नव्हती. विष्णू नारायण भातखंडे यांची संलग्नता आणि त्यांची स्फूर्ती याला आणखी एक संदर्भ आहे. हिंदू तत्त्वज्ञान आणि अध्यात्माप्रमाणे अवतारी गुरू आपल्या शिष्याकडून आपले ईप्सित अवतारकार्य पुढे चालू ठेवतो. ती एक स्फूर्ती असते, प्रेरणा असते आणि सततची प्रक्रिया असते. तो गुरूच्या ज्ञानकिरणांचा प्रभाव असतो. रामकृष्ण परमहंस - स्वामी विवेकानंद, समर्थ रामदास - कल्याणस्वामी अशी या संदर्भातील उदाहरणे सांगता येतील. शिष्याकडून अशा तऱ्हेने अवतारकार्याची प्रक्रिया अंगिकारून तो दृढपणे व समर्थपणे पुढे नेण्यामागे शिष्याच्या क्षमतेबरोबर गुरूंची प्रबळ इच्छा, सामर्थ्य आणि त्यांच्या तेजांची ऊर्जा कारणीभूत असते असे दिसते. भातखंडे-रातंजनकर यांच्या अवतारकार्याकडे या संदर्भातून पाहायला हवे.

अण्णासाहेबांनी आपल्या ऐन तरुणपणी वयाच्या सव्विसाव्या वर्षी आपले व्यावसायिक शिक्षणाचे ध्येय बाजूला ठेवून, आपल्या सुस्थापित एकत्र कुटुंब व भौतिक सुखांचा त्याग करून दूरवर लखनौला एकट्याने स्थलांतर केले. त्या वेळी

त्यांचे वडील पोलीस अधिकारी होते. प्रस्थापित आणि सुरक्षित कुटुंबापासून दूर जाऊन राहायचे आणि पुढे लग्नानंतरही तेच ध्येय ठेवून आयुष्यभर जीवितकार्य पार पाडायचे ही सहज होणारी गोष्ट नाही. त्या वेळच्या नात्यांच्या धाग्यांनी बांधलेल्या एकत्र कुटुंबाचा विचार केला तर आपल्याला त्या मागील ध्येयासक्तीची कल्पना येईल. असे थोडेथोडके दिवस नव्हे तर १९५७ पर्यंत ३१ वर्षे अण्णासाहेब या भातखंडे यांच्या कार्याशी संलग्न होते. पुढे याच कार्याचा विस्तार म्हणून ते खैरागड संगीत विश्वविद्यालयाचे उपकुलगुरू झाले आणि आपले विहीत अवतारकार्य त्यांनी तिथे सुरू केले.

अण्णासाहेबांना अवतारपुरुष म्हणणे कदाचित काहींना रुचणार नाही. अण्णासाहेब कर्तव्यकठोर होते. संगीताचा दर्जा आणि त्यासंबंधीचे नियम यांच्याशी तडजोड करणे त्यांना मान्य नसे. किंबहुना त्यांच्या विहीत कार्यात प्रत्येक बाबतीत त्यांचा तसा हट्टाग्रह असे. १९५२ साली झालेल्या आकाशवाणीच्या श्रवण कसोटीचा विषय असो किंवा आकाशवाणीवरील हार्मोनियम बंदीचा विषय असो, अण्णासाहेबांच्या विरोधात अनेक कलाकार त्या वेळी एकत्र आले होते. या निर्णयासाठी अण्णासाहेब एकटेच जबाबदार आहेत अशी समजूत करून घेऊन संगीत कलाकारांच्या अनेक फळ्या त्या वेळी त्यांच्या विरोधात कार्यरत होत्या. या कलाकारांच्या अनुयायांना, निकटवर्तियांना अशा तऱ्हेने अण्णासाहेबांना अलौकिकत्व देणे कदाचित रुचणार नाही. परंतु त्यांच्या संगीत वारशाचे, भूमिकांचे, कार्यांचे, कलाकृतींचे आणि त्या पुढील त्यांच्या शिष्यांना त्यांनी दिलेल्या प्रेरणेने शिष्यांकडून घडलेल्या कार्याचे यथायोग्य मूल्यमापन केले की हे विरोधकही अण्णासाहेबांचे अवतारकार्य मान्य करतील.

पंडित दिनकर कायकिणी यांच्या षष्ठ्यब्दिपूर्ती कार्यक्रमात १९८७ साली भाषण करताना पु. ल. देशपांडे म्हणाले होते की भातखंडेंना ज्या बंदिशी मिळाल्या त्या बंदिशींच्या तंत्र व मंत्रासह त्या जशाच्या तशा शिकवल्या जातील याची ग्वाही त्यांनी ज्यांच्याज्यांच्याकडून बंदिशी मिळवल्या त्यांना दिली होती. त्या बंदिशी केवळ पुस्तकात छापण्याच्या उद्देशाने भातखंडेंनी मिळवल्या नव्हत्या. त्या बंदिशी मूळ स्वरूपात शिकवायच्या होत्या. भातखंडेंनी अण्णासाहेबांची निवड याच उद्देशाने केली होती. त्यांना जी तालीम दिली होती, जे मार्गदर्शन केले होते त्यामागे हा हेतू होता. अण्णासाहेबांनी ती निवड सार्थ ठरवली. संगीतातील एका युगपुरुषाने एका अवतारपुरुषाला घडविले आणि ते अवतारकार्य पुढे सुरू ठेवण्यासाठी आपले तीन चरित्रनायक व अन्य शिष्य झटले.

आपल्या तीन चरित्रनायकांना - चिदानंद नगरकर ऊर्फ चिद्माम, एस. सी. आर. भट ऊर्फ नंदभट आणि के. जी. तथा छोटू गिंडे यांना अण्णासाहेबांनी कसे घडवले,

कशी प्रेरणा दिली आणि आपण स्वीकारलेल्या कार्याला पुढे आपल्या चरित्रनायकांनी तसेच्या तसे कशा तऱ्हेने चालवले हे या पुस्तकात वाचायला मिळेल. जी समर्पणाची भावना अण्णासाहेब रातंजनकर यांच्याकडे होती तीच भावना या त्यांच्या तिन्ही शिष्यांमध्ये त्यांनी निर्माण केली. या तिघांपैकी प्रत्येकाचा कल भिन्न होता, त्यांच्या वृत्ती प्रवृत्ती भिन्न होत्या. इतकेच काय या तिघांकडे जसे मोठे गुण होते तसे मोठे दोष होते. त्यांचा बाऊ न करता अण्णासाहेबांनी या तिघांना आपल्या विहीत कार्याची सारखीच प्रेरणा दिली. त्यांना निरनिराळ्या संस्थांवर पाठवले आणि त्यांना मार्गदर्शन करून आपल्या हातीचे कार्य त्यांच्या हाती सोपवून पुढे जाऊन त्याची परिपूर्ती होईल याची चोख व्यवस्था केली.

खरे तर अण्णासाहेबांचे व्यक्तिमत्त्व करारी होते. संगीतकलेच्या बाबतीत ते 'मऊ मेणाहुनी' जरी असले तरी प्रशासनिक शिस्त, संस्थेचे नियम आणि संगीतशिक्षण यांबाबतीत ते अगदी 'कठीण वज्राहुनी' असे होते. कलाकार आणि त्यांच्या कलेतील उच्छृंखलपणा, कलेतील कामचलाऊ पद्धती त्यांना मान्य होणाऱ्या नसत. त्यांच्या जवळच्या सर्वांनाच त्यांचा हा स्वभाव ठाऊक होता. सर्वच विद्यार्थी आणि शिक्षकगण, कलाकार त्यांना दबकून असत. अण्णासाहेबांची नाराजी झेलावी लागण्याचे प्रसंग त्यांच्या शिष्यांवर अनेक वेळा येत असत. परंतु त्यामागे केवळ संगीताचे श्रेष्ठत्व अबाधित ठेवणे, संगीताचे पारंपरिक नियम डावलणाऱ्यांकडून किंवा वाकवणाऱ्यांकडून संगीताची ठेव कलंकित किंवा विद्रूप होण्यापासून वाचवणे, कलेचा अत्युच्च स्तर कायम ठेवणे असाच हेतू असे. हा हेतू जरी स्तुत्य असला तरी त्यांच्या आग्रहापायी अनेकदा शिष्यांवर अवमानाचा किंवा मानखंडनेचा प्रसंग ओढवतही असे. एरवी असे प्रसंग शिष्यांना नाउमेद करणारे ठरतात. या सगळ्याचा परिणाम या आपल्या चरित्रनायकांवर मात्र सकारात्मक झाला असे दिसते. अण्णासाहेबांच्या कठोर शिस्तीमुळे हे तिघे दृढ निष्ठेचे विद्यार्थी बनले. त्यांची ज्ञानाची भूक अधिक वाढली. आपल्या हातून अधिक काही घडणे आपल्या गुरूंना अपेक्षित आहे याची त्यांना वरचेवर आणि सततची जाणीव राहिली. त्यांच्या मूळ जिज्ञासू वृत्ती अधिक प्रखर झाल्या.

सध्याच्या जमान्यात विद्यार्थ्यांना न दुखवता त्यांच्या कलाकलाने शिकवण्याची एक लाट आली आहे. शिक्षणात शिस्त आणि कठोर संस्कार न करता विद्यार्थ्याला कसे रुचेल आणि त्याचा हिरमोड न होता त्याला शिक्षण कसे मिळेल ते पाहिले जाते. अण्णासाहेबांची अध्यापनपद्धती त्याच्या नेमकी विरुद्ध होती. शिष्याने, विद्यार्थ्याने आपण शिकवलेले कष्टपूर्वक आत्मसात केले पाहिजे, कठोर परिश्रमांना पर्याय नाही अशी दीक्षा आणि संदेश त्यांनी दिला. त्यामधून तावून सुलाखून आपले तीन

चरित्रनायकच नाही तर शेकडो विद्यार्थी घडले. अशा वेळी अण्णासाहेबांची कठोर शिक्षणपद्धती योग्य की आता मान्यता पावत असलेली विद्यार्थ्याला चुचकारत, त्याच्या कलाने शिकवण्याची वेळखाऊ पद्धती योग्य याचा विचार करण्याची वेळ आली आहे. या कठोर शिक्षणपद्धतीत शिकलेल्या आपल्या चरित्रनायकांनी कठोर परिश्रम घेतले आणि पुढे भविष्यकाळात अपेक्षित असणारी कलेची व ज्ञानाची उंची गाठली. विद्यार्थ्याला शिक्षणाप्रती ओढ वाटावी आणि ती वाढती राहावी असे शिकवण्याचे कसब ज्ञानी गुरूकडे असते. ते कसब अण्णासाहेबांकडे होते आणि ते त्यांनी पंडित चिदानंद नगरकर (पुस्तकात चिदानंद तथा चिद्माम असे संबोधले आहे), पंडित एस. सी. आर. भट (पुस्तकात ननदू तथा नंदभट असे संबोधले आहे) आणि पंडित के. जी. गिंडे (पुस्तकात कृष्णा तथा छोटू गिंडे किंवा छोटुबा असे संबोधले आहे) यांच्यामध्ये बाणवले.

हे बाणवलेले कसब या आपल्या तिघा चरित्रनायकांनी पूर्ण बळासह वापरले आणि अनेक शिष्य घडवले, अनेक जिज्ञासूंची जिज्ञासापूर्ती केली.

अण्णासाहेबांनी अनेक उत्तमोत्तम शिष्य तयार केले. ते शिष्य सर्व देशभर पसरलेले असून आपापल्या क्षेत्रात उत्तम कामगिरी करून आपला ठसा आपल्या क्षेत्रात त्यांनी उमटवला आहे. त्यांतील काही गायक आहेत, वादक आहेत. काही संगीतकार म्हणून प्रसिद्ध पावलेले आहेत तर काही संगीत विद्वान म्हणून मान्यता पावलेले आहेत. अण्णासाहेबांचे बहुगुणी आणि बहुआयामी व्यक्तिमत्त्व पाहता त्यांच्या व्यक्तित्वातील आणि कलागुणांचे जे जे ज्यांना ज्यांना भावले आणि पेलले ते ते त्यांनी शिकत असताना घेतले. अण्णासाहेबांकडे अष्टपैलू गुणवत्ता होती. वरील आकृतीतून ती गुणवत्ता अण्णासाहेबांकडे कशी आली तेही आपल्याला कळून येते. म्हणूनच त्यांच्या ज्या शिष्यांची जी क्षमता होती त्या क्षमतेनुसार त्या त्या शिष्याने त्यांच्याकडून मिळवले.

आपले 'तीन गानमूर्ती' चरित्रनायक अण्णासाहेबांच्या अनेक शिष्यांपैकी आहेत. मात्र वरील आकृतीत आपल्या तीन चरित्रनायकांचाच फक्त नामोल्लेख केला आहे आणि या पुस्तकात या तिघांवर मुख्यत: लिहिले आहे. खरेतर अण्णासाहेबांच्या अन्य शिष्यांनीही त्यांचे अवतारकार्य पुढे नेले, आपापल्या संगीतसेवेच्या जबाबदाऱ्या आपले आयुष्य वेचून पार पाडल्या. प्रसिद्ध गायक आणि 'दिनरंग' या नावाने ज्यांच्या बंदिशी प्रसिद्ध आहेत ते पंडित दिनकर कायकिणी हे सुद्धा असेच अण्णासाहेबांचे कार्य तळमळीने पुढे नेणारे शिष्य होते. त्यांचे मी लिहिलेले चरित्र 'दिनरंग' या नावाने मराठी व इंग्रजीत प्रकाशित झालेले आहे. त्या चरित्रात त्यांचे कार्य विस्तारपूर्वक वाचायला मिळते. म्हणून दिनकर कायकिणींसह अण्णासाहेबांच्या इतर अनेक शिष्यांचे कार्य

हे सुद्धा या अवतारकार्याच्या परिपूर्तीचाच भाग आहे. तरीसुद्धा आपण या तिघांनाच आपले चरित्रनायक ठरवून त्यांचाच मुख्यत्वेकरून परिचय करून दिला आहे याची काही कारणे आहेत. हे तिघे मुंबई या एकाच शहरात राहिले. मुंबई ही आपली कर्मभूमी मानून त्यांनी पूर्ण वेळ अण्णासाहेबांच्या कार्याला वाहून घेतले. त्यांनी एकमेकांशी सौहार्द, स्नेह आणि जवळीक ठेवून एकमेकांच्या सहकार्याने आपले विहीत कार्य पार पाडले. म्हणूनच त्यांचा परिचय आपण 'अवतारकार्याची परिपूर्ती' या अर्थाने या पुस्तकात करून घेतला आहे. मात्र पुस्तकात मुद्दाम परिशिष्टाचा अंतर्भाव करून अण्णासाहेबांच्या इतरही शिष्यांचे चरित्र आणि कार्य थोडक्यात जाणून घेण्याचा आपण प्रयत्न केला आहे आणि या अवतारकार्याच्या परिपूर्तीचा आवाका केवढा मोठा आहे ते दाखवण्याचा छोटासा प्रयत्न केला आहे.

❑❑❑

परिशिष्ट

प्रकरण - १

आचार्य श्रीकृष्ण रातंजनकर यांची प्रकाशित ग्रंथसंपदा

- **तानसंग्रह (३ भाग)** – पंडित विष्णु नारायण भातखंडे यांच्या क्रमिक पुस्तक मालिकेच्या १ ते ४ भागांतील ४५ रागांचा तानविस्तार
- **अभिनव गीत मंजिरी (३ भाग)** – प्रचलित, अप्रचलित व आपल्या स्वत: रचलेल्या रागांतील स्वत:च्या रचना या भागांमध्ये अंतर्भूत आहेत. धृपद, धमार, विलंबित व द्रुत ख्याल, ठुमरी, होरी, कजरी, सरगमगीत, टप्पा, तराणा, भजन, लक्षणगीत आणि कर्नाटकी वर्णम् अशा सर्व प्रकारच्या रचना या पुस्तकांत समाविष्ट आहेत.
- **वर्णमाला** – हिंदुस्थानी व कर्नाटक पद्धतीच्या रागांमधील संस्कृत भाषेतील कर्नाटकी वर्णम्.
- **संगीत शिक्षा (३ भाग)** – हायस्कूलच्या शालेय संगीत अभ्यासक्रमासाठी लिहिलेले पाठ.
- **अभिनव संगीत शिक्षा (२ भाग)** – 'संगीत प्रवेशिका' या भातखंडे विद्यापीठाच्या अल्पमुदतीच्या अभ्यासक्रमासाठी लिहिलेले हे पाठ आहेत. हे पुस्तक त्याच्या उपयुक्ततेमुळे अन्य अनेक विद्यापीठांनी अभ्यासक्रमात लावले.
- **गोवर्धन उद्धार** – ब्रज भाषेतील नृत्यनाट्य.
- **ताल लक्षणगीत संग्रह** – तबला व मृदंग शिकणाऱ्या विद्यार्थ्यांसाठी लिहिलेली लक्षणगीते.
- **हिंदुस्थानी संगीत पद्धतीकी स्वरलिपी** – हिंदुस्थानी संगीत पद्धतीच्या स्वरलिपीची ओळख करून देणारी पुस्तिका.
- **पंडित विष्णु नारायण भातखंडे(इंग्रजी)** – दिल्लीच्या नॅशनल बुक ट्रस्टसाठी लिहिलेले चरित्र.
- **पंडित विष्णु नारायण भातखंडे(मराठी)** – महाराष्ट्राच्या साहित्य संस्कृती मंडळासाठी लिहिलेले चरित्र.
- **संगीत परिभाषा** – विद्यापीठाच्या अभ्यासक्रमांसाठी लिहिलेले संगीतशास्त्राचे पुस्तक.
- **एस्थेटिक ॲस्पेक्ट्स ऑफ इंडियाज म्युझिकल हेरिटेज** – मराठी, इंग्रजी व हिंदीत लिहिलेल्या लेखांचा संग्रह
- **लक्ष्यसंगीत** – भातखंडे संगीत महाविद्यालयात 'लक्ष्यसंगीत' हे त्रैमासिक १९५४ ते १९५८ अशी ४ वर्षे चालवले. या त्रैमासिकात देशभरातील कलाकार, विद्वानांचे लेख, नवीन राग नवीन बंदिशी, संशोधने इत्यादी प्रसिद्ध केली जात असत.

आचार्य श्रीकृष्ण रातंजनकर यांची उपलब्ध ध्वनिमुद्रणे :

अनु. क्रमांक	माध्यम स्वरूप	ठिकाण/प्रकाशन	अधिक माहिती	शोधसूत्र	शेरा
१	ऑडियो सीडी	मीरा म्युझिक, मुंबई	राग भैरव, नारायणी, शहाणा	कोड एमएम०५४	१ सीडी
२	ऑडियो सीडी	मीरा म्युझिक, मुंबई	राग काफी कानडा, बहार	कोड एमएम००१	१ सीडी
३	ऑडियो सीडी	मीरा म्युझिक, मुंबई	राग ललित पंचम, सरपरदा बिलावल	कोड एमएम००२	१ सीडी
४	ऑडियो सीडी	मीरा म्युझिक, मुंबई	राग बरवा, पटमंजिरी	कोड एमएम००९	१ सीडी
५	व्हिडियो क्लिप	यूट्यूब, इंटरनेट	राग अल्हैया बिलावल (शिकवण)	https://youtu.be/225OLa02NuY क्यू आर कोड	
६	व्हिडियो क्लिप	यूट्यूब, इंटरनेट	राग झिंजोटी	https://youtu.be/Mrwnvhjmq88 क्यू आर कोड	
७	व्हिडियो क्लिप	यूट्यूब, इंटरनेट	राग नायकी कानडा	https://youtu.be/xD3SwV_JtWE क्यू आर कोड	
८	व्हिडियो क्लिप	यूट्यूब, इंटरनेट	राग बडहंस सारंग व लंकादहन सारंग	https://youtu.be/rzuD8to81TE क्यू आर कोड	
९	व्हिडियो क्लिप	यूट्यूब, इंटरनेट	राग हंसकिंकिणी, सामंत सारंग व अभोगी	https://youtu.be/-iOLYMsdorQ क्यू आर कोड	

१०	व्हिडियो क्लिप	यूट्यूब, इंटरनेट	राग तिलंग व मधमाद सारंग	https://youtu.be/44ZQLlD-GBI क्यू आर कोड	
११	व्हिडियो क्लिप	यूट्यूब, इंटरनेट	राग नटनारायण	https://youtu.be/4lrwijZM0tk क्यू आर कोड	
१२	व्हिडियो क्लिप	यूट्यूब, इंटरनेट	राग जैत कल्याण	https://youtu.be/WQOvUgeWI8E क्यू आर कोड	
१३	व्हिडियो क्लिप	यूट्यूब, इंटरनेट	राग जोगिया	https://youtu.be/XWTP1cvol1w क्यू आर कोड	
१४	व्हिडियो क्लिप	यूट्यूब, इंटरनेट	राग देवगिरी बिलावल	https://youtu.be/xb877MF4uZc क्यू आर कोड	
१५	व्हिडियो क्लिप	यूट्यूब, इंटरनेट	राग परज व रागेश्री	https://youtu.be/31IIAomCroc क्यू आर कोड	
१६	व्हिडियो क्लिप	यूट्यूब, इंटरनेट	राग बसंतमुखारी	https://youtu.be/z-kklh_dQa8 क्यू आर कोड	
१७	व्हिडियो क्लिप	यूट्यूब, इंटरनेट	राग ललितपंचम	https://youtu.be/60Jh6xvbQ8U क्यू आर कोड	

१८	व्हिडियो क्लिप	यूट्यूब, इंटरनेट	राग देस	https://youtu.be/kPKHcpA4aIk क्यू आर कोड	
१९	व्हिडियो क्लिप	यूट्यूब, इंटरनेट	राग गौरी (दोन मध्यम)	https://youtu.be/CM-D8OMrcr8 क्यू आर कोड	
२०	व्हिडियो क्लिप	यूट्यूब, इंटरनेट	राग भटीयार	https://youtu.be/Zn1lvkUQBzo क्यू आर कोड	
२१	व्हिडियो क्लिप	यूट्यूब, इंटरनेट	राग पटमंजिरी	https://youtu.be/k3KHTAqRoD4 क्यू आर कोड	
२२	व्हिडियो क्लिप	यूट्यूब, इंटरनेट	राग लच्छासाख व जलधर केदार	https://youtu.be/HIUOTkzPax8 क्यू आर कोड	
२३	व्हिडियो क्लिप	यूट्यूब, इंटरनेट	राग अहिर भैरव	https://youtu.be/PQZ0tYXbWso क्यू आर कोड	
२४	व्हिडियो क्लिप	यूट्यूब, इंटरनेट	राग अभोगी	https://youtu.be/m1DVgphVYcI क्यू आर कोड	
२५	व्हिडियो क्लिप	यूट्यूब, इंटरनेट	राग अडाणा	https://youtu.be/zVUC7wrBlvA क्यू आर कोड	

२६	व्हिडियो क्लिप	यूट्यूब, इंटरनेट	राग हेम कल्याण	https://youtu.be/Pt85n4aIefE क्यू आर कोड	
२७	ऑडियो क्लिप	राजन पर्रीकर लायब्ररी (म्युझिकल ट्रेडिशन्स ऑफ इंडिया)	राग नारायणी	http://www.parrikar.org/vpl/?page_id=737 क्यू आर कोड	
२८	ऑडियो क्लिप	बंदिशे(लिरिकल ट्रेडिशन ऑफ हिंदुस्थानी म्युझिक)	राग गोरख कल्याण, राग धानी	https://bandishein.wordpress.com/tag/shrikrishna-narayan-ratanjankar/ क्यू आर कोड	
२९	ऑडियो क्लिप	संगीत रिसर्च ॲकॅडमी, कोलकाता	राग खट, नटनारायण	http://www.itcsra.org/Raga_online/raga_online.asp क्यू आर कोड	
३०	ऑडियो क्लिप	रेडिओ वेब हिंदुस्थानी	राग काफी कानडा, बहार, ललित पंचम, सरपरदा, प्रभात भैरव	http://hindustani.radioweb.in/programs/pandit-s-n-ratanjankar क्यू आर कोड	
३१	ऑडियो क्लिप	प्ले रागा भोजपुरी	माधव मुकुंद गिरिधर गोपाल गीत	http://play.raaga.com/bhojpuri/singer/SN.-Ratanjankar?sl=HI क्यू आर कोड	

आचार्य श्रीकृष्ण रातंजनकर यांच्यावरील लेखन व उपलब्ध ध्वनिमुद्रणे

अनु. क्रमांक	माध्यम स्वरूप	ठिकाण/ प्रकाशन	अधिक माहिती	शोधसूत्र	शेरा
१	पुस्तक सन १९९३	आचार्य एस. एन. रातंजनकर फाउंडेशन, मुंबई	सुजान - जीवनी व स्मृतिसंग्रह (हिंदी)	जानकी निवास, १६२, डॉ. आंबेडकर मार्ग, दादर, मुंबई - ४०००१४	पत्ता बदलू शकतो
२	व्हिडिओ क्लिप	यूट्यूब, इंटरनेट	डॉ. एस.एन. रातंजनकर यांचे पंडित के. जी. गिंडे यानी सांगितलेले चरित्र	https://youtu.be/oprj26FNA8I क्यू आर कोड	१ सीडी
३	ऑडियो सीडी	संस्कार प्रकाशन, मुंबई	अभिनव गीत मंजिरी या एस. एन. रातंजनकर यांच्या पुस्तकातील गायलेल्या ५१४ बंदिशी	संस्कार प्रकाशन, ६/४००, अभ्युदय नगर, काळाचौकी, मुंबई - ४०००३३ मो.९१४६२०४४३१, ९८६९१८५९५९ Website- sanskarprakashanmusic.com	१ सीडी
४	ई-माहिती लेख	विकीपेडिया- इंटरनेट	डॉ. एस.एन. रातंजनकर यांचा परिचय	https://youtu.be/-iOLYMsdorQ क्यू आर कोड	
५	ई-माहिती लेख	संगीत रिसर्च ॲकॅडमी, कोलकाता	डॉ. एस.एन. रातंजनकर यांचा परिचय	http://www.itcsra.org/celebrated_masters.asp?id=2 क्यू आर कोड	
६	ई-माहिती लेख	विजया पर्रीकर लायब्ररी ऑफ इंडियन क्लासिकल म्युझिक	डॉ. एस.एन. रातंजनकर यांचा परिचय – राजन पर्रीकर व सुशिला मिश्रा	http://www.parrikar.org/vpl/?page_id=737 क्यू आर कोड	

पंडित चिदानंद नगरकर

जन्म : दि. २८ नोव्हेंबर १९१९ • मृत्यू : २६ मे १९७१

२

एक चमत्कार

पंडित चिदानंद नगरकर

अण्णासाहेब रातंजनकरांनी घडवलेल्या शिष्योत्तमांमध्ये चिदानंद नगरकर यांचे नाव अग्रणी म्हणून घेतले जाते. प्रत्यक्ष त्यांच्या सान्निध्यात असलेल्या चिदानंद नगरकर यांच्या शिष्यांकडून आपल्या गुरूंना अलौकिकत्व व दिव्यत्व बहाल केले जाते, एवढे ते थोर व्यक्तिमत्त्व होते. त्यांच्यात एक अवलिया दडलेला होता. त्या अवलियाच्या प्रेरणाशक्तीनुसार (Driving Force) त्यांच्या आयुष्यातील घटना घडलेल्या दिसतात. त्याचबरोबर संगीतसमीक्षक मोहन नाडकर्णी म्हणतात, त्याप्रमाणे त्यांच्यात एक निरागस मूल वसलेले होते. त्यामुळे त्यांच्या ठायी एक साधेपणा आणि सच्चेपणा असलेला त्यांच्या अनेक व्यवहारांमधून दिसत असे.

चिदानंदचा जन्म दि. २८ नोव्हेंबर १९१९ मध्ये बेंगळुरूचे उपनगर असलेल्या मल्लेश्वरम येथे झाला. त्यांचे वडील संगीताचे दर्दी आणि उत्तम तबलावादक होते. कीर्तनाबरोबर तबला-पखवाजाची साथसंगत ते करत असत. चिदानंदचे सहा भाऊ (शांताराम,पांडुरंग, मंगेश, नरहरी, श्रीपाद, शिवशंकर) आणि तीन बहिणी (दुर्गा, मुक्ता आणि कृष्णाबाई) असे सगळेच संगीताची आवड असलेले होते. त्यामुळे त्या कुटुंबात कायम संगीताने भारलेले वातावरण असायचे. असे संगीतमय वातावरण चिदानंदसारख्या संगीतकारासाठी पोषकच ठरले, इतकेच नव्हे तर त्यांच्या संगीतसाधनेला पूर्णपणे वाहून घेण्यासाठीही प्रेरक ठरले. चिदानंदने १९३३ मध्ये शालेय शिक्षणाच्या ऐन भरात शाळा सोडली आणि बेंगळुरूच्या गांधर्व महाविद्यालयात संगीतशिक्षणासाठी प्रवेश घेतला. तिथे गोविंद विठ्ठल भावे यांच्याकडून त्याने संगीत शिक्षणाचा श्रीगणेशा केला.

त्या काळात संगीतासारखी थेरे करणे प्रतिष्ठेचे मानले जायचे नाही. त्यातही सुशिक्षित आणि सुसंस्कृत अशा सारस्वत समाजात तर शाळाकॉलेजात भरपूर शिकायचे आणि आर्थिक, कौटुंबिक स्थैर्य प्राप्त करायचे असे वळण होते. तीच शिस्त मानली जाई आणि समाजात सर्वांकडून पाळलीही जाई. 'गाणे बजावणे, भीक मागणे' असे या सुसंस्कृत समाजात समजले जाई. गाणे ही फार तर हौस. या काळात अशा सामाजिक परंपरेत चिदानंदने कुमारवयातच शाळा सोडली. घरून त्याला तशी परवानगी देण्यात आली. चिदानंदचा कलाकार बनण्यातील तो मोठा मैलाचा दगड त्या वेळी ठरला.

सारस्वत समाजातील त्या वेळच्या रूढीपरंपरेप्रमाणे चिदानंदच्या वडिलांनाही त्याने शालेय शिक्षण यशस्वीपणे पार पाडून आयुष्यात स्थिर व्हावे असेच वाटत होते. परंतु संगीताच्या पुढे चिदानंदला शाळाबिळा काही सुचत नसे. त्याचे अभ्यासात लक्ष नसे. परीक्षा जवळ आली की अभ्यास करावा लागतो म्हणून तो टाळण्यासाठी हा मुलगा उंच झाडावर चढून गात बसे. अभ्यासक्रम पूर्ण करणे आणि त्याची परीक्षा देणे या गोष्टी त्याला गाण्यापुढे सुचत नसत. एवढी त्याला गाण्याची ओढ असायची. त्यापायी त्याला वडिलांकडून मारही खावा लागला होता. शेवटी चिदानंदचा मोठा भाऊ पांडुरंग याने त्याच्यासाठी रदबदली केली. तू गाणे चालू ठेव व त्याबरोबर शाळासुद्धा शीक असे त्याने चिदानंदला सांगितले आणि वडिलांचा त्याच्या गाण्यासाठी होकार मिळवला. अर्थात ही रदबदली शाळा सोडण्यापूर्वीचा केवळ एक मधला टप्पा अशी ठरली आणि पुढे चिदानंदने शाळेला रामराम ठोकून दिवसरात्र केवळ गाणे एके गाणे सुरू केले.

चिदानंदची ग्रहणशक्ती एवढी तेज होती की वर्षभरातच भावे मास्तरांनी त्याला शरणचिठ्ठी दिली. चिदानंदच्या वडिलांनी जरी त्याच्या शालेय शिक्षणाकडे दुर्लक्ष करण्याला विरोध केला असला तरी आपला मुलगा गातो याचा त्यांनाही मनातून आनंद होताच. उघडपणे ते त्याला साथ देऊ शकत नव्हते याचे कारण सामाजिक दडपण आणि कौटुंबिक परंपरा हे होते. चिदानंदचे वडील जेव्हा खूप आजारी पडले आणि त्यांना स्वत:ची शाश्वती वाटेना तेव्हा त्यांनी चिदानंदला आपल्या जवळ बोलावले. त्याला भैरवी रागात काहीतरी ऐकवायला सांगितले. वडिलांच्या शेवटच्या इच्छेनुसार 'बहुत सही होरी जारी' ही भैरवीतील रचना चिदानंद त्या दु:खद वियोगप्रसंगी गायला. प्रसंग जरी गंभीर आणि विरहवेदनांचा होता तरी चिदानंदचे वडील मात्र त्याच्यावर संतुष्ट झाले होते. त्यांनी त्याला जवळ बोलावून पाठीवर हात फिरवून आशीर्वाद दिला होता. वडिलांनी आशीर्वाद देऊन 'तू मोठा गवई हो' असे आपल्या मनीचे गूज त्याच्याजवळ मोकळे केले होते आणि मुलालाही त्यांच्या मनातून आपल्या गाण्याला

असलेला पाठिंबा उमगला होता. चिदानंदचे वडील १९३५ मध्ये वारले. चिदानंदने त्यानंतर शेकडोंनी मैफलींमध्ये भैरवी गायल्या असतील, परंतु 'बहुत सही होरी जारी' ही त्या वेळी त्याने म्हटलेली भैरवी तो पुन्हा कधीही गायला नाही. वडिलांची अखेरची स्मृती त्याने त्या भैरवी बंदिशीतून स्वत:कडे राखून ठेवली.

सन १९३५ मध्ये वडिलांच्या दु:खद निधनानंतर आत्मनिर्भरता आणि गाणे ही दोन्ही साध्य करण्याची जबाबदारी चिदानंदवर येऊन पडली. त्याच सुमारास श्रीकृष्ण नारायण रातंजनकर हे बेंगळुरूला आले होते. त्यांचे गाणेही झाले. त्यावर विचार करून व मोठ्या भावाशी सल्लामसलत करून चिदानंद १९३५ साली त्या वेळच्या मॅरिस कॉलेजमध्ये (आताचे भातखंडे महाविद्यालय) गाणे शिकण्यासाठी वयाच्या सतराव्या वर्षी दाखल झाला. तिथे प्राचार्यपदी अण्णासाहेब रातंजनकर होते. या संगीतवेड्या तल्लख बुद्धीच्या विद्यार्थ्याला त्यांनी लगेच जोखले आणि त्याच्या गाण्याकडे आस्थेने लक्ष ठेवण्यास सुरुवात केली.

सन १९३५ ते १९३९ पर्यंत चिदानंद लखनौला शिकत होता. पुढील वर्षीच १९३६ मध्ये एस. सी. आर. भट हे मुंबईहून तेथे दाखल झाले. ते दोघे एकाच खोलीत राहू लागले. त्यानंतर त्याचे तेथील शिक्षण पूर्ण झाल्यावर तो पुन्हा बंगळुरूला परत गेला. तो विद्यार्थी असतानाच सुट्टीत मुंबईला आला असता ताडदेवला तालमकी वाडीत आनंदाश्रम हॉलच्या उद्‌घाटनानिमित्त चिदानंदची एक मैफल झाली. ती ऐकून छोटा दिनकर कायकिणी याने आपल्याला गाणे शिकवण्याची चिदानंदला गळ घातली. मी स्वत:च विद्यार्थी आहे म्हणून चिदानंदने दिनकरला शिकायला लखनौला मॅरिस कॉलेजात पाठवण्याचे त्याच्या वडिलांना सुचवले. तेथील दिनकरची जबाबदारी त्यांने स्वत:वर घेतली. या त्याच्या पाठिंब्यामुळे दिनकरसारखा संगीतकार आपल्याला मिळाला.

बेंगळुरूला जाण्यापूर्वीच त्याच्या गायनकौशल्याची ख्याती त्याच्या मूळ गावी पोहोचली होती. त्याला बेंगळुरूच्या कॅनरा युनियन तर्फे गाण्याच्या मैफलीचे आमंत्रण देण्यात आले होते. गाण्याचे त्याचे शिक्षण लखनौला पूर्ण झाल्यावर ठरलेली चिदानंदची ही पहिलीच मोठी मैफल होती. तेथील ऐकणाऱ्या सर्व रसिक श्रोत्यांना मोठी उत्सुकता होती तशीच चिदानंदलाही या मैफलीची मोठी जबाबदारी वाटत होती. त्याच्या सांगीतिक जाणिवा मोहरून आल्या होत्या. गेली पाच वर्षे लखनौला राहून अण्णासाहेब रातंजनकरांच्या मार्गदर्शनाखाली जी त्याची साधना झाली होती तिचे प्रात्यक्षिक या त्याच्या पहिल्याच मैफलीतून दिसणार होते. कॅनरा युनियनमधील त्याची ती रात्रीची मैफल फार सुंदर झाली. निरामय ज्ञानसाधना केलेल्या उमद्या कलाकाराची ती कलासंपन्न मैफल होती. रसिक श्रोत्यांना मान्य होईल असे गाणे त्या मैफलीत

चिदानंदने भरभरून दिले. या मैफलीनंतर हळूहळू चिदानंदचे नाव होऊ लागले आणि त्याला मुंबई-बेंगळुरूच्या रसिकांमध्ये लोकप्रियता मिळू लागली.

चिदानंदच्या त्या अगदी लहान वयातल्या गाण्यात जी चमक श्रोत्यांनी अनुभवली तशीच ती त्याच्या गाण्यात कायमच श्रोत्यांना ऐकायला मिळत राहिली. त्याचे कारण म्हणजे त्याच्या गायनशैलीवर फैय्याज खाँसाहेबांचा असलेला प्रभाव. मुळात चिदानंदचे गाणे अतिशय उत्स्फूर्त असे होते. त्यातही त्याला अण्णासाहेबांसारख्या कडक शिस्तीच्या गुरूंकडून चांगले वळण लागले होते. त्यांच्या ज्ञानाचा परीसस्पर्श लाभला होता. त्या गाण्याला गहिरेपणा यावा अशी फैय्याज खाँ यांच्या शैलीची तालीम त्याला जोडून अण्णासाहेबांनी दिली होती. चिदानंदचे ते चमकदार गाणे हा या सगळ्यांचा एकत्रित परिपाक होता.

अशा प्रकारे चिदानंदांचे कार्यक्रम सुरू झाले आणि उत्तरोत्तर दूरवरून त्याला कार्यक्रमांची आमंत्रणे येऊ लागली. या दरम्यान त्यांच्या घरात दुःखद घटना घडली. चिदानंदची आई सीताबाई हिचे १९४१ साली निधन झाले. १९३४ साली वडील गेले आणि आता आईविना तो पोरका झाला. हेही दुःख पचवून त्याचे कार्यक्रम सुरू होते.

१२ मार्च १९४२ मध्ये म्हैसूर राज्यातील राणीबेन्नूर या छोट्याशा गावी चिदानंदचा विवाह त्याची आतेबहीण दुर्गाबाई माविनकुर्वे हिच्याशी झाला. चिदानंद अधूनमधून मुंबईत राहत असे. त्या नंतर चिदानंदने बेंगळुरू सोडून मुंबई येथे कायम वास्तव्याला येण्याचे ठरवले. मुंबईला आल्यावर त्याचा जनसंपर्क अधिक वाढला. मुंबईत वास्तव्यास असणाऱ्या चित्रापूर सारस्वत समाजात त्याला गायक म्हणून मान्यता मिळाली. त्याचे कार्यक्रम होऊ लागले. दरम्यान त्याला गीता, कांती या दोन मुली व गुरुचरण हा मुलगा अशी तीन अपत्ये झाली.

: २ :

अशाच तऱ्हेने १९४२ ते १९४६ अशी चार वर्षे चिदानंदने मैफली गाजवल्या. पुढे १९४६ मध्ये भारतीय विद्या भवन या मुंबईच्या आता गावदेवी येथे असलेल्या संस्थेने भारतीय संगीत शिक्षापीठ रातंजनकरांच्या देखरेखीखाली सुरू केले. भारतीय विद्या भवनचे कुलपती कन्हैयालाल मुन्शी यांनी त्या शिक्षापीठाचा कारभार चालवण्यासाठी कोणाचे तरी नाव सुचवण्याची विनंती अण्णासाहेब रातंजनकरांना केली. अण्णासाहेब रातंजनकर त्यावेळी लखनौला मॅरिस कॉलेजचे प्राचार्य होते.त्या वेळी त्यांचा मुन्शी यांच्याशी परिचय होता. त्यांनी चिदानंदचे नाव

सुचवले. अण्णासाहेबांचे कन्हैयालाल मुन्शी यांच्याशी बोलणे झाल्यावर चिदानंदला त्या शिक्षापीठाची सूत्रे घेण्यास सांगण्यात आले. त्यांची संगीतशिक्षापीठाचा प्राचार्य म्हणून नेमणूक झाली. त्या वेळी चिदानंद नगरकर यांच्या साथीला पंडित एस. सी. आर. भट, सीतारामपंत मोदी हे शिक्षक होते.

१९४६ सालचा तो काळ आणि दक्षिण मुंबईत जिथे हे भारतीय संगीत शिक्षापीठ सुरू झाले त्या वेळची तिथली परिस्थिती नजरेसमोर आणली की या निर्णयाचे व त्या वेळी चिदानंद नगरकरांनी केलेल्या विलक्षण कार्याचे महत्त्व आपल्या ध्यानी येऊ शकते. आपण या आधी पाहिले की मुळात विष्णू नारायण भातखंडे यांनी संगीतातील ठराविक घराण्यांच्या मक्तेदारीच्या भिंती मोडण्याचे काम सुरू केले होते. त्याच कार्याचा भार पुढे अण्णासाहेब रातंजनकरांनी उचलला आणि ते कार्य पार पाडले. दक्षिण मुंबईत त्या वेळी जे संगीताचे वातावरण तयार होऊ लागले होते त्याचे पोषण होण्याची आवश्यकता होती. दर्जेदार संगीतशिक्षणाची सोय तिथे त्या वेळी होण्याची गरज होती. कन्हैयालाल मुन्शी आणि अण्णासाहेबांच्या इच्छेप्रमाणे व त्यांच्या मनाजोगती ती सोय व्हायला हवी होती. यासाठी त्यांनी २६ वर्षे वयाच्या तरुण चिदानंद नगरकरांची निवड केली आणि दक्षिण मुंबईत या संस्थेद्वारे संगीताच्या अध्यापनाबरोबरच अनेक अंगांनी चळवळी उभारून आपल्या आयुष्याच्या अंतापर्यंत कार्य करून चिदानंद नगरकरांनीही आपली निवड सार्थ ठरवली. अण्णासाहेबांचे मानणे असे की कर्तृत्ववान माणसे जशा संस्था उभ्या करतात तशाच त्या मोडून पाडायलाही अकार्यक्षम माणसेच कारणीभूत होतात. आपण स्वत: जसे जीवनाचे महत्त्वाचे ध्येय मानून मॅरिस कॉलेजसारखी संस्था उभारली, सांभाळली आणि वाढवली तशीच ही भारतीय संगीत शिक्षापीठाची संस्था चालली पाहिजे ही गोष्ट त्यांनी कष्टपूर्वक पाहिली आणि त्या हेतूने चिदानंद नगरकरांची निवड केली.

चिदानंद नगरकर - यांना त्यांच्या वर्तुळात प्रेमादराने 'चिद्‌माम' असे म्हटले जाई. आता आपणही त्यांना आदराने चिद्‌माम असे संबोधणार आहोत - यांच्यावर कन्हैयालाल मुन्शी आणि त्यांच्या पत्नी लीलावती यांनीही पूर्ण विश्वास दाखवला आणि त्यांना संगीतसंस्थेच्या कामाचे पूर्ण स्वातंत्र्य बहाल केले. चिद्‌मामनी हळूहळू सितारामपंत मोदी (गायन), एस. सी. आर. भट (गायन) यांच्या सोबत नंतर के. जी. गिंडे (गायन), सी.आर. व्यास (गायन), अल्लारखाँ (तबला), विनायकराव इंगळे (तबला) या गुरूंची वेळोवेळी नेमणूक शिक्षापीठात शिक्षक म्हणून केली. या नावांवरून या शिक्षापीठात गायन/वादन शिक्षणाचा दर्जा किती उच्च असेल त्याची पूर्ण कल्पना आपल्याला येऊ शकेल. संगीताच्या क्षेत्रातील ही सर्व मातब्बर कलाकार आणि गुरू मंडळी होती.

अण्णासाहेब ज्या ध्येयाने संस्था चालवीत असत त्याच ध्येयपूर्तीचा भाग या नेमणुकांमागे होता. अण्णासाहेबांना शिक्षणसंस्थांमधून पोथी पंडित बनवायचे नव्हते. त्यांना कलाकार घडवायचे होते. कलाकार घडवायचे म्हणजे गुरू स्वत: कलाकार हवेत. चिदानंद नगरकर यांनी भारतीय विद्या भवनच्या संगीत व नर्तन शिक्षापीठासाठी या ज्या शिक्षकांच्या नेमणुका केल्या त्यामागे शिक्षापीठातून कलाकार घडवण्याची ही भूमिका होती, तशी ती आस होती.

एका ध्येयाने प्रेरित झालेल्या या गुरुवेड्या शिष्याने अशा तऱ्हेने भारतीय विद्या भवनाचे संगीत शिक्षापीठ सुरू केले. चिद्‌माम त्यावेळी माटुंगा या त्या वेळच्या मुंबईच्या उत्तर विभागात असणाऱ्या कॅनरा सोसायटीत त्यांच्या पत्नी दुर्गाबाई (माविनकुर्वे) यांच्यासह राहत. संगीतकार्याला पूर्णत: वाहून घेणे म्हणजे भिकेचे डोहाळे असे ज्या मध्यमवर्गीय चित्रापूर सारस्वत समाजात मानले जात असे, त्याच समाजातील चिदानंद नगरकर हे गायक होते. ते आणि त्यांच्या पत्नी दुर्गाबाई यांनी हे अवघड व्रत स्वीकारले होते. त्यांच्याच समाजातील बहुतांशी लोक उच्च शिक्षण घेऊन आयुष्यात स्थैर्य व मानमरातब मिळवून देणारी नोकरी करण्यात धन्यता मानत असताना चिदानंद नगरकरांनी हे संगीताचे व्रत घेतले होते आणि वेगळे कार्य आरंभले होते, ही लक्षणीय गोष्ट होती.

शिक्षकांच्या नेमणुका झाल्यावर चिद्‌मामनी मुंबईतील संगीत शिक्षापीठ लखनौच्या मॅरिस कॉलेजशी जोडले आणि तिथे शिकवला जाणारा संगीत अभ्यासक्रम विद्यापीठासाठी स्वीकारला. हा अभ्यासक्रम एकदा स्वीकारल्यावर आणि त्यानुसार शिक्षणाचा दर्जा ठेवायचा ठरविल्यावर सर्व शिक्षकांनी त्यानुसार प्रशिक्षित असणे ओघानेच आले. सीतारामपंत मोदी, एस. सी. आर. भट आणि के. जी. गिंडे हे लखनौहून प्रशिक्षित होऊन आलेले होते. मात्र सी.आर.व्यास, अल्लारखाँ ही शिक्षकमंडळी या अध्यापन व परीक्षापद्धतीशी परिचित नव्हती. या सर्वांची तयारी चिदानंद नगरकर यांच्या पुढाकाराने के. जी. गिंडे आणि एस. सी. आर. भट यांनी करून घेतली. त्या नंतर त्यांनी अधिकाधिक विषयांतील प्रशिक्षित शिक्षकांच्या नेमणुका करून वाद्यसंगीत आणि नृत्य शिकविण्याची सोय या संगीत विद्यापीठात केली.

त्या शिक्षापीठात संगीत शिकणारे विद्यार्थी केवढ्या तयारीचे असत आणि शिक्षणक्रमाच्या दुसऱ्या तिसऱ्या वर्षांपासूनच ते कसे उत्स्फूर्त व तडफेने गात त्यांच्या आठवणी अनेक जण सांगतात. त्यांच्या त्या तयारीच्या व उत्स्फूर्ततेच्या मागे चिद्‌माम हेच होते. जरी ते प्राचार्यपदी असले तरी शिष्य घडवण्याची दीक्षा त्यांना अण्णासाहेबांकडून मिळाली होती. त्यामुळे अध्यापनाच्या विषयात ते मनापासून रस

घेत असत. त्यातही त्यांच्याकडे आत्यंतिक व पराकोटीची कलासक्ती होती. त्यामुळे त्यांचे शिकविणे म्हणजे 'या हृदयीचे त्या हृदयी घातले' असे किंवा इंग्रजीत ज्याला imparting training असे म्हणतात तसे होते. त्यांच्याकडे शिकलेले जे विद्यार्थी आहेत ते सर्व एकमुखाने त्यांच्या आत्मीयतेने शिकविण्याच्या पद्धतीबद्दल सांगतात. म्हणून त्यांच्या त्या काळात त्यांच्याकडे मनोहर शेटे, व्ही.एस.कामत, निमाई उद्यावर, तारा शिरूर असे विद्यार्थी विलक्षण तयारीने गात असत अशी एक आठवणही रामदास भटकळ सांगतात. मग असा प्रश्न पडतो की इतक्या तयारीने गाणारे विद्यार्थी पुढे जाऊन प्रथितयश व मान्यवर गायक कसे झाले नाहीत?

आपल्या रागसंगीतात मान्यवर गायक होण्याची जी प्रदीर्घ प्रक्रिया आहे ती ध्यानी घेतल्यास या प्रश्नाचे उत्तर मिळते. आईच्या दुधावर जसे बाळ बाळसे धरते तसे गुरुछायेखाली शिकत असताना विद्यार्थी/शिष्य बाळसेदार गात असतो. चिदानंद नगरकरांसारख्या तन्मयतेने शिकवणाऱ्या गुरूंच्या छायेखाली तर हे गानबाळसे अधिकच चांगले धरले जाते. मात्र पुढची वाटचाल शिष्याला स्वत:ची स्वत: करायची असते. गुरूंकडून मिळालेली कला कल्पकतेने व जाणीवपूर्वक केलेल्या रियाजाने आपली आपण विकसित करायची असते. अशा वेळी गुरूंकडून लाभलेले बाळसे सशक्त पाया म्हणून उपयोगी ठरते. मात्र संगीताचा नियमित रियाज ठेवला नाही, रियाजातून मिळणारा कलेचा खुराक मिळत राहिला नाही तर हे बाळसे केवळ बाळसेच ठरते व मूल कसे बाळसेदार होते हे सांगण्यापुरतेच ते उपयोगी ठरते. पुढे त्या कलाकाराची कला व तो कलाकार दोन्ही अशक्त राहातात. ही शिष्यमंडळी प्रथितयश कलाकार बनू शकत नाहीत. कारणे अनेक असतील परंतु चिदानंद नगरकरांच्या उत्तम गाण्याऱ्या शिष्यांच्या बाबतींत हे असेच झाले असावे असे खात्रीपूर्वक म्हणता येईल. त्या काळात त्यांच्याकडे शिकणाऱ्या वसंत पणशीकर, वासंती कोडीकल, शशिकला सम्सी (कैकिणी), गुरुदत्त हेबळेकर अशी अनेक यशस्वी गात्या शिष्यांची नावे सांगता येतील. म्हणून इतर शिष्य मोठे झाले नाहीत त्याचा दोष चिदानंद नगरकर यांच्यासारख्या गुरूकडे जात नाही. उलट त्यांच्या त्या वेळच्या गाणाऱ्या शिष्यांवरून चिद्मामच्या शिकवण्यातील ताकद ध्यानी येते. असेच अनेक तगड्या गुरूंच्या शिष्यांचे सुरुवातीच्या काळातील उत्तम कलाप्रदर्शन पुढे आल्याचे परंतु भविष्यात ते मोठे कलाकार बनू न शकल्याचे अनेक दाखले आपल्याला दिसून येतात.

चिद्मामचे भारतीय विद्या भवनातील अनेक उपक्रम वाखाणले जातात. त्यांच्या त्या उपक्रमांनी त्यावेळी दक्षिण मुंबईतील रसिकांना व विद्यार्थ्यांना जिज्ञासातृप्तीची मोठी संधी उपलब्ध तर करून दिलीच पण त्याचबरोबर मुंबई व मुंबईबाहेरच्या अनेक कलाकारांचे ऋणानुबंध या संस्थेशी दृढ केले. चिद्मामनी संगीत मंडळाची (music circle) स्थापना आपल्या संस्थेत केली.लखनौला अशाच प्रकारच्या उपक्रमाला फक्कड क्लब असे नाव होते. आता शिक्षापीठातील विद्यार्थ्यांना व्यासपीठ उपलब्ध व्हावे, त्यांना इतरांसमोर प्रत्यक्ष सादरीकरणाचा अनुभव घेता यावा, त्याचबरोबर त्यांना संगीतक्षेत्रातील प्रथितयश कलाकारांचे कार्यक्रम ऐकायला मिळावे, कलेच्या सादरीकरणातील विविधतेचे व कौशल्याचे प्रत्यंतर त्यांना यावे आणि त्याचबरोबर विद्यार्थ्यांचे पालक, संबधित रसिकवर्ग यांनाही चांगल्या कलाकारांचे कार्यक्रम ऐकता यावे असे त्यांचे अनेक उद्देश या संगीत मंडळ स्थापनेमागे होते. त्या साठीच्या दशकात आकाशवाणी शिवाय अन्य श्रवणमाध्यमे लोकांना उपलब्ध नव्हती. रेडियो देखील फार मोजक्या लोकांकडे असायचे. त्यावरील कार्यक्रमांचा दर्जा चांगला असला तरी त्याची पोहोच व व्याप्ती मर्यादित होती. म्हणून चिद्‌मामच्या या संगीत मंडळाच्या आयोजनाद्वारे लोकांना चांगले कार्यक्रम ऐकायला मिळायचे. एक उपयुक्त व सशक्त श्रवणमाध्यम म्हणून त्या संगीत मंडळाने महत्त्वाची कामगिरी त्या वेळी बजावली.

संगीताच्या विद्यार्थ्यांनी विद्यार्थ्यांसाठी चालवलेला मासिक संगीतवृंद हा उपक्रम या संगीत मंडळाच्या कल्पनेतूनच सुरू झाला होता. त्या वेळचा विद्यार्थ्यांचा आयोजनाचा उत्साह वाखाणण्याजोगा असे, अशा आठवणी नोंदवल्या गेल्या आहेत. या संगीतवृंदात ज्या विद्यार्थ्यांचे कार्यक्रम होत ते तयारीचे गाणारे असत. आपल्याबरोबरचे सहकारी विद्यार्थी कसे तयारीने गातात याचा एक वस्तुपाठ इतर विद्यार्थ्यांना मिळे व एक प्रकारे त्यांना त्यातून प्रेरणा मिळे. आपल्या बरोबरीने चालणारा यात्री थोडासा पुढे गेला की आपण त्याला गाठण्याचा प्रयत्न करतो. त्यामागे जी प्रेरणा असते अगदी तीच प्रेरणा या गात्या विद्यार्थ्यांकडून निव्वळ श्रोत्या-विद्यार्थ्यांना मिळे.

संगीतवृंदाचा आणखी एक चांगला उपक्रम म्हणजे व्याख्यान-प्रात्यक्षिकांचा. या शिक्षापीठात शिकवणारे सगळे शिक्षक उत्तम विचारवंत शिक्षक होते. कलाप्रस्तुती व कलाभिरुची अनेक प्रकारे होते, विविध पैलूंमधून ती प्रत्यक्षात येते, हे त्या सर्वांना ज्ञात होते. किंबहुना संगीतवर्गातून ते विद्यार्थ्यांना सांगतच असत. मात्र वर्गातून हे ज्ञान सर्वांगांनी देणे शक्य नसे. व्याख्यान-प्रात्यक्षिकांच्या माध्यमातून आणि संगीतवृंदाच्या कार्यक्रमांत हे ज्ञान सर्वांगांनी विद्यार्थ्यांना देणे शक्य होई व विद्यार्थ्यांचीही समज अधिक वाढे. त्यांच्या अनेक प्रश्नांची उत्तरे त्यांना व्याख्यान-प्रात्यक्षिकांमधून सापडत. व्याख्यान-प्रात्यक्षिकांचा चिद्‌मामचा उपक्रम अतिशय प्रभावी आणि उपयुक्त ठरला. किंबहुना व्याख्यान-प्रात्यक्षिकांच्या दर्जेदार व उद्बोधक कार्यक्रमांची पायाभरणी तिथे झाली, असेही म्हणता येईल. भातखंडे स्मृती संगीतमहोत्सव संगीत शिक्षापीठातर्फे सुरू झाला. या महोत्सवात देशातील अनेक कलाकार हजेरी लावीत. उदयोन्मुख कलाकार व बुजुर्ग कलाकार एकाच व्यासपीठावर येऊन कला सादर करण्याचा

हा एक अनोखा उपक्रम होता. याच महोत्सवातून त्यांनी अशी पद्धत सुरू केली. त्यामुळे दोन वेगवेगळ्या पिढ्यांचे सांगीतिक कलाकौशल्य श्रोत्यांना एकाच मंचावरून ऐकायला मिळे. अशा तऱ्हेचे ते मुंबईतील अद्वितीय असे महोत्सव ठरले.

चिद्मामच्या भारतीय विद्या भवनातील कार्याचा हा आढावा आहे. १९४६ ते १९७१ साली त्यांच्या अंतापर्यंत सलग २५ वर्षे त्यांनी भारतीय विद्या भवनाचे संगीत शिक्षापीठ समर्थपणे चालवले. त्याची जोपासना करून ते मोठे केले. दक्षिण मुंबईतील अतिशय जागृत व क्रियाशील संगीतसंस्था असा लौकिक त्यांनी या संस्थेला आपल्या कार्याने मिळवून दिला.

: ३ :

चिद्मामचा स्वभाव लहान मुलासारखा होता. लहान मुलाला जशी प्रत्येक गोष्टीची ओढ असते, उत्सुकता असते आणि कोणत्याही साधनाला जशी आपल्या कल्पनेत रंगवण्याची निर्मळ असोशी असते तसे नगरकरांचे होते. त्यांच्या स्वभावातील हा निर्मळपणा त्यांच्या सान्निध्यात येणाऱ्या सर्वांनाच आकर्षित करीत असे. चित्रा बैलूर यांची दिल्लीला असतानाची चिदानंद नगरकर यांच्या मैफलीतील एक आठवण इथे सांगण्यासारखी आहे. त्या प्रसंगी दिनकर कायकिणी व सुमती मुटाटकर (हे दोघे अण्णासाहेब रातंजनकर यांचे शिष्य होते आणि त्यावेळी दिल्ली आकाशवाणीवर कार्यक्रमांचे निर्माते होते.) हेही हजर होते. चित्रा बैलूर यांची नीना ही सात वर्षांची मुलगी चिद्मामांना भेटली. तिला तिथे सगळे लाडाने नीनी म्हणत असत. चिद्माम तिला गमतीत म्हणाले की 'मी गाताना मंचावरून तुला हाक मारेन हं'! नंतर गाणे ऐन भरात असताना सरगम करीत ते निषाद लावताना नीनी असे म्हणत निनीकडे पाहू लागले. तिच्याशी त्यांची दृष्टिभेट झाल्यावर व तिच्या चेहऱ्यावरील हसू पाहिल्यावर त्यांनी पुन्हा आपले गाणे पुढे नेले. लहान मुलांशी लहान होण्यासारखे निर्मळ बाल्य त्यांच्या स्वभावात होते. त्या बरोबरीने त्यांच्याकडे आश्चर्यकारक म्हणता येईल असा पराकोटीचा गंभीरपणाही होता. त्यांच्या अध्यात्म व तत्त्वज्ञान यांच्या व्यासंगामुळे हे गांभीर्य त्यांच्याकडे आलेले होते. त्यांना ध्यानधारणेची विलक्षण ओढ होती. बोलता बोलता सहजच ते मध्येच गंभीर होत व ध्यानही लावीत असत असे त्यांच्या सान्निध्यातील अनेकांनी नोंदवले आहे.

चिद्माम म्हणजे एक मनस्वी, बेदरकार, कलंदर व स्वत:ला झोकून देणारे व्यक्तिमत्त्व होते. त्यांना अनेक विषयांत रुची होती व चांगली गतीही होती. असे असले तरी त्या त्या विषयातील शिस्त व नियमांचे पालन करण्याची त्यांची वृत्ती नव्हती.

संगीताचेच उदाहरण घेतले तर त्यांना गायन, तबलावादन व नृत्य या तिन्ही विषयांत चांगली गती होती. भातखंडे स्मृती कार्यक्रमांत लहर लागली तर ते तबल्यावर किंवा पेटीवर साथ करत असत. मात्र तालीम व रियाजाची शिस्त व बंधने ते पाळीत नसत. तरीसुद्धा त्यांना या तिन्हींवर एवढे प्रभुत्व कसे गाजवता आले हे सर्वांसाठी मोठे कोडे आहे.

लखनौला असताना त्यांनी शंभू महाराजांकडून कथ्थक नृत्याचे धडे घेतले होते. तबला ते वाजवता वाजवता शिकले होते. हार्मोनियमही ते उत्तम वाजवीत असत. मात्र लखनौला असतानाच्या ज्या आठवणी पंडित एस. सी. आर. भट यांनी नोंदवल्या आहेत त्यानुसार चिदानंद नगरकर कोणताच रियाज नियमितपणे करीत नसत हे स्पष्ट झाले आहे. भटसाहेब, गिंडेसाहेब, व्ही. जी. जोग वगैरे मंडळी पहाटे उठून रियाजाला बसत. तो त्यांच्या दिनक्रमाचा भाग असे. मात्र चिदानंद नगरकर यांना तो दिनक्रम मानवत नसे. ते कधीतरी त्यांच्यात थोडा वेळ रियाज करायला जाऊन बसतही. परंतु त्यात निश्चय नसे. त्यामुळे अर्धापाऊण तास झाला की त्यांची चलबिचल सुरू होई व ते उठून जात.

एकदा लखनौला वर्गात अण्णासाहेब रातंजनकर 'नारायणी' हा राग शिकवत होते. आरोह-अवरोह, चलन असे सगळे अण्णासाहेब सांगत असताना चिदानंद वर्गात नव्हते. दुसऱ्या दिवशी आदल्या दिवशीची 'नारायणी' रागाची उजळणी अण्णासाहेब रातंजनकर घेऊ लागले. त्या उजळणीच्या वेळी वर्गात चिदानंद हजर होते. अण्णासाहेब त्याला म्हणाले, 'तू काल नव्हतास, काल नारायणी राग शिकवला. तो तुला आता काही येणार नाही'. तेव्हा चिदानंद म्हणाले, 'मी म्हणतो ना! मला येतो'. अण्णासाहेब अचंबीत झाले. ते म्हणाले, 'गा बघू'. चिदानंदने नेमके चलन पकडून 'नारायणी' राग त्यांच्यासमोर मांडला. अण्णासाहेबांनी आश्चर्याने विचारले, 'अरे तू काल वर्गात नव्हतास. तुला हा राग कसा कळला?' चिदानंद म्हणाला, 'मी पलीकडच्या खोलीत पडल्या पडल्या ऐकत होतो ना! तिथून मी ऐकून शिकलो आहे.' असे हे विलक्षण काम होते. कुशाग्र बुद्धी आणि अलौकिक ग्रहणशक्ती ही या तरुणाला मिळालेली ईश्वरदत्त देणगी होती. म्हणूनच इतरांना कष्टसाध्य वाटणाऱ्या अशा सर्वच गोष्टी त्याला सहजसाध्य वाटत.

चिद्माम हे निर्मळ मनाचे कलाकार असल्याचा आणखी एक दाखला त्यांच्या शिष्या वासंती कोडीकल यांनी केलेल्या नोंदींमधून मिळतो. गाणे बजावणे कोणाचेही असो, ते मनापासून व आवडीने ऐकावे असे ते म्हणत. कोणाच्या कलेत त्यांना दोष तर दिसत नसतच, परंतु त्या उलट कोणाकडचे काय सुंदर आहे ते नेमकेपणाने विद्यार्थ्यांना सांगत. केसरबाई केरकर यांची दीर्घ दमश्वासाची आलापी, त्यांचा रियाज,

त्यांची संगीतातील तपश्चर्या पाहावी, बडे गुलामअली साहेब इतके सुरांची मजा घेत ढंगदार गातात की ते चुकूनही बेसूर गाण्याची शक्यता नाही, फैय्याज खाँ (त्यांच्या स्वत:च्या म्हणण्यानुसार) सहजतेने खुलवून गात असत व त्या परिणामाच्या प्रभावाने श्रोत्यांना मात्र उचंबळून येई. असे त्यांच्या काळातील अनेक कलाकार त्यांना प्रिय होते व त्यांच्या कलावैशिष्ट्यांची तारीफ ते आपल्या विद्यार्थ्यांसमोर खुल्या मनाने करीत असत.

ओंकार गुलवाडी हे सध्याचे एक आघाडीचे तबलजी आहेत. ते तारानाथ राव यांचे शिष्य. परंतु चिदानंद नगरकरांना ते गुरुस्थानी मानतात. मंगळूरला एका मैफिलीत साथ करण्याची संधी ओंकारला मिळाली. मध्यांतरात तबलजीने नगरकरांना साथ कशी वाटली असे विचारले. नगरकर ओंकारची पाठ थोपटून म्हणाले की छान झाली. फक्त गायक काय गातो ते ऐकत वाजवत जा. ओंकारजींनी हा गुरुमंत्र मानला. तबलासाथ करताना नेमके काय वाजवावे याच्या युक्त्या व क्लृप्त्या ओंकार गुलवाडी यांना चिदानंद नगरकरांकडून वेळोवेळी मिळाल्या आहेत. आपल्या साथसंगतीच्या उन्नतीसाठी चिद्मामांच्या मौलिक सूचना खूप उपयोगी झाल्या असे ओंकार गुलवाडी अगदी आवर्जून सांगतात.

नित्यानंद हळदीपूर हे सध्याचे ज्येष्ठ बासरीवादक. चिदानंद नगरकरांचे तंबोरे जुळवणे याबद्दलची आठवण काढताना ते सांगतात की त्यांनी जुळवलेले तंबोरे ऐकले की दर वेळी डोळ्यांतून अश्रुधारा वाहू लागत. असे का होई ते आपले आपल्यालाच कळत नसे. बरे हा अनुभव इतरांच्या बाबतींत येई असे नाही, परंतु चिदानंद नगरकरांच्या बाबतीत मात्र हमखास येत असे.

चिद्मामांना तबल्याचे ज्ञान किती सर्वांगांनी होते त्याची आठवण त्यांचे शिष्य दुर्गेश चंदावरकरांनी नोंदवली आहे. १९६२मध्ये दुर्गेश चंदावरकरांच्या संगीतवर्गाचे नगरकरांच्या हस्ते उद्घाटन होते. त्या वेळी संगीतकार लक्ष्मीकांत यांचा भाऊ तबलासाथीला म्हणून आला होता. सहज चिद्मामांनी त्याला कोणाकडे तबला शिकतोस म्हणून विचारले. त्याने दाऊद खाँ यांचे नाव सांगितले. तेव्हा नगरकरांनी त्याच्या हातून तबला घेतला व दाऊद खाँ ऐकवतो असे म्हणून दाऊदखाँ वाजवीत ते कायदे तुकडे दहा मिनिटे त्यांच्यासमोर वाजवून दाखवले. आश्चर्य करण्याची पाळी त्या तिथे बसलेल्या सर्वांवर आली.

चिद्मामांकडे ज्या अनेक लोकविलक्षण गोष्टी होत्या त्यात अध्यात्मसाधनाही होती. याविषयी काही आठवणी दुर्गेश चंदावरकरांनी जागवल्या आहेत. वरील संगीतवर्गाच्या उद्घाटनाचा जो प्रसंग आहे. त्या प्रसंगी त्यांचे अध्यात्मावरील दीड तास प्रवचन झाले. ऐकणाऱ्या श्रोत्यांना त्यांनी आपल्या अनुभूतींनी व वाचासिद्धीने

खिळवून ठेवले होते. दुर्गेश चंदावरकरांचे सहाध्यायी राजगोपाल भट नावाचे होते. त्यांना अध्यात्मात खूप रुची होती. ते असले की संगीतवर्गात शिकवीत असताना मध्येच चिद्माम अध्यात्मावर प्रवचन सुरू करीत आणि गाणे बाजूला राहून अध्यात्माचे धडे या शिष्यमंडळींना देत असत.

मोहन नाडकर्णी यांनी (प्रसिद्ध संगीत समीक्षक) चिद्मामना कशी अनेक विषयांत गती होती व त्यांच्यातील नकलाकार कसा जागरूक असे त्याच्या आठवणी नोंदवल्या आहेत. मोहन नाडकर्णी १९४९ ते १९५२ पर्यंत चिद्मामांच्या शेजारी राहत असत. रविवारी संध्याकाळी चिद्मामांच्या बैठकीच्या खोलीत त्यांच्या शिष्य व मित्रमंडळींचा गप्पांचा फड जमायचा. संगीतावर जरी सुरुवातीला गप्पा सुरू झाल्या तरी नंतर संगीताबाहेर पडून त्या गप्पांमध्ये अध्यात्म, ज्योतिष, गूढविद्येपासून आयुर्वेदिक औषधोपचारांपर्यंत अनेक विषय यायचे. त्या गप्पांमधून संगीतक्षेत्रातील चिद्मामना भेटलेल्या, त्यांच्या सान्निध्यात आलेल्या अनेक थोरामोठ्यांचे कार्यकर्तृत्व समोर यायचे. त्यातही आपल्या सुंदर नकलांनी चिद्माम गप्पांमध्ये सामील असणाऱ्यांच्या डोळ्यांसमोर त्या व्यक्ती उभे करायचे. या नकलांमुळे त्या थोर व्यक्तींची दृढ ओळख तर सर्वांना व्हायचीच परंतु गप्पांमधील वातावरण हलकेफुलके होऊन गप्पांमधील रंगत वाढीला लागायची.

चिद्माममधील नकलाकाराबरोबर त्यांच्यातील नर्तक अधेमध्ये जागा व्हायचा व श्रोत्यांना गुंगवून टाकायचा. दुर्गेश चंदावरकरांनी सांगितलेली ही आठवण आहे. एकदा नाशिकला चिद्मामांचा कार्यक्रम होता. रामनारायण (सारंगी), शशी बेल्लारे(तबला) व पी.मधुकर (हार्मोनियम) अशा साथीदारांना घेऊन व्हॅनमधून सगळे नाशिकला गेले होते. त्या वेळी तिथे खूप थंडी होती. ऐकणारी गुजराती श्रोते मंडळी होती. त्यांच्यात काही अमेरिकन बायकाही होत्या. गाण्याचा त्यांचा कार्यक्रम रंगतदार झाला. शेवटी प्रथेप्रमाणे त्यांनी 'कैसी रे भलाई' ही भैरवी सुरू केली. त्या भैरवीबरोबर अचानकपणे त्यांनी नृत्याचे आविर्भाव बसल्या बसल्याच सुरू केले. गाता गाता डोळे चेहरा व हातांनी ते शब्दांमधील गाण्याचे भाव उलगडत होते. हे सर्व दृश्य पाहून ते श्रोते, विशेषत: त्या अमेरिकन बायका हरखून गेल्या होत्या. कार्यक्रम संपल्यावर पुन्हा एकदा नृत्याविर्भावासहित भैरवी म्हणावी असा सर्वांनी आग्रह धरला व त्यांच्याकडून तो नृत्यगानाचा अनुभव पुन्हा एकदा घेतला.

चिद्मामना असलेली अध्यात्माची माया पुढे सत्यसाईबाबांचा अनुग्रह घेतल्यावर मायाजालात रूपांतरित झाली होती. त्यासंबंधीच्या चक्षुर्वैसत्य हकिकती आहेत. दुर्गेश चंदावरकरांचा हा अनुभव आहे. सत्यसाईबाबांकडे चिद्माम जाऊ लागल्यावर त्यांनी घरी भगवे पडदे लावले, घरी यायला सर्वांना सहा महिने बंदी केली. त्या

दरम्यान दुर्गेश चंदावरकरांचे लग्न झाले. १९६४-६५ सालातील या घटना आहेत. त्या लग्नाला चिद्माम आले नव्हते म्हणून त्यांच्यासाठी झब्बापीस व दुर्गाबाईंसाठी साडी असे घेऊन चंदावरकर त्यांच्याकडे सकाळीच गेले. त्यांच्या पाया पडून तुम्ही लग्नाला आला नव्हतात म्हणून हे तुम्हाला घेऊन आलो असे म्हणून झब्बापीस त्यांनी चिद्मामांच्या हाती दिला. त्याबरोबर चिद्माम एकदम भडकले. तो झब्बापीस त्यांनी चंदावरकरांच्या अंगावर फेकला व 'मला लाच देतोस का?' असे ओरडले. हे ऐकून दुर्गाबाई समजावणीच्या स्वरात म्हणाल्या 'अहो त्याने प्रेमाने व भक्तीने आणलेली भेट आहे, ती घ्या.' हे ऐकून लगेच ते द्रवले. त्यांनी चंदावरकरांना जवळ बोलावले. हवेत हात फिरवला. मूठ मिटली. चंदावरकरांसमोर मूठ उघडली. त्यांच्या हातात विभूती होती ती त्यांनी चंदावरकरांना दिली. दुर्गेश चंदावरकरांनी ती हवेतून काढलेली विभूती गुरूंचा आशिर्वाद म्हणून आपल्याजवळ ठेवली. चिद्मामांचा स्वभाव हा असा दयार्द्र होता. क्षणात त्यांना राग आला आणि पत्नीने जाणीव करून दिल्यावर क्षणात त्यांच्या रागाचे रूपांतर शिष्यावरील मूळच्या प्रेमभावनेत झाले. त्या भरात त्यांनी आपल्याला प्राप्त झालेल्या सिद्धीने प्रसाद काढून तो उदार हस्ते लगेच दानही केला.

चिद्मामांनी केलेल्या चमत्काराची आणखी एक नोंद मोहन नाडकर्णी यांनी केली आहे. एकदा भारतीय विद्या भवनमधील पर्वतकर स्वामींच्या दत्तात्रय वीणावादनाच्या कार्यक्रमाला मोहन नाडकर्णी गेले होते. तिथे त्यांना चिद्माम भेटले. नुकत्याच आदल्या दिवशी झालेल्या चिद्मामांच्या कार्यक्रमावर मोहन नाडकर्णींनी 'टाइम्स ऑफ इंडिया' वर्तमानपत्रामध्ये चांगले समीक्षण लिहिले होते. त्यावर चिद्माम खूश होऊन 'चला आपण चहा घेऊ' असे मोहन नाडकर्णींना म्हणाले. जवळच्या उपहारगृहात चहा घेतल्यावर मोहन नाडकर्णींना सिगारेट ओढण्याची तलफ आली आहे असे वाटून त्यांनी मोहन नाडकर्णींना त्यांच्या सिगारेटचा ब्रॅन्ड कोणता ते विचारले. 'मी कधीतरी ओढतो त्यामुळे माझा ब्रॅन्ड असा कोणता नाही. कोणतीही चालेल', असे उत्तर नाडकर्णींनी दिले. त्याबरोबर चिद्मामांनी उजवी मूठ झाकली आणि मोहन नाडकर्णींसमोर उघडली. त्यांच्या हातात 'गोल्ड फ्लेक'ची सिगारेट होती. 'हे तुम्हाला कसे जमते' हे विचारल्यावर सत्यसाईबाबांच्या आशिर्वादाने हे चमत्कार मी करू शकतो असे उत्तर त्यांनी दिले.

सत्यसाईबाबांच्या कृपेने चिद्मामांना सिद्धी प्राप्ती झाली असे ते जरी म्हणत असले तरी ते अर्धसत्य होते. सीता उपासनी ही चिदानंद नगरकरांची पुतणी. त्यांच्याकडे चिद्मामांचे जाणेयेणे नियमितपणे असे. त्यांना चिदानंद नगरकरांची पूर्ण पार्श्वभूमी आणि त्यांच्या या अध्यात्मिक शक्तीची उत्तरोत्तर प्रगती कशी झाली त्याची अगदी पूर्णपणे माहिती आहे. चिदानंदांचे वडील त्या वेळी मल्लेश्वरम बेंगळूरयेथील

तालेवार आसामी होते. त्या काळी त्यांच्या घरी ग्रंथालय होते आणि त्या ग्रंथालयात 'वराहमिहीर' हा ज्योतिषशास्त्रावरील ग्रंथ होता. ही पुस्तके चिदानंद मुंबईला येताना घेऊन आला. त्यात अर्थात हा 'वराहमिहीर' ग्रंथ होता. चिदानंदने हा ग्रंथ वाचून काढला. या ग्रंथामुळे चिदानंदला ज्योतिषविद्येचा पाया समजला आणि वेडही लागले. शिराली चित्रापूरमठाच्या स्वामींचे वरदानही चिदानंदला लाभले. त्यामुळे अध्यात्म आणि ज्योतिष हे त्यांचे अभ्यासाचे विषय झाले. त्यात त्यांनी प्राविण्यही प्राप्त केले. चिदानंद जन्मजात विलक्षण बुद्धिमत्ता घेऊन आले होते. एखादी गोष्ट शिकायची असे ठरवले की ते त्यामागे लागत असत आणि आपल्या विलक्षण बुद्धिमत्तेने ती साध्य करीत असत.

चिदानंद जेव्हा मुंबईला आले तेव्हा त्यांना मराठी भाषा येत नव्हती. मात्र एका वर्षात मी मराठीमध्ये भाषणे देईन असा त्यांनी विडा उचलला आणि खरोखरच मराठी शिकून ते मराठीत भाषणे देऊ लागले.

चिद्‌मामांनी पुढे पुढे ज्योतिष आणि अध्यात्म यांतील अशा सिद्धी प्राप्त केल्या की त्यांनी त्यांच्या संपर्कात येणाऱ्यांवर गारुड करावे. ज्योतिषासाठी त्यांना पुढे पुढे हात किंवा पत्रिका बघण्याची गरज पडेनाशी झाली होती. व्यक्ती समोर आली की ते त्याच्याकडे पाहूनच भविष्य सांगू लागले होते. राजा उपासनी (वर उल्लेख केलेल्या चिद्‌मामची पुतणी सीताचे यजमान) एकदा चिद्‌मामांना भेटायला गेले होते. त्यांच्याकडे त्यांनी हात बघायला मागितला. राजा उपासनींनी हाताचा तळवा दाखवल्यानंतर त्यांनी तो उपडा केला आणि तो उपडा हात पाहून ते भविष्य सांगू लागले. त्यांनी सांगितले की पुढील सहा महिन्यांत तुला परदेशवारीचा योग आहे. वस्तुत: त्या वेळी तशी कोणत्याही शक्यतेची चिन्हे राजा उपासनींच्या नोकरीधंद्यात दिसत नव्हती. परंतु उपडा हात बघून नगरकरांनी सांगितलेले भविष्य पुढे तंतोतंत खरे ठरले. पुढे राजा उपासनी यांनी परदेशी जाऊन आल्यावर त्यांच्या उपडा हात बघून भविष्य सांगण्याबद्दल विचारले तेव्हा 'हात उगाच सोपस्कार म्हणून हाती घेतला. तू आलास तेव्हाच मला आतून कळले होते. मला आतल्या आवाजाने कळते,' असे सांगितले.

त्यांचा स्वत:चा मृत्यू त्यांना आधीच समजला होता. त्याचेही पुरावे दिले जातात. त्यांचा शेवटचा क्लास झाला तेव्हा त्यांनी विद्यार्थ्यांना आपली भेट इतक्यात होणार नाही असे सांगून आपल्या पेटी, तबला, तंबोरा या वाद्यांचे आता काय होणार अशी चिंताही व्यक्त केली होती. तो एप्रिल महिना होता. त्या वेळी मे महिन्याची सुट्टी पुढे येणार असल्यामुळे विद्यार्थ्यांना त्यांच्या चिंता दर्शवण्यात काही वावगे आणि गंभीर जाणवले नाही. मे महिना गेल्यावर मात्र त्यावेळी वर्गात शिकणाऱ्या विद्यार्थ्यांना त्यांच्या त्या निरवानिरवीचा अर्थ उमगला.

ज्योतिष कौशल्याबरोबर चिद्मामांना योगसिद्धीही प्राप्त झाली होती. त्यांनी अष्टांगयोगाची साधना एकाग्रपणे केल्यावर शरीर पिसासारखे हलके होऊन उचलले जाऊ लागते (levitation) हे अनुभवले होते. हा अनुभव येऊ लागल्यावर आपण बसलोय तिथेच वर उचललो जातोय ही जाणीव नक्की करण्यासाठी घरातील मुलांना खालून काठी फिरवून खात्री करायला सांगितली होती आणि त्यांच्या समाधिस्थ अवस्थेत खरोखरच त्यांचे शरीर वर उचलले जात असल्याचे त्या मुलांच्या काठी फिरवून खात्री करण्यावरून त्यांच्या आणि त्या मुलांच्या लक्षात आले होते.

ह्या सिद्धी जरी त्यांना प्राप्त झाल्या होत्या तरी ते दैववादी नव्हते. ते अत्यंत तर्कदुष्ट विचारसरणीचे होते. आपण जी साधना केली आहे त्यातून ज्या सिद्धी प्राप्त झाल्या आहेत त्याचे वैज्ञानिक कारण जाणून घेण्याचा त्यांचा प्रयत्न असे. त्यासाठी त्यांनी राजा उपासनीकडून 'Modern Physics' हे पुस्तक मागून घेऊन आणि ते वाचून या अलौकिक घटनांमागची शास्त्रीय कारणमीमांसा समजून घ्यायचा प्रयत्न केला होता. $E=mc^2$ या आइन्स्टाइनच्या ऊर्जास्वरूप सिद्धांतानुसार हे घडते हे सुद्धा त्यांनी जाणून घेतले होते.

संगीताचे मूल्यशिक्षण त्यांना मिळाले होते. तसेच शिक्षण देण्याच्या बाबतीत ते आग्रही असत. दुर्गेश चंदावरकरांना भावसंगीताची आवड होती. 'रागसंगीत चांगले शिकल्याशिवाय व आल्याशिवाय तू भावसंगीत चांगले गाऊ शकणार नाहीस, तेव्हा इतक्यात भावसंगीत गाऊ नकोस' असे त्यांनी चंदावरकरांना बजावले होते.

भालचंद्र राव हे (प्रसिद्ध निवेदिका मंगला खाडिलकर यांचे वडील) तेव्हा 'गीतरामायणा'चे कार्यक्रम करीत. त्यांनी आपल्या कार्यक्रमात दोन गीते दुर्गेश चंदावरकरांना गायला सांगितली होती. योगायोग असा की या कार्यक्रमाला भालचंद्र राव यांनी चिद्मामांना प्रमुख पाहुणे म्हणून बोलावले होते. कार्यक्रमपत्रिकेवर नावेही छापली होती. दुर्गेश चंदावरकरांना हे मोठे अडचणीचे झाले होते. पाहुणे आल्यावर दुर्गेश चंदावरकरांनी त्यांना 'मी गाऊ का' असे विचारले. त्या वेळी चिद्माम काय सांगणार? त्यांनी 'गा' असे म्हणून अनुज्ञा दिली. कार्यक्रम संपल्यावर चिद्मामांनी दुर्गेश चंदावरकरांना 'उद्या सकाळी घरी ये' असे सांगितले. सकाळी घरी गेल्यावर ते दुर्गाबाईंना म्हणाले 'जरा माझी चप्पल दे'! दुर्गाबाईंना त्यांच्या संतापाचा अंदाज आला आणि त्यांनी रदबदली करायला सुरुवात केली. जागेवरूनच ओरडून ते म्हणाले, 'लाइट गाऊ नको म्हणून तुला सांगितलं ते तुला कळत नाही? गाऊ का असं मला कसं विचारतोस?' अर्थातच दुर्गाबाईंच्या रदबदलीनंतर ते शांत झाले व डोक्यावरून हात फिरवून त्यांनी रागदारी शिकण्याचे महत्त्व पटवण्यास सुरुवात केली. चिद्मामाचा स्वभाव शीघ्रकोपी होता पण त्याचबरोबर विलक्षण दातृत्व त्यांच्या अंगी होते.

प्रसंगाचे माहात्म्य ओळखून त्याच्याशी तादात्म्य पावण्याचे त्यांचे एक वैशिष्ट्य होते. त्यासाठी मग ते तत्त्वालाही मुरड घालत असत. लाइट गाऊ नको असे दुर्गेश चंदावरकरांना बजावणाऱ्या चिद्‌मामांनी एकदा त्यांना 'काम आहे, वरती जाऊ या' असे म्हणून भवन्समध्ये कन्हैयालाल मुन्शी यांच्या घरी नेले. त्या वेळी कन्हैयालाल मुन्शी खूप आजारी होते. त्यांच्या शेवटच्या दिवसांतील हा प्रसंग आहे. त्यांच्याकडे गेल्यावर 'त्यांच्या कानात भजन म्हण' असे नगरकरांनी दुर्गेश चंदावरकरांना फर्मावले. चंदावरकरांनी आज्ञेप्रमाणे 'पांडुरंग कांती' हे भजन कन्हैयालाल मुन्शी यांच्या कानाजवळ हळुवार म्हटले. चिद्‌माम आपल्याला खरेच 'लाइट' म्हणायला सांगताहेत यावर त्यांचा विश्वास बसेना. कन्हैयालाल मुन्शींना बरे वाटावे, मनाला शांत वाटावे यासाठी नगरकरांनी केलेला हा प्रामाणिक प्रयत्न होता.

संगीतातील मूल्यांसाठी स्वत: धडपड करण्याची जी त्यांची तयारी असे त्याची एक आठवण मोहन नाडकर्णी यांनी नोंदली आहे. ती उद्धृत करणे योग्य ठरेल. या निमित्ताने चिद्‌मामच्या अन्य गुणांबरोबर कौशल्याचीही प्रचिती या प्रसंगातून येते.

एकदा एका संध्याकाळी मोहन नाडकर्णींना गायची तीव्र लहर आली. त्यांनी तंबोरा काढला आणि तो जुळवू लागले. काही केल्या तो तंबोरा जुळेना. जसजशी त्यांची तंबोरा जुळवण्याची खटपट अधिक वाढली तसतसा तो तंबोरा जुळवला जाण्याऐवजी अधिकच बिघडू लागला व बेसूर वाजू लागला. असे का होत आहे ते मोहन नाडकर्णी यांच्या लक्षात येईना. त्यांची खटपट व बेसुरा वाजणारा तंबोरा शेजारी राहणाऱ्या चिदानंद नगरकरांच्या कानांवर गेला. ते अस्वस्थ होऊन मोहन नाडकर्णी यांच्याकडे आले. तंबोऱ्याची स्थिती पाहून ते परत घरी गेले व जव्हारी काढण्याचे सामान घेऊन आले. तंबोऱ्याची घोडी त्यांनी बाहेर काढून घासली. नंतर तो तंबोरा अप्रतिमपणे जुळवून त्यांनी मोहन नाडकर्णींना दिला. मोहन नाडकर्णी संतुष्ट झाले. तंबोऱ्याची जव्हारी बिघडली हे कळणे व त्यानंतर ती घोडी काढून घासून दुरुस्त करणे हे अत्यंत चिकाटीचे व कौशल्याचे काम असते. अनेक गायकांना त्या कौशल्याची जाणीवही नसते. नगरकरांकडे इतर अनेक गुणवैशिष्ट्यांबरोबर हेही कौशल्य होते.

आपल्या विद्यार्थ्यांच्या प्रती शिक्षक गुरू म्हणून चिदानंद नगरकरांची तळमळ केवढी होती व त्यांच्या संगीतवर्गातीलच नव्हे तर अन्य अडचणी दूर करणे ते कसे आपले कर्तव्य मानीत याच्या दोन आठवणी लिहिण्यासारख्या आहेत.

वसंत पणशीकर हे त्यांचे एक गुणवान शिष्य होते. ते संगीत वर्गात नियमितपणे शिकणारे विद्यार्थी होते. मात्र काही काळानंतर त्यांच्या प्रापंचिक व आर्थिक अडचणींमुळे त्यांना नियमितपणे संगीतवर्गांना येणे जमेना. त्यांच्याकडे गुणवत्ता होती. परंतु त्यांचे संगीतशिक्षण अर्धवट पडणार असे दिसू लागले. चिद्‌मामांना ही गोष्ट

समजल्यानंतर त्यांनी वसंत पणशीकरांना दिलासा दिला आणि त्यांच्या घरी जाऊन त्यांना मोफत शिकवू लागले. त्यामुळे वसंत पणशीकरांना अडचणींवर मात करून संगीतशिक्षण 'विशारद' पर्यंत पूर्ण तर करता आलेच, परंतु त्यांना गुरूंच्या समोर बसून गुरूंची दर्जेदार तालीम मिळाली. त्याने त्यांचा गाण्याचा स्तर उंचावण्यास मदत झाली. भारतीय विद्या भवनच्या शिक्षापीठासाठी चिदानंद नगरकर हे श्रेष्ठ व शिष्यप्रिय गुरू होते असे का ठरले गेले त्याची कारणे अशा प्रसंगांमध्ये आहेत. एरवी एवढ्या शेकडो शिष्यांमध्ये कोण कोणाकडे बघतो हो?

शिकवताना किंवा गाताना सरगम ही एक त्यांची विशेषता होती. आलापी केली ती ते सरगमीमधून पक्की करून घेत. वह्या पुस्तकांच्या वापराला त्यांचा विरोध असे. ऐकल्याप्रमाणे म्हणायचे आणि घोटवून पक्के करायचे या पारंपरिक गुरुमुखी विद्यापरंपरेवर त्यांचा दृढ विश्वास होता, दुर्गेश चंदावरकर तिसऱ्या वर्षांत शिकत असताना याच पद्धतीने शिकत होते. मात्र त्यांचे काही कारणाने स्वरज्ञान कच्चे राहिले होते. तिसऱ्या वर्षाच्या त्यांच्या परीक्षेला स्वत: अण्णासाहेब रातंजनकर परीक्षक म्हणून होते. दुर्गेश चंदावरकरांची तोंडी परीक्षा अण्णासाहेबांनी घेण्यास सुरुवात केली. बाहेर चिदानंद नगरकर उभे होते. अण्णासाहेब आकारात गायले व त्याची सरगम म्हणण्यास दुर्गेश चंदावरकरांना सांगितले. स्वरज्ञान दुबळे असल्यामुळे दुर्गेश चंदावरकरांना काही ते जमेना. त्या तोंडी परीक्षेत दुर्गेश चंदावरकर नापास झाले. चिद्‌माम या घटनेने सचिंत झाले. तीन वर्षं गाणे शिकूनही स्वरज्ञान कच्चे राहते कसे? त्यांनी दुर्गेश चंदावरकरांचे स्वरज्ञान पक्के करण्याचे आव्हान स्वीकारले. त्यांनी बजावले, मी सांगेन त्यानुसार आता दोन महिने स्वरज्ञानाची तयारी करायची. जर स्वरज्ञान पक्के झाले नाही तर मी गाणे सोडून देईन. त्यांनी स्वरज्ञानासाठी खास मंत्र आणि तंत्रे दुर्गेश चंदावरकरांना शिकवण्यास सुरुवात केली. चारचार स्वरांचे छोटे अलंकार पलटे म्हणायचे, त्यांची सरगम पक्की करायची, मग त्या मोजक्या स्वरांमधून अदलाबदल करून अधिकाधिक स्वरालंकार व पलटे स्वत: बनवायचे. मग हळूहळू स्वरांची संख्या वाढवत जायचे. अशा तऱ्हेने दोन महिन्यांत चिद्‌मामांनी दुर्गेश चंदावरकरांचे स्वरज्ञान इतके पक्के करून घेतले की दोन महिन्यांपूर्वी अण्णासाहेबांनी घेतलेल्या तोंडी परीक्षेत केवळ कच्च्या स्वरज्ञानामुळे ते नापास झाले होते ही गोष्ट कुणाला सांगूनही पटली नसती. आपल्या विद्यार्थ्यांवर कडक मेहनत घेण्याची व त्याचबरोबर एकूणच संगीतवर्गाची गुणवत्ता जोपासण्याची चिदानंद नगरकरांची तयारी कशी होती ते आपल्या लक्षात येईल. विशेषत: सध्या पेव फुटलेल्या संगीतवर्गातील विशारदच काय पण प्रवीण/अलंकार झालेल्या पदवीधारक विद्यार्थ्यांनासुद्धा सर्वसाधारण

अलंकार/पलटे ओळखता येत नाहीत या वस्तुस्थितीकडे पाहिल्यावर चिद्‌मामांचे हे वैशिष्ट्य ठळकपणे समोर येते.

त्यांच्या शिष्या वासंती कोडीकल यांनी चिदानंद नगरकरांच्या शिकवण्याच्या पद्धतीची तारीफ करताना त्यांच्या विलक्षण सौंदर्यभक्ती व मधुमक्षिकावृत्ती विषयी लिहिले आहे. गाण्यात तर मधुमक्षिकेप्रमाणे सौंदर्य शोधावेच परंतु ईश्वराने कोणाला काय दिले असेल ते सांगता येत नाही म्हणून एरवीही ही आपली सौंदर्यदृष्टी सदैव जागृत ठेवावी असे ते सांगत. या त्यांच्या मोकळ्या दृष्टीचा सर्वच विद्यार्थ्यांना खूप फायदा झाला. त्यांच्या ऐकण्यात व पाहण्यात सूक्ष्म नजर आली.

अध्यात्माबरोबरच ज्योतिष हा चिदानंद नगरकरांचा एक आवडता विषय होता. त्यांना काही एक अंत:स्फूर्ती, विशेष अतींद्रियशक्ती प्राप्त झाली होती असे त्यांच्या सान्निध्यातील अनेकांचे मत आहे. ते ज्योतिष सांगत ते केवळ आडाखे नसून या शक्तीच्या आधारे सांगत. त्यामुळे ऐकणाऱ्यास त्याची प्रचिती येत असे.

चोरीला गेलेल्या मनगटी घड्याळाची ही गोष्ट आहे. शिष्यांकडून कर्णोपकर्णी होऊन ही गोष्ट चिद्‌मामांच्या कानी गेली. आता आपल्याला मनगटी घड्याळाच्या चोरीचे प्रकरण विशेष गंभीर वाटणार नाही. परंतु सत्तरीच्या त्या दशकात विशेष कामाचे कौतुक म्हणून मनगटी घड्याळ भेट दिले जाई. ते दुर्मीळ, बहुमोल व प्रतिष्ठेचे मानले जाई. चिद्‌मामनी ही चोरीची गोष्ट समजल्यावर डोळे मिटले आणि काही विचार करून ते घड्याळ हरवले नसून चोरले आहे व ते साधारण कोणत्या दिशेला आहे व ते कधीपर्यंत मिळेल याचे मार्गदर्शन केले. त्यांनी केलेल्या मार्गदर्शनाप्रमाणे शोधाशोध करता तालमकी वाडी, ताडदेव येथील गुरख्याने ते चोरले होते हे लक्षात आले. त्याला पोलिसांची भीती दाखवल्यावर त्याने ते काढून दिले. मात्र त्या गुरख्यापर्यंत पोहोचण्यास व त्याच्यावरील संशय बळावण्यास चिद्‌मामचा ज्योतिषाचा अभ्यास व त्यांचे अंतर्ज्ञान (intuition) उपयोगी ठरली ही वस्तुस्थिती त्यावेळचे जवळचे टीकाकारही नाकारू शकले नाहीत.

माटुंग्याला कॅनरा युनियन जवळ एक पानवाला आहे. या पानाच्या ठेल्यावर चिदानंद नगरकर पान खाण्यास येत असत. एके दिवशी ते असेच पान खात उभे असताना समोरून एक शवयात्रा चाललेली त्यांनी पाहिली. पानवाल्याशी त्यांच्या गप्पागोष्टी चालत. त्याच भरात ते पानवाल्याला सहज म्हणाले, ‘देखो जनाजा जा रहा है। अगले आठ दिनके बाद मेरा ऐसाही जनाजा निकलेगा.’ पानवाला भैय्या अचंबित होऊन त्यांच्याकडे पाहू लागला. इतका धडधाकट व सदाबहार माणूस आपल्यासमोर उभा आहे आणि सांगतो आहे आपल्या पुढच्या आठ दिवसानंतरच्या मृत्यूविषयी! त्याला तो धक्का बसला. त्यानंतर खरेच त्यांच्या त्या स्वत:च्या भविष्यवाणी प्रमाणे

पुढच्या आठव्या दिवशी त्यांना ह्रदयविकाराचा तीव्र झटका आला व बुधवार २६ मे १९७१ रोजी त्यांचे अगदी आकस्मिकपणे देहावसान झाले. १९७० मध्ये त्यांनी त्यांचे शिष्य वसंत पणशीकर यांनाही सांगितले होते की १९७१ साल हे माझे अंतिम वर्ष आहे. त्यानंतर मी जीवित असणार नाही आणि माझा अपमृत्यू टळला तर मी ७५ वर्षे जगेन. परंतु जिवलगांनाच नाही तर संगीत जगताला धक्का देणारा तो आकस्मिक मृत्यू त्यांना ५२ व्या वर्षीच आला.

ज्योतिष हे शास्त्र मानावे कि नाही याबद्दल वाद आहेत. मात्र आपल्या स्वत:च्या मृत्यूचे भविष्य इतक्या धैर्याने व निर्विकारपणे सांगणाऱ्या व ती वस्तुस्थिती धैर्याने स्वीकारणाऱ्या चिदानंद नगरकर यांच्या अविचल भविष्यनिष्ठेबद्दल काय म्हणावे?

त्यांच्या अकल्पित मृत्यूने भारतीय विद्या भवनचे संगीत शिक्षापीठ पोरके झाले. १९४६ ते १९७१ अशी २६ वर्षे या संस्थेची निरंतर व निष्ठापूर्वक सेवा त्यांनी केली होती. त्याबद्दल १९६८ साली झालेल्या भारतीय विद्या भवनच्या त्रिदशकपूर्ती सोहळ्यात तेव्हांचे राष्ट्रपती डॉ. झाकीर हुसेन यांचे हस्ते सेवापदक देऊन त्यांचा गौरवही करण्यात आला होता. त्यांच्या मृत्यूनंतर भारतीय विद्या भवनने त्यांच्या प्रदीर्घ प्रामाणिक सेवेची परतफेड म्हणून त्यांच्या कुटुंबाला ठराविक मासिक मदत देण्याचा निर्णय अंमलात आणला. चिदानंद नगरकर यांचा मुलगा गुरुचरण याचे पदवीपर्यंतचे शिक्षण पूर्ण झाल्यावर नगरकर कुटुंबाने भारतीय विद्या भवनला 'ही मदत आता आपल्याला नको' असे कळवल्यावर भारतीय विद्या भवनने ही मदत थांबवली.

चिद्‌माम हे त्यांच्या भातखंडे परंपरेनुसार संगीतातील गाढे पंडित व विचारवंत (musicologist) होते. संगीतातील अनेक विषयांत त्यांचे स्वत:चे चिंतन होते, स्वत:ची मते होती. त्यांच्या शिकवण्यामधून आणि त्यांच्या लेखनामधून त्यांचे विचार समोर आले आहेत.

चिद्‌माम हे निर्भेळ कलासक्त व सौंदर्यभक्त होते. आपली कलाजाणीव सशक्त ठेवावी, त्याच्या आड काही येऊ देऊ नये, हा त्यांचा मुलभूत विचार होता. सौंदर्यवेध हाच त्यांचा ध्यास असे. संगीतातील सूर, लय, ताल आणि शब्द या चारही निर्मिती अंगांवर त्यांची सारखीच भक्ती असल्यामुळे कलाकार नवीन असो वा जुना जाणता असो, निर्मिती सरळ साधी असो अथवा संकीर्ण असो, त्यांना त्यात सौंदर्याचा आशय सापडेच सापडे. 'साध्याही विषयात कसा आशय किती सापडे' हे केशवसुतांनी केलेले कवींचे वर्णन चिदानंद नगरकरांच्या चित्तवृत्तींना लागू पडे.

संगीत कलाकार व संगीत प्रात्यक्षिक व्याख्याता या दोहोंमध्ये गुणात्मक फरक असतो असे चिद्‌माम मानीत असत. मंचावर कला सादर करून रसिकांचे मनोरंजन करणाऱ्या संगीत कलाकारापेक्षा प्रात्यक्षिक व्याख्याता हा विचारवंत कलाकार असतो.

त्याने संगीताचा विषयवार व सर्वांगांनी अभ्यास केलेला असतो. विद्यार्थ्यांपर्यंत व रसिकांपर्यंत संगीत पोचवणे, त्यांना संगीतात तयार करणे, त्यांना प्रेरणा देणे यांसारखे चिकाटीचे व धीराचे काम व्याख्याता शिक्षक करीत असतो, असे नगरकरांचे म्हणणे असे.

संगीत व त्यातून परमार्थ किंवा अनुभूती यांसंबंधी चिदानंद नगरकरांची वेगळी मते होती. संगीत हेच अध्यात्म अथवा परमार्थ मानणे चूक आहे असे ते म्हणत असत. संगीतच नव्हे तर प्रत्येक कला म्हणजे एक निखळ सौंदर्यानुभव आहे. मात्र कलेच्या आशयाशी-म्हणजे संगीतात शब्दांशी किंवा चित्रातील प्रतीकांशी आपण जर एकरूप झालो तर आपल्याला अध्यात्मिक प्रचितीची जाणीव होते, ही गोष्ट खरी आहे. परंतु संगीतात सूर व लय ही काही अध्यात्मिक जाणिवेची साधने नाहीत. त्यातून मिळणारी तन्मयता हा एक सौंदर्याचा अनुभव असतो. सुरांना परब्रह्म मानणे हे चुकीचे आहे असे एकूण चिद्मामांचे मत दिसते. त्यातून परब्रह्म लाभत नसून सौंदर्यानुभव मिळतो असे त्यांचे म्हणणे आहे, तसे त्यांनी नोंदवले आहे. एकूण कलेचा अनुभव निखळ सौंदर्यानुभव व अध्यात्मिक जाणीव या दोन भिन्न स्तरांवर असल्याचे ते मानतात आणि त्यांतील सौदर्यानुभव हाच खरा असे त्यांचे मत होते. या अर्थाने ते संगीतातील सौंदर्यभक्त होते. याचाच अर्थ असा की त्यांच्या अध्यात्मिक प्रेरणा वेगळ्या होत्या. त्यांचे म्हणणे जरी खरे असले तरी अनुभवातून अनुभूतीकडे आणि सौंदर्यानुभवातून परब्रह्माच्या दिशेने वाटचाल कशी होते आणि अंतिम सत्याचा साक्षात्कार कलेतून कसा होतो हे कोणीही सांगू शकत नाही. कलाकार, त्याच्या कलानिर्मितीचे रागरंग आणि परिग्राहक (रसिक) यांच्यातील सहसंवेदना कशा जुळल्या आहेत व त्या कोणत्या स्तराला पोहोचल्या आहेत यावर हे सर्व अवलंबून आहे. त्यामुळे चिद्मामचे हे म्हणणे सर्वकालीन सत्य म्हणून स्वीकारणे कठीण आहे.

कला आणि संस्कृती या विषयांत आता वैज्ञानिक (scientific) आणि बुद्धिगम्य (rational) दृष्टिकोनाचा पंथ उदयाला आला आहे. संगीतकलेतही तो अस्तित्वात आहे. यांसंबंधी चिदानंद नगरकर यांचे विचार स्पष्ट होते. कलेची जी निर्मिती होते, त्यातील कल्पनांचा जो उगम होतो त्यावर व्यक्तीच्या भावभावना व अंतस्फूर्तीची पडछाया असते. मुळात कलानिर्मिती होत असताना कोणी त्यामागील वैज्ञानिक प्रेरणांचे विश्लेषण करून निर्मिती करीत नाही. मुळातच मनोव्यापारावर नियंत्रण करणारी केवळ विचारशक्तीच (reasoning) नसून त्यावर अन्य प्रभावही असतात. म्हणूनच कलानिर्मिती जी होते ती निर्मिती निखळ बुद्धिवादावर पारखून घेणे योग्य नाही, असे नगरकरांचे मत होते. कलेच्या मुक्त कल्पनांचा अनुभव जेव्हा कलाकार घेतो तेव्हा

त्याच्या मनाला त्यावेळी वैज्ञानिक नियमांचे व निर्बंधांचे विचार शिवत नाहीत. चिदानंद नगरकर विष्णू नारायण भातखंडे परंपरेतील शास्त्रकार होते आणि त्या परंपरेप्रमाणे संगीतातील शास्त्रविचार व वैज्ञानिक विश्लेषण यांची पाठराखण करणारे होते. परंतु त्याचबरोबर ते एक कलंदर कलाकार असल्यामुळे कलाव्यापाराचे परिचालन कशा तऱ्हेने होते ते त्यांना पूर्ण ज्ञात होते. म्हणूनच कला व विज्ञान यांचे बाबतींत त्यांनी परखड मते नोंदवली आहेत. अनेक कलाकारांच्या कलाप्रस्तुतीबाबत जे वाद निर्माण होतात, त्यांच्या कलाकृतीबाबत जनमानसात ज्या विरुद्ध टोकाच्या प्रतिक्रिया निर्माण होतात, त्यावरून चिद्मामांच्या कलेबाबतच्या दृष्टिकोनास पुष्टी मिळते.

संगीतातील घराणी ही वर्षानुवर्षे संगीतात ठाण मांडून बसली आहेत. गायनवादनाची एक विशिष्ट शैली, एक विशिष्ट परंपरा एवढाच त्यांचा अर्थ आहे. मात्र घराण्याच्या शृंखला त्या घराण्याच्या पाइकांनी व शागीर्दांनी इतक्या जखडून घेतलेल्या होत्या की त्या घराण्याबाहेरील काही गायनवादन ऐकणे हेही चुकीचे मानले जाई. संगीताच्या विकासाला ही गोष्ट मारक ठरणारी होती. चिदानंद नगरकरांनी संगीतातील घराणी या विषयांवर असेच मुक्त चिंतन नोंदवले आहे.

घराणी उत्पन्न होण्यास विशिष्ट भूभागांच्या सीमारेषा, दळणवळण व संपर्कांच्या अपुऱ्या सोयी, त्या विशिष्ट भागातील राजेरजवाड्यांची अस्मिता व त्याला जोडून येणारी त्या कलाकारांची अस्मिता ही कारणे आहेत असे त्यांनी स्पष्ट केले आहे. एक घराणे एका रागात आलाप करते तर दुसरे घराणे त्याच रागात बोल आलाप करते. मुळात सर्व घराण्यांनी अंगिकारलेल्या गायन-वादनशैली व पद्धती प्राचीन भारतीय ग्रंथांमध्ये लिहिलेल्या आहेत. त्या नवीन वेगळ्या अशा नाहीत. त्यामुळे घराण्यांच्या नावाने वृथाभिमान ठेवणे योग्य नाही असे चिद्मामना वाटत असे. आपले घराणे श्रेष्ठ व त्याची सरमिसळ होता उपयोगाची नाही, ते शुद्ध राहावे यासाठी आपली कला घराण्याबाहेरील कुणाला वाटायला जे घराण्यांचे अभिमानी तयार नसत त्याला चिदानंद नगरकर यांनी विरोध दर्शविला होता. त्यामुळे रागसंगीताचा प्रचार न होता ते संकोचले. मात्र याला अपवाद झाला असल्याचे त्यांनी नोंदवले आहे. त्या घराण्यांमध्ये बाह्यसंबंध व अंगवस्त्रे असणाऱ्या ज्या स्त्रिया असत त्यांना त्या घराण्याकडून - मोडकीतोडकी का होईना - तालीम व कला मिळालेली आहे व त्यांच्याकडून मोडकीतोडकी कला बाहेर गेलेली आहे.

घराण्यांची ही पूर्वस्थिती चिद्माम वर्णन करतात व त्यात आता सरमिसळ होऊन लक्षणीय बदल होत असल्याचे सूचित करतात. घराणे बंदिस्त राहण्याचे आणखी एक महत्त्वाचे कारण पूर्वीचे राजेरजवाड्याकडील श्रोतेमंडळी हे सुद्धा होते. हे श्रोते

राजदरबारातील राजाचे खुशामतदार असत. राजघराणे, राजगायक यांच्याशी ते बांधलेले असत. आता श्रोतेमंडळी बदलली आहेत. ते रसिकतेने व ऐकण्याचे भान ठेवून गाणे बजावणे ऐकतात. मुख्य म्हणजे आताच्या श्रोत्यांची बांधिलकी घराण्याशी नसून कलेशी असते. त्यामुळे घराण्यांच्या भिंती गळून पडायला मदत होत आहे असे त्यांनी नमूद केले आहे. या सगळ्यांमधून गायनवादनाच्या नवनवीन शैली निर्माण होतील व श्रोत्यांना वैविध्यपूर्ण संगीतानुभव घेता येईल असा आशावाद त्यांनी आपल्या घराण्याविषयीच्या चिंतनातून दाखवला आहे.

चिदानंद नगरकर नवीन शैलीबाबत जे म्हणतात त्याचे एक मूर्तिमंत उदाहरण म्हणजे कुमार गंधर्व यांचे गाणे होय. कुमार गंधर्व नगरकरांचे समवयस्क. परंतु त्यांच्या गाण्याला बहर आला तो नगरकरांच्या निधनानंतर. त्यांचे गुरुजी देवधर मास्तर यांनी त्यांच्या या शिष्याचा विकास करताना मुक्त दृष्टिकोन ठेवून केला. कुमार गंधर्वांनी अनेकांतून एक अशी आपली गायनशैली बनवली व रसिकांना त्यांनी वेगळ्या प्रकारच्या गाण्याचा मनमुराद आनंदही दिला. या अनुभवावरून एक गोष्ट लक्षात येते की स्वतंत्र बुद्धीचे गायक-वादक परंपरेच्या खजिन्यातून कलासौंदर्य जरी वेचत असले तरी ते त्यांना अनुकूल व आवडणारी शैली निर्माण करतात. बहुसंख्य थोर गायकवादकांचे निरीक्षण केल्यास ही गोष्ट आपल्याला समजून येईल आणि पटेलही.

घराणी नकोत किंवा त्यांची सरमिसळ होत आहे हे लक्षात घेताना एका महत्त्वाच्या अंगाकडे लक्ष वेधले पाहिजे. ते म्हणजे शैली विकसित होण्याच्या प्रक्रियेकडे. लहानपणी मुळाक्षरे घोटत असताना बोटांना वळण लावण्याचा एक प्रयत्न असतो. तसेच वळण लावण्याचे काम घराण्याच्या शैलीद्वारे होते. ते वळण मुळातून ठीकपणे लागलेले असेल तर इतर घराण्यांच्या शैली त्यास बिघडवू शकत नाहीत. उलट शैलीच्या त्यात केलेल्या सरमिसळीतून शैलीचे एकीकरण (fusion) किंवा संयुग (compound) बनते. ते संगीतास उपकारक ठरते. मुळातच घराण्याच्या शैलीचे कोणतेही वळण गायनवादनाला लागलेले नसेल तर इतर घराण्यांच्या परिणामांनी ती खिचडी बनते किंवा शैलीचे मिश्रण होते. त्यातून नेमकेपणे सौंदर्यनिर्मिती होऊ शकत नाही. गायनवादनाच्या खिचड्या झाल्याची उदाहरणे आपल्याला संगीताच्या क्षेत्रात प्रत्यही दिसतात. आणि मग याचा दोष आपल्या न लागलेल्या वळणाला व अपरिपक्वतेला न देता तो घराणे पद्धतीला दिला जातो हे चुकीचे आहे हे या चर्चेच्या निमित्ताने नमूद करावेसे वाटते.

चिद्मामांचे चिंतनविचार आपण समजून घेतले. आता गायक व संगीतरचनाकार या नात्याने त्यांच्या कार्यकर्तृत्वाची नोंद विस्तृतपणे घेऊ. चिदानंद नगरकर हे आग्रा घराण्याचे उस्ताद फैय्याज खाँ यांच्या शैलीचे अनुकरण करणारे गायक होते. त्यांचा आवाज तसा मुळात भरीव व दमदार नव्हता. मात्र उस्ताद फैय्याज खाँच्या शैलीच्या अंगीकारामुळे ते तशा प्रकारे दमदार आवाज लावून गाऊ लागले होते. असे असले तरी त्यांच्या आवाजात असलेले मार्दव त्यांनी तसेच कायम ठेवले होते. उस्ताद फैय्याज खाँकडून चिदानंद नगरकरांच्या गाण्यात आवाजाच्या लगावाबरोबर भावपूर्ण शब्दफेकही उतरली होती. लखनौला शिकून व तेथे राहून चिदानंद नगरकर अस्सल हिंदी शिकलेच होते, त्याशिवाय बोली ब्रजभाषा त्यांना चांगली अवगत होती. त्यांच्यावर नृत्याचेही संस्कार होते. त्यामुळे धृपद, ख्याल, ठुमरी, टप्पा, भजन हे सगळे हिंदुस्थानी गानप्रकार ते मूळ अस्सल ठेवणीत, घडी न बिघडवता उत्तम सादर करीतच, त्यांतही शब्दभाव व रागभाव यांची उंची आकर्षकपणे गाठत असत. रचनेतील मर्म, भाव आणि नाट्य यांची त्यांना जी जाण असे त्याला जोडून त्यांची कलेतील उत्स्फूर्तता येई आणि त्यामुळे त्यांची मैफल अत्यंत दिलखेचक होई.

सुध मुद्रा, सुध बानी या मंचासाठीच्या पूर्वावश्यक बाबी तर ते काळजीपूर्वक जपत असतच, परंतु त्याबरोबर श्रोतृवर्गाबद्दल त्यांना अत्यंत आपुलकी आणि आदर असे. यासंबंधीची एक आठवण चित्रा बैलूर यांनी नोंदवली आहे.

दिल्लीला आकाशवाणीवर आमंत्रित श्रोत्यांसमोर एका शनिवारी संध्याकाळी चिदानंद नगरकरांचे ध्वनिमुद्रण ठरले. चिदानंद नगरकर मंचावर येऊन बसले व खुणेचा दिवा लागल्यावर त्यांनी मारवा राग सुरू केला. समोर पहिल्याच रांगेत एक स्त्री स्वेटर विणत बसल्या होत्या. गाणे सुरू झाले तेव्हा त्यांच्या सुयांचा खटखट असा आवाज सुरू होता. गाण्याच्या सुरुवातीला तो आवाज खरा त्रासदायक होता. तरीही चिदानंद नगरकरांनी ध्वनिमुद्रण सुरू केले, गाणे सुरू झाल्यावर एकदम ती स्त्री भानावर आली आणि तिने विणकाम आवरून ठेवून दिले. चिदानंद नगरकरांना हेच अपेक्षित होते. त्यांनी खांद्याजवळ मान आणली, आपला संतोष दर्शवला व हात जोडून त्या स्त्रीचे आभार मानले. अगदी सहजतेने, कोणत्याही खळखळाटाशिवाय मैफलीतील ही घटना घडली. रसिकांबद्दल विश्वास व आदर याची ही घटना द्योतक होती.

चिद्माम फैय्याज खाँच्या शैलीने गात असत. त्यांचा आवाज मुळात फैय्याज खाँसारखा नसल्याने फैय्याज खाँची नक्कल करण्यासाठी आवाजाला ते जोर लावीत व त्यामुळे त्यांचा आवाज बसत असे. असाच त्यांचा आवाज एकदा

बसलेला असताना श्रीयुत व श्रीमती बोर्सराईट हे अमेरिकन दांपत्य त्यांच्याकडे भेटायला आले. ही दोघे संगीतावरच्या संशोधनासाठी भारतात आली होती. बोर्सराइट हे गात असत तर त्यांच्या पत्नी व्हायोलीन वाजवत असत. नगरकरांचा आवाज बसलेला पाहून त्यांनी त्यांना आवाज बसण्याची कारणे सांगितली. चुकीच्या पद्धतीने आवाज लावल्यामुळे, आपल्या आवाजाचा स्वभावधर्म न ओळखता अनैसर्गिकपणे गायल्यामुळे स्वरतंतूवर कसा ताण येतो व स्वरतंतूंना सूज कशी येते ते बोर्सराइट यांनी शास्त्रीय व वैद्यकीय दृष्टीने स्पष्ट करून सांगितले. त्यांनी चिद्‌मामना हेही सांगितले की पाश्चिमात्य पद्धतीत गाणे शिकायला सुरुवात करताना सुरुवातीलाच आवाज कंठसाधना (voice culture) शास्त्रीय पद्धतीने शिकवली जाते. भारतात गुरूंचे वृथा अनुकरण करून आपला स्वत:चा आवाज विसरलेले अथवा हरवलेले विद्यार्थी सापडतात म्हणून कंठसाधना शास्त्र प्रत्येकाने शिकणे आवश्यक आहे. हे शास्त्र बोर्सराईट यांनी नगरकरांना अधिक विस्तृतपणे स्पष्ट करून सांगितले. नगरकरांनी हे सगळे शास्त्रीय ज्ञान तर समजून घेतलेच परंतु त्याचा अंगीकार करून त्यानुसार साधना केली व आपला आवाज ओळखून आपल्या काबूत आणला.

: ५ :

चिदानंद नगरकर यांना केवळ ५१ वर्षांचे आयुष्य लाभले. भारतीय विद्या भवनच्या संगीत व नर्तन शिक्षापीठात त्यांनी प्राचार्यपद स्वीकारल्यावर त्यांना स्थैर्य लाभले. म्हणजेच त्यांच्या कार्यकर्तृत्वाचा काळ तेव्हापासून सरू झाला. याचाच अर्थ असा की त्यांना केवळ २५वर्षांचे आयुष्य क्रियाप्रवण व मनाप्रमाणे कार्य सिद्धीस नेण्यास मिळाले. एवढ्या अल्प आयुष्यात त्यांनी अण्णासाहेबांनी अंगिकारलेले व त्यांनी सोपवलेले संगीताचे कार्य पूर्णत्वाला तर नेलेच पण त्याचबरोबर संगीतरचनांची परंपराही चालू ठेवली. त्यांच्या बंदिशींचे जे पुस्तक 'चित्-आनंद' या नावाने १४ सप्टेंबर १९९१ या दिवशी त्यांच्या मृत्यूनंतर भारतीय विद्या भवन आणि पॉप्युलर बुक डेपोतर्फे प्रकाशित झाले, त्यामध्ये ३३ रागांमधील ४८ त्यांच्या स्वरचित बंदिशी आहेत. त्यांनी बनवलेल्या जनरंजनी, भैरवनाट, अंबिकासारंग, कैशिकीरंजनी या नवीन रागांमधील बंदिशींचा सुद्धा यात समावेश आहे. त्यांनी रचलेले दोहे या पुस्तकात समाविष्ट केलेले आहेत.

त्यांच्या बंदिशींच्या रचना या पारंपरिक पद्धतीच्या पूर्वापार चालत आलेल्या आहेत. भाषा मुख्यत्वेकरून प्रचलित बृजभाषा हिंदी आहे. बंदिशीचे विषय भक्तीरसपर, कृष्णरासलीला, कौटुंबिक असेच आहेत. काही बंदिशींचा मागोवा घेणे इथे उचित ठरेल.

१) राग – पटदीप – त्रिताल (मध्यलय)

स्थायी

मनमानी चाल तिहारी,
बनवारी मोको ना सुहाई

अंतरा

एक घरी जिया हरखावत मोहे,
चित-आनंद सों सांझ सवेरे
फिर एक घरी बलजोरी,
चाल अनोखी तोरी अनारी बनवारी

नटखट कृष्ण कन्हैयाच्या खट्याळ खोड्या अधोरेखित करणारी ही बंदिश आहे. पटदीप या हलक्या फुलक्या रागासाठी त्याला समानधर्मी अशी या बंदिशीची शब्दरचना आहे. रागाशी पूरक अशा ज्या चिदानंद नगरकरांच्या बंदिशी आहेत त्यांतील ही एक आहे. बनवारी तुझी मनमानी वागण्याची पद्धत मला सहन होणारी नाही. सतत तुझी सय येते आणि त्याने सकाळ संध्याकाळ चित्ताला आनंद (चित्-आनंद) लाभतो. मग एकदम तुझी नटखट बरजोरी आठवते आणि तुझे मोठेपणाचे अनोखे सोंग आठवते. असा या बंदिशीचा भावार्थ आहे.

जयजयवंती रागातील त्यांची एक बंदिश गेयत्व ल्यायलेली व भावपूर्ण अशी आहे.

२) राग जयजयवंती – त्रिताल (मध्यलय)

स्थायी

नंदके दुलारे प्रीतम प्यारे
काहे नही आये डेरे म्हारे

अंतरा

तडपन लागी मैं जब चित्-आनंद न पायी
गिनत मोहे बीती रतिया तारे

नंदाचा प्यारा दुलारा पुत्र आमच्या घरी का आला नाही? मी चित्-आनंदाला मुकली असल्यामुळे कासावीस झाले आहे. माझ्या रात्रीच्या रात्री तारे मोजत जागून सरल्या आहेत, असा सुंदर भावार्थ व सुंदर शब्द व स्वरयोजना असलेली ही बंदिश लोकप्रिय होण्याच्या योग्यतेची आहे. विशेष म्हणजे आपले चित्-आनंद हे नाव त्यांनी बंदिशीत केवळ ओळख व नामाभिधान म्हणून न वापरता अर्थगर्भ रीतीने वापरले आहे हे त्यांचे सांगण्यासारखे वैशिष्ट्य आहे.

चिदानंद नगरकरांच्या नवनिर्मितीचा मागोवा घेताना आता शेवटी त्यांच्या स्वरचित रागांतील बंदिशीचा अर्थ पाहू. ‘कैशिकीरंजनी’ हा त्यांचा एक स्वरचित राग आहे. हा राग किर्वाणी रागाच्या जवळचा असून पंचम वर्जित किर्वाणी असे या रागाचे स्वरूप त्यांनी सांगितले आहे.

३) राग – कैशिकीरंजनी

आरोह – सा ग रे ग मं ध नि सा

अवरोह – सां नि ध मं ग रे ग म रे सा

या रागाचे चलन व स्वत: चिद्माम यांनी गायलेला हा राग ऐकल्यावर असे लक्षात येते की या रागातील ऋषभावरील न्यास हे या रागाचे किर्वाणी रागाशी साधर्म्य दाखवणारे वैशिष्ट्य आहे. या रागाचे साधर्म्य चंद्रकंस रागाशीही असलेले दिसते. चंद्रकंस रागात शुद्ध ऋषभाचा अंतर्भाव केला की या रागाची निर्मिती होते असेही म्हणता येईल. मग हा राग किर्वाणी रागाच्या अंगाने गावा की चंद्रकंस अंगाने गावा ? याचे उत्तर डॉ. विद्याधर ओक यांच्या २२ श्रुती संशोधनाच्या आधारे या रागाची मांडणी केल्यास मिळू शकते. श्रुतीसंवाद आकृतीवरून ही बाजू अधिक स्पष्ट व बळकट होईल.

राग – चंद्रकंस

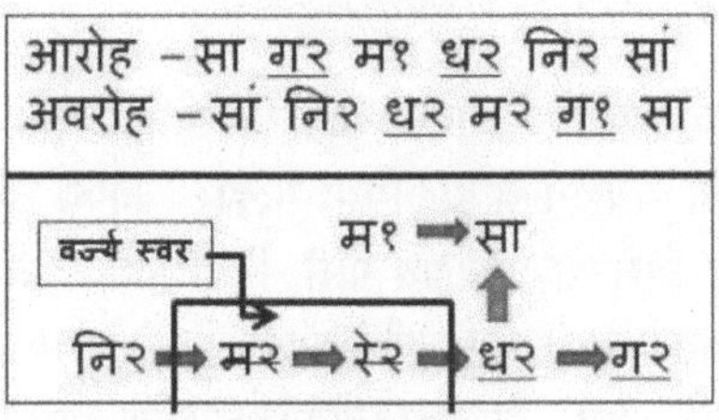

राग – किर्वाणी

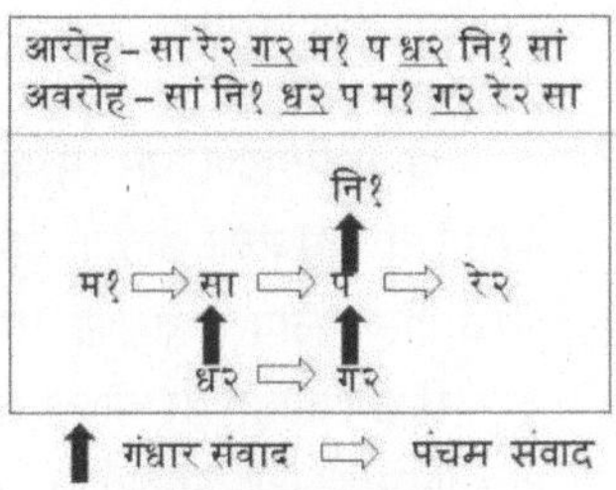

राग – कैशिकी रंजनी (चंद्रकंस साधर्म्य)

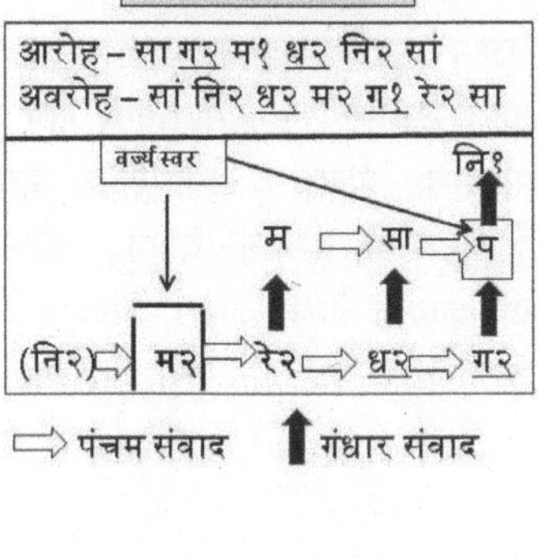

राग – कैशिकी रंजनी (किर्वाणी साधर्म्य)

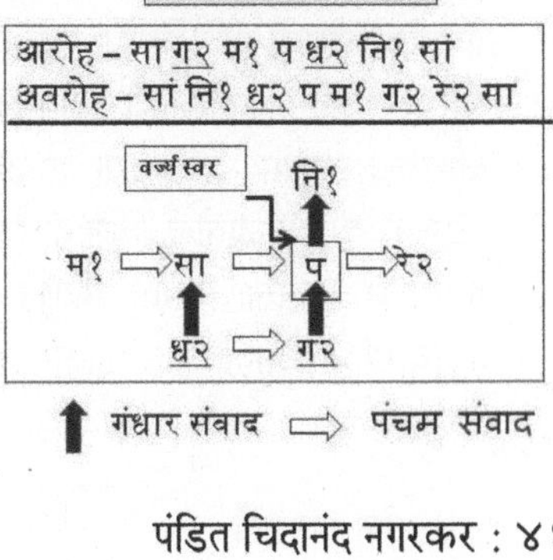

वरील आकृत्यांमध्ये मूळ चंद्रकंस रागाची व किर्वाणी रागाची आकृती आणि कैशिकीरंजनी रागाचे चंद्रकंस रागाशी व किर्वाणी रागाशी असलेले साधर्म्य दाखवले आहे. चंद्रकंस रागात चढा शुद्ध निषाद (नि२) आहे आणि त्यात ऋषभ (रे२) हा स्वर नाही. मात्र पंचम वगळता किर्वाणी रागात असलेले सर्व स्वर कैशिकीरंजनी रागात आहेत. म्हणून पंचम वर्जित आणि एकमेकांशी षड्ज - गंधार, षड्ज - पंचम भावांनी घट्ट जोडलेला असा कैशिकीरंजनी हा राग किर्वाणी रागाच्या जवळचा आहे.

टीप: खरे तर सगळ्याच नवीन व जुन्या रागांचे सौंदर्यमूल्यात्मक विश्लेषण डॉ. ओक यांच्या संशोधनाच्या आधारे या पद्धतीने करणे शक्य आहे. परंतु विस्तारभयास्तव आणि तो पुस्तकाचा विषय नसल्यामुळे ते येथे करणे योग्य होणार नाही.

चिदानंद नगरकर हे मैफलीचे पंडिती गायक होते. पाठ्यपुस्तकी शिक्षणाबरोबर त्यांची उत्तम गुरुमुखी तालीम झाली होती हे आपण पाहिले. त्याचबरोबर उत्स्फूर्तता व नाट्यभावाची त्यांना ईश्वरी देणगी होती. त्यांच्या उपयोगाने ते मैफली मारीत असत. त्यांच्या अशाच मैफलींची ध्वनिमुद्रणे मीरा म्युझिक या कंपनीतर्फे सीडींच्या स्वरूपात उपलब्ध करण्यात आली आहेत. त्यातील ध्वनिमुद्रणांचा संदर्भ घेऊन प्रत्यक्ष त्यांच्या मैफलीचे रसग्रहण करण्याचा पुढील प्रयत्न आहे.

: ६ :

ही ध्वनिमुद्रणे चार संग्रहांमध्ये उपलब्ध आहेत. पहिल्या संग्रहात राग भैरव, बैरागी व रामकली आहेत. दुसऱ्या संग्रहात तोडी, मिया मल्हार, काफी ठुमरी व भैरवीतील भजन व तराणा आहेत. तिसऱ्या संग्रहात गौरी, मियाँ मल्हार, वसंत व दरबारी राग आहेत तर चौथ्या संग्रहात दरबारी, कैशिकीरंजनी व सोहनी हे राग आहेत. ही ध्वनिमुद्रणे त्या काळातील - १९७० पूर्व - उपलब्ध ध्वनितंत्रज्ञानाच्या आधारे केली गेलेली आहेत. त्यामुळे त्यांची श्राव्य दर्जास्थिती उत्तम म्हणता येईल अशी नाही. त्यांच्या ऐन उमेदीच्या काळात त्यावेळी स्पूलपद्धतीचे (spool recordings) ध्वनिमुद्रण तंत्रज्ञान उपलब्ध होते. कॅसेट पद्धतीचे तंत्रज्ञान उपलब्ध झालेले नव्हते. म्हणूनच त्या स्पूलवर जतन केलेली ही ध्वनिमुद्रणे आहेत. आणखी एक महत्त्वाची गोष्ट म्हणजे काळाला अनुसरून त्या त्या काळात असणाऱ्या प्रसिद्ध व प्रभावशाली गायकांचा परिणाम त्या काळातील तरुण गायकांवर होत असतो. तसा तो चिदानंद नगरकरांच्या गायनावर झालेला दिसतो. म्हणून त्यांच्या गाण्यात फैय्याज खाँ, अण्णासाहेबांच्या प्रभावासहित ओंकारनाथ ठाकूर व भूगंधर्व रहिमतखाँ यांच्याही शैलीचा प्रभाव दिसून येतो.

त्यांच्या ध्वनिमुद्रणातील पहिल्या भागात भैरव राग सुरुवातीला ते गायले आहेत. 'बिना हरी कौन खबर मोरी लेत' ही विलंबित लयीतील बंदिश आहे. लय साधारणपणे मध्यलयीकडे झुकणारी आहे. ठाय लयीत गायची त्यांची पद्धत नव्हती. त्यामुळे सुरुवातीपासून मैफलीवर त्यांची पकड असल्याचे जाणवते. अर्थात त्याबरोबर हेही खरे की भैरवसारख्या रागात संथ व दमदार आलापीची जी अपेक्षा असते ती या त्यांच्या मैफलीत पूर्ण होत नाही. तरीसुद्धा रागाचा नेमका गाभा पकडून षड्ज, गंधार, मध्यम, पंचम असे करीत ते सुरेख बढत साधतात. कोमल धैवतावर असलेली समेची ते जागा कोमल ऋषभ व शुद्ध गंधारच्या (ग१) वरून आस घेऊन म्हणतात. भैरवाचे अंग त्यातून नेमकेपणाने प्रगट होते. सरगमी म्हणायची त्यांची एक वेगळी पद्धत आहे. एका लयीत सपाट पद्धतीने ते सरगमी म्हणतात व नंतर मध्येच लय वाढवत दुपटीत व चौपटीत सरगमी म्हणतात. बोल आलापी करतानाही ते या रागगायनात अशीच आकस्मिक (unexpected) लयकारीची पद्धत वापरतात. त्यांच्या एकूण कलंदर व उत्स्फूर्त प्रकृतीला ते मानवणारे असले तरी श्रोत्यांच्या प्रकृतीच्या व सौंदर्यशास्त्राच्या दृष्टिकोनांतून ते ऐकताना आज योग्य वाटत नाही.

एक लय धरून जेव्हा कलाकार काही स्वरालंकाराची कलाकुसर किंवा बोलआलापी करीत असतो तेव्हा त्या लयीच्या सापेक्ष त्यात रंग भरलेला असतो. त्या रंगात त्या लयीच्या अनुषंगाने सगळेच रमलेले असतात. मात्र वेगळी लयकारी उपटसुंभासारखी अचानक होते तेव्हा तो रंग बिघडतो. श्रोत्यांना मूळ रंगातून बाहेर येता येत नाही. ते चकित जरी झाले असले तरी त्यांना धक्का बसलेला असतो. असमर्थनीय कलात्मक बदल (unwarranted artistic changes) त्यांना मानवत नाहीत. चिद्मामांचे या ध्वनिमुद्रणातील अचानक होणारे लयबदल आताच्या काळात रुचणारे नाहीत. मात्र त्यांची एकूण तयारी ही विलक्षण आहे. विशेषत: भैरवसारखे पारंपरिक आणि मुलभूत राग कसे मांडावे याचे त्यांचे साधनेद्वारे आलेले सूक्ष्म ज्ञान मुद्दाम ऐकायला हवे. 'धनधन मूरत कृष्ण मुरारी' ही त्रितालातील द्रुत बंदिश ते या ध्वनिमुद्रणात गायले आहेत. त्यांचे शब्दोच्चार हे खास लखनवी हिंदी पद्धतीचे आहेत. 'मूरत' हा या बंदिशीतील शब्द त्यांच्या उच्चारात ऐकण्यासारखा आहे. समोर मूर्ती उभे करण्यासारखे सामर्थ्य त्यांच्या अशा पद्धतीच्या उच्चारांमध्ये आहे. तुपात घोळलेले असे त्यांचे उच्चार नसून त्या शब्दांचा व पर्यायाने त्या बंदिशीचा भाव प्रगट होणारे त्यांचे उच्चार आहेत. तानांची त्यांची फेक अशीच सरळ व वेगवान आहे. क्लिष्ट व वक्र तानांचा पलटयांचा प्रयोग ते या रागात करीत नाहीत. त्यामुळे भैरव हा राग त्यांच्या ध्वनिमुद्रणात केवळ श्रवणीयच नाही तर अभ्यसनीय झाला आहे.

दुसऱ्या संग्रहात मियाँमल्हार राग व काफी ठुमरी आहेत. मियाँमल्हार रागात त्यांनी 'करीम नाम तेरो' ही पारंपरिक बंदिश गायली आहे. शांत व स्वस्थ अशी खर्जातील आलापी – किंबहुना बोल आलापी – सुरुवातीला आहे. या ध्वनिमुद्रणात सारंगीची संगत आहे. तिचा आवाज जरा जास्त मोठा आल्यामुळे ऐकायला त्रास होतो. मात्र स्वत: चिदानंद नगरकर अगदी रंगून जाऊन गायले आहेत. खर्जातील कोमल गंधारापासून मध्य सप्तकातील पंचमापर्यंत ते एवढ्या लांबीच्या क्षेत्रात सुरुवातीला गातात ते खूप आनंददायी आहे. मुख्य म्हणजे लहान-मध्यम तुकड्यांची बोलआलापी करून ते षड्जावर न्यास करतात ते अतिशय गुंगविणारे आहे. त्यांनी विलंबित लय दुपटीने वाढवून मध्यलयीत द्रुत ताना व जलद बोल आलापी केली आहे. तो सुद्धा प्रकार स्तिमित करणारा असा आहे. त्रितालातील त्यांचा छोटा ख्याल 'ठुमकत चाल चले गोरी' हा ते द्रुत त्रितालात गायले आहेत. इथे द्रुत तानांबरोबरच बंदिश नटवण्याची सुरेख कामगिरी त्यांनी दाखवली आहे. गाण्यातल्या शब्दांद्वारे प्रकट होणाऱ्या भावाभिव्यक्तीचे नगरकर निस्सीम चाहते होते. त्याची उत्तम प्रचिती त्यांनी ही बंदिश गाताना आणून दिली आहे. त्याचबरोबर उत्स्फूर्त सरगमी हा त्यांचा हातखंडा असलेला प्रकार त्यांनी अप्रतिमपणे वापरला आहे.

याच संग्रहात त्यांनी गायलेली 'अब कैसे घर जाऊ, माथेकी बिन्दिया ढल गयी रे ही काफी' ठुमरी आहे. त्यांच्या शब्दांच्या उत्कृष्ट प्रयोगाचा उल्लेख वर आला आहे. त्यांच्या या वैशिष्ट्यांचे व त्याचबरोबर उत्स्फूर्त गायनाचे दर्शन या त्यांच्या ठुमरीगायनात होते. वर उल्लेख केलेले ख्यालगायन व हे ठुमरीगायन यांमध्ये त्यांनी अपेक्षांनुसार त्या प्रकाराच्या शैलीत नेमके बदल केलेले आहेत. दोन्हींमध्ये त्यांनी शब्दांनी कलेची अभिव्यक्ती केली आहे. असे जरी असले तरी वरील वर्णन केलेल्या ख्यालगायकीमध्ये केलेले शब्दरंजन हे राग विस्तारापुरते मर्यादित आहे. 'अब कैसे घर जाऊ' या ठुमरीमध्ये मात्र हे शब्दरंजन भावार्थाच्या विविध छटा दर्शवणाऱ्या म्हणून आहे. उदाहरणार्थ 'माथे की बिन्दिया ढल गयी' ही ओळ रंगवून म्हणताना चिदानंद नगरकर यांनी 'बिंदिया ढळणे' हे घरी न जाण्याचे कारण आणि बिंदिया ढळण्याचे कारण वेगवेगळ्या सहज भावोत्कटतेने म्हटले आहे ते ऐकण्यासारखे आहे. खरे तर चिदानंद नगरकर यांचे ठुमरीगायन ऐकल्यावर ठुमरीगायन हा त्यांचा खरा कल (inclination) असल्याचे जाणवते आणि या पद्धतीवर त्यांनी प्रभुत्व मिळवले आहे याची खात्री होते. इतके ते समरसून व सहजतेने ठुमरी गायले आहेत.

: ७ :

चिदानंद नगरकर यांचे व्यक्तिमत्त्व, कार्य व गायनशैलीची ओळख आपण करून घेतली. अण्णासाहेब रातंजनकर यांचे निष्ठावंत अनुयायी म्हणून चिदानंद नगरकरांच्या कार्याची ओळख आपण करून घेतली. मात्र चिदानंद नगरकरांचे व्यक्तिमत्त्व अण्णासाहेबांहून अतिशय भिन्न असे होते. अण्णासाहेब शिस्तीचे भोक्ते होते. त्याउलट चिदानंद नगरकर कलंदर होते. कलाकाराचा स्वैरपणा त्यांच्याकडे पुरेपूर भरलेला होता. साधनशुचिता, नीतिमत्ता, वक्तशीर दिनचर्या, रियाज व अभ्यासातील नियमितता या सगळ्या गोष्टी पाळण्यावर अण्णासाहेब रातंजनकर यांचा भर असे. मात्र याउलट या व्यक्तिमत्त्व उभारणीत मोलाच्या ठरणाऱ्या गोष्टींना चिदानंद नगरकर महत्त्व देत नसत. त्यांच्या एकूणच बेदरकार व्यक्तिमत्त्वात या शिस्तीच्या गोष्टी बसणाऱ्या नव्हत्या. धूम्रपान, अपेयपान आणि स्त्रियांशी सलगी हे खरे तर ते ज्या मध्यम वर्गातून आले त्या वर्गात अब्रह्मण्यम मानल्या गेलेल्या गोष्टी होत्या. परंतु चिदानंद नगरकर यांनी प्रचंड लोकप्रियता मिळवली. त्यांच्यातील या दुबळेपणावर मात केली. त्यांच्या स्वैर वर्तनातील या उणेपणाला दूर सारून म्हणा किंवा त्यांच्याकडे दुर्लक्ष करून त्यांच्या विद्यार्थ्यांनी व चाहत्यांनी त्यांना उच्च मानाचे स्थान दिले होते. तशा त्यांच्या व्यक्तिमत्त्वात आकर्षक अशा अनेक गोष्टी होत्या. त्यांच्या कलेची उंची व शिकवण्याचे कौशल्य आणि त्याला जोडून त्यांच्याकडे असलेली जन्मजात गुण वैशिष्ट्ये यांनी त्यांच्या सहवासात येणाऱ्या सर्वांवरच कायम मोहिनी टाकली होती. आजही त्यांचे चाहते व विद्यार्थी इतक्या वर्षांनी त्यांची आठवण जपून आहेत व स्मृती जागवीत आहेत.

❑❑❑

पंडित चिदानंद नगरकर यांचेवरील लेखन

चित् आनंद – बंदिशी व लेख – प्रकाशन: १४ सप्टेंबर १९७१

प्रकाशक: भारतीय विद्या भवन आणि पॉप्युलर बुक डेपो

इंटरनेटवरील लेख - http://amchipedia.wikia.com/wiki/Chidanand_Nagarkar_-_1919_-_1971_-_A_Euphonic_Saga_of_Hindustani_Classical_Music

पंडित चिदानंद नगरकर यांची उपलब्ध ध्वनिमुद्रणे

अनु. क्रमांक	माध्यम स्वरूप	ठिकाण/प्रकाशन	अधिक माहिती	शोधसूत्र	शेरा
१	व्हिडियो क्लिप	यूट्यूब, इंटरनेट	राग तोडी	https://youtu.be/yh9X5zY93rk	
२	ऑडियो क्लिप	विजया पर्रिकर लायब्ररी	राग मियांमल्हार	http://www.parrikar.org/vpl/?page_id=614	
३	ऑडियो सीडी	मीरा म्युझिक, मुंबई	राग परज, गांधारी, गौरी	कोड एमएम ११३	१ सीडी
४	ऑडियो सीडी	मीरा म्युझिक, मुंबई	राग मारवा, छायानट, शंकरा, शामकल्याण	कोड एमएम ११५	१ सीडी
५	ऑडियो सीडी	मीरा म्युझिक, मुंबई	राग भैरव, बैरागी, रामकली	कोड एमएम ०१८	१ सीडी
६	ऑडियो सीडी	मीरा म्युझिक, मुंबई	राग तोडी, मियांमल्हार, काफी ठुमरी, भैरवी भजन व तराणा	कोड एमएम ०१९	१ सीडी
७	ऑडियो सीडी	मीरा म्युझिक, मुंबई	राग गौरी, मियांमल्हार, बसंत, दरबारी	कोड एमएम ०२०	१ सीडी
८	ऑडियो सीडी	मीरा म्युझिक, मुंबई	राग दरबारी, कैशिकी रंजनी, सोहोनी	कोड एमएएम ०२१	१ सीडी

पंडित एस. सी. आर. भट

जन्म : दि.१२ मार्च १९१९ • मृत्यू : १४ फेब्रुवारी २००८

३

संतपुरुष

पंडित एस. सी. आर. भट

पंडित एस. सी. आर. भट उपाख्य नंदभट हे अण्णासाहेब रातंजनकरांचे अतिशय नेमस्त व सच्छील स्वभावाचे शिष्य होते. नंदभट हे नाव भटगुरुजींना आपुलकीने व आदराने मिळाले. नंदभटांनी गुरुजींच्या पावलावर पाऊल ठेवून किंबहुना एक पाऊल त्यांच्या पुढे टाकून नियमित संगीतसाधना व अध्यापनाचे कार्य व्रतस्थपणे केले. मुळात त्यांना त्यांच्या गुरूंकडून मिळालेले परिपूर्ण व पद्धतशीर शिक्षण त्यांच्या विद्यार्थ्यांना प्रगाढ ज्ञानवंत करणारे होते. हे आज मागे वळून पाहताना लक्षात येते. आजची संगीत शिक्षणाची दर्जाहीन अवस्था पाहिल्यावर नंदभट यांच्यासारखे गुरुजी डोळ्यांसमोर येतात आणि 'आडात नाही तर पोहऱ्यात कुठून येणार' या म्हणीची सत्यता पटते. शिकवणाऱ्या गुरुजींनी आपण स्वत: कसे असले पाहिजे, आपली कला आपण कशा रीतीने जोपासली पाहिजे आणि ती कला आणि विद्या योग्य शिष्याकडे कशा तऱ्हेने परावर्तित केली पाहिजे याचे आदर्श मापदंड ज्या ज्या गुरूंनी निर्माण केले त्यांमध्ये नंदभट हे अग्रणी मानावे असे त्यांचे स्थान आहे.

नंदूचा जन्म १२ मार्च १९१९ मध्ये कर्नाटकातील कारवार जिल्ह्यातील शिराली येथे झाला. शिराली हे गाव तेव्हा खूप छोटे होते. मात्र चित्रापूर सारस्वत समाजाचा मठ शिराली गावी होता. नंदूचे पूर्ण नाव शुक्ल चंद्रशेखर रामचंद्र भट. यातील 'शुक्ल' ही त्यांच्या घराण्याला शिराली मठाधिपतींनी दिलेली पदवी होती. चंद्रशेखर हे त्यांचे पाळण्यातील नाव, मात्र चंद्रशेखर या नावाने हाक न मारता त्याला ननदू म्हणून हाक मारली जात असे. कन्नड भाषेत ननदू म्हणजे सान किंवा लहान.

त्यांचा मोठा भाऊ त्यांना प्रेमाने ननदू म्हणत असे. ननदूचे नंदू, नंदा असे पुढे होत गेले आणि नंदभट असे ते पक्के झाले.

नंदूच्या शिराली गावात चित्रापूर मठ हेच एक सांस्कृतिक व शैक्षणिक केंद्र होते. तिथे संस्कृत शिकवले जाई. वैदिक शिक्षण दिले जाई. त्याचबरोबर प्राथमिक शिक्षणाची सोयही तिथे होती. मात्र त्यापुढील शिक्षण घ्यायचे तर आठ किलोमीटरवरील भटकळ या तालुक्याच्या ठिकाणी किंवा तीस किलोमीटरवर असलेल्या होनावर येथे जावे लागे. अर्थात लिहिण्यावाचण्या एवढे शिक्षण तेव्हा त्या शिराली गावातच मिळत असे.

या शिराली मठामध्ये नियमितपणे आरत्या होत आणि संध्याकाळी भजन कीर्तनाचे कार्यक्रम चालत. कृष्णभट होनावर हे त्या वेळचे प्रसिद्ध गायक आणि गुरू त्या मठात येत असत. भजने म्हणणे, हरिदासाच्या कीर्तनातील पदाच्या चाली बसवणे अशा सांगीतिक जबाबदाऱ्या ते तिथे शिरालीला आले की पार पाडीत. कृष्णभटांना ज्योतिषविद्या अवगत होती. त्यांना राहूदशा आली होती. त्या दशेमध्ये गुरूजवळ जाऊन राहायचे असते असा ज्योतिषशास्त्रात संकेत आहे. या संकेतानुसार ते शिरालीला मठात येऊन स्वामीजींच्या सान्निध्यात राहिले. साधारण १९३०च्या आसपासचा तो काळ होता. कृष्णभट होनावर शिराली मठात दीर्घकाळ वास्तव्यास आल्यामुळे मठात एक प्रकारचे सांगीतिक चैतन्य आले होते. मठाचे अधिपती पांडुरंगाश्रम स्वामी हे संगीतप्रेमी होतेच. कृष्णभटांच्या वास्तव्यामुळे तेथील भजनकीर्तनांचा राबता वाढला. त्याचबरोबर शिराली मठातील विद्यार्थ्यांची व गावातील विद्यार्थ्यांची संगीतशिक्षणाची सोयही झाली.

कृष्णभट होनावर हे कालेखाँ यांच्याकडे शिकले होते. कालेखाँ म्हणजे पटियाला घराण्याचे प्रसिद्ध उस्ताद बडे गुलामअली खाँ यांचे पिता होत. नंदभट यांची एकदा नंतरच्या काळात बडे गुलामअलींशी भेट झाली होती. त्यावेळी कृष्णभटांच्या आठवणी निघाल्या होत्या. तेव्हाची एक आठवण मोठी रोचक आहे. गुलामअली लहान असताना कृष्णभट होनावर कालेखाँ यांच्याकडे शिकायला जात असत. कृष्णभट कालेखाँकडे गेले की गुलामअली त्यांच्या मांडीवर येऊन बसत. कृष्णभट गुलामाअलींना लिमलेटच्या दोन गोळ्या देत असत. त्या गोळ्या मिळतात म्हणून गुलामअली कृष्णभट होनावर यांच्या येण्याची वाट पाहत असत. नंदभट व गुलामअली यांच्या या भेटीत कृष्णभटांच्या आतुरतेने वाट बघण्याच्या या आठवणी जाग्या झाल्या आणि गुलामअलींना गदगदून आले.

कृष्णभट होनावर शिराली मुक्कामी आलेले असले तरी नंदूचे त्यांच्याकडे शिक्षण लगेच चालू झाले नव्हते. भजन, कीर्तन, अष्टपदी ऐकणे एवढ्यापुरताच

कृष्णभटांचा व नंदूचा देवाणघेवाणीचा संबंध असे. एकदा नंदू आपल्या बहिणीच्या बाळाला अंगाईगीत म्हणत झोपवीत होता. योगायोगाने त्या वेळी कृष्णभट होनावर घरावरून चालले होते. नंदूची अंगाई कृष्णभटांच्या कानावर पडली. ते थांबून ती अंगाई ऐकू लागले. नंदूच्या ध्यानी ही गोष्ट आली तरी तो म्हणायचा थांबला नाही. नंदूच्या त्या अंगाईने त्याच्या गाण्याची आणि गाणाऱ्या गळ्याची ओळख कृष्णभटांना झाली. मठात परत गेल्यावर त्यांनी नंदूच्या मोठ्या भावास बोलावणे धाडले. मोठ्या भावास त्यांनी सांगितले की 'नंदूचा गळा फार चांगला आहे. त्याच्याकडे चांगली गाण्याची क्षमता आहे. (भिक्षुकीच्या पेशावर किती अवलंबून राहता येणार आहे? कारण या मठात शिकून पुढे विद्यार्थी भिक्षुकीचा पेशाच पत्करत असत.) त्यापेक्षा त्याला गाणे शिकवा, गाण्याचा पेशा चांगला आहे आणि अनुकूल आहे.'

नंदूचे मोठे भाऊसुद्धा घरी येऊन 'असे देवळात घंटा वाजवीत किती दिवस राहणार? त्यापेक्षा गाणे शीक' असे नंदूला म्हणाले. वडील बंधूंचे ऐकायचे अशी त्या वेळची परंपरा व रीत होती. त्यानुसार नंदू गाणे शिकण्यास सज्ज झाला. मात्र त्या वेळी गाणे बजावणे ही हलक्या दर्जाची कला मानत असत. लोकांना या व्यवसायातील कलाकार छांदिष्ट व छंदीफंदी वाटत. म्हणून नंदूची गायन शिक्षणाची सुरुवात चोरून मारून शेतात झाली. कृष्णभट होनावर नंदूला बाहेर एका विवक्षित ठिकाणी शेतात भेटायचा निरोप देत. त्या शेतात एका कामचलाऊ तंबोऱ्याच्या मदतीने गाणे शिकवून झाल्यावर नंदूला पुन्हा त्याच्या जागी सोडत. हे शिक्षण सुरू झाले तेव्हा नंदूचे वय बारा वर्षांच्या आसपास होते. त्याला समज येऊ लागली होती आणि लोकनिंदा टाळण्यासाठी हे अशा तऱ्हेने चोरून भेटून गाणे शिकणे चालू आहे ही गोष्ट त्याच्या लक्षात येऊ लागली होती.

शिरालीला जे नंदूचे गाणे (गायनकला) शिकणे सुरू झाले त्यात रागाचे अलंकार व पलटे घोटवणे हे प्रमुख होते. स्वरज्ञान पक्के झाले की नंतर जे शिकवू ते तसेच्या तसे गाताही येते व त्याचे आकलनही होते. तेव्हाच्या पारंपरिक शिकवण्याच्या पद्धतीनुसार हे शिक्षण सुरू झाले होते. अलंकार 'सारेग, रेगम', असे साधे असत. त्याबरोबर 'सागरेगसारेगम, रेमगमरेगमप', असे क्लिष्ट आणि मोठेही असत. असे अलंकार घेऊन अवरोही उतरत परत यायचे म्हणजे वरील अलंकार तार षड्जावर जाऊन पोहोचला की तोच पुन्हा 'पनिधनिपधनिसां' असे घेऊन 'मधपधमपधनि' असे खाली यायचे अशी एक पद्धत असे. ते झाले की त्यांना उलटे करायचे म्हणजे 'सांधनिधसांनिधप', 'निपधपनिधपम' असे अलंकार उलटे करायचे. अशा पद्धतीने अतिशय क्लिष्ट अलंकार व पलटे कृष्णभट होनावर यांनी नंदूचे घोटवून घेतले. राग आणि रागांचे स्वरज्ञान यांची केवळ तोंडओळख नव्हे तर ते पक्के करून घेतले.

शिरालीला असतानाच नंदूच्या हाती विष्णू नारायण भातखंडे यांची क्रमिक पुस्तके पडली होती. नंदूच्या बहिणीच्या यजमानांनी भातखंडे यांची काही पुस्तके मागवली होती. एकदा बहिणीकडे गेले असताना नंदूने 'हिंदुस्थानी संगीत क्रमिक पद्धती'चे ते भाग पाहिले आणि त्यातील दुसरा भाग घेऊन तो घरी आला. त्या पुस्तकातील बंदिशी आणि त्यांची स्वरलिपी पाहून नंदू चकित झाला. अशा तऱ्हेने संगीत लिहिता येते याची तोंपर्यंत तरी नंदूला मुळीच कल्पना नव्हती. अशा पुस्तकांची गोष्ट तर दूरच. गाणी ऐकून गायची असतात हे नंदूला माहीत होते. पण ती लिहिताही येतात हे त्याच्यासाठी नवीन होते. महत्त्वाचे असे की स्वरलिपीचे स्पष्टीकरणसुद्धा त्या पुस्तकात होते. म्हणजे स्वराखाली आडवी रेष म्हणजे कोमल समजावा, स्वरावर उभी रेष म्हणजे तीव्र स्वर अशी त्या स्वरलिपीची ओळख त्या पुस्तकात होती. त्यावरून नंदूला स्वरलिपीची ओळख तर झालीच परंतु त्याचबरोबर त्याने त्या स्वरलिपीवरून पुस्तकातील यमनची चीज गाऊन बघितली. तोंपर्यंत नंदूला कृष्णभटांनी एकही बंदिश शिकवली नव्हती. वेगवेगळ्या रागांमधील अलंकार मात्र त्याला शिकवले होते. अलंकारांमुळे त्याचे राग चोख तयार झाले होते हे खरे असले तरी नंदूला बंदिश शिकवलीच नसल्यामुळे ती येतच नव्हती. त्याचप्रमाणे प्रत्येक रागात तेच तेच अलंकार घोटवून नंदू कंटाळला होता. म्हणून त्या पुस्तकातून स्वरलिपीच्या आधारे नंदूने यमन रागातील 'गुरुबिन कैसे गुन गावे' ही बंदिश बसवली. स्वरलिपी वाचून बंदिश बाळबोध वळणाने जरी बसवली असली तरी ती गाताना आपल्याला पुस्तकातून बघून असे गाता येते या वेगळेपणाच्या आनंदामुळे नंदूला मजा येऊ लागली. राहायला दूर असले तरी कृष्णभटांचे नंदूकडे बारीक लक्ष असे. एकदा ही बंदिश कृष्णभटांनी नंदूकडून आडून ऐकली. त्यांनी नंदूला समोर बसवले आणि विचारले 'हे काय गातो आहेस? ते कोणी शिकवलं?' नंदूने त्यांना पुस्तक दाखवले आणि त्यातून वाचून ती बंदिश शिकल्याचे त्याने कृष्णभटांना सांगितले. आज जरी स्वरलिपीवरून शिकणे ही आपल्याला अगदी साधी व रूढ गोष्ट वाटत असली तरी १९३० च्या त्या काळात ही गोष्ट अगदी वेगळी आणि अनैसर्गिक अशी समजली जात होती. गाणे ही श्रवणविद्या आहे असे पक्के संस्कार त्या वेळी शिकणाऱ्या व शिकवणाऱ्यांवर झालेले असल्यामुळे पुस्तकातून शिकून गाणे म्हणणे गुरू व शिष्य या दोघांसाठी केवळ अतर्क्य होते. पुस्तकात बघून आपला शिष्य गाणे शिकतो हे पाहून कृष्णभट खरे तर मनातून आनंदले. परंतु त्यांनी नंदूला म्हटले, 'आता तू तयार गायक झालास. तुला आता गुरूची जरुरी नाही.' मग त्यांनी पूर्वी, बिलावल असे त्या पुस्तकातील थाट राग नंदूकडून गाऊन घेतले. मग त्यांनी त्याच्याकडून पुस्तक काढून घेतले. आता इतके पुरे, या पद्धतीने गायक होता येणार नाही असे त्यांनी नंदूला नाउमेद न करता सांगितले.

गाण्यातच कारकीर्द करण्याचे नंदूने ठरवले होते. वयाच्या एकोणिसाव्या वर्षी नंदू मुंबईला आला. कृष्णभट होनावर यांचे यासाठी त्याला प्रोत्साहन होते. त्याच्याबरोबर त्याचे मोठे बंधू होते. मुंबईला गावदेवी भागात गोरेगांवकरवाडी/चिखलवाडी येथे नंदू व त्याचे बंधू असे दोघे राहत असत. कृष्णभटांच्या मुंबईत शिकवण्या होत्या. त्यांच्या शिकवण्याच्या ठिकाणी ते नंदूला हळूहळू घेऊन जाऊ लागले आणि त्याला तिथे शिकवायला सांगू लागले. त्यामुळे नंदूचा त्यांच्या गायनशैलीशी तिथे परिचय होऊ लागला आणि त्यांचा शिकवण्याचा अनुभवही मिळू लागला. चरितार्थासाठी नंदूला शिकवण्या मिळवण्याची आवश्यकता होती. त्या शिकवण्या करण्याचा पाया कृष्णभटांच्या या पाठिंब्यामुळे पक्का होत होता आणि शिकवण्या मिळवण्याचा मार्ग सुकर होत होता. कृष्णभटांकडे नंदूचे संगीतशिक्षण सुरूच होते. आता रागांचे सखोल आणि समग्र ज्ञान आणि तालाच्या अनुषंगाने कसे गावे ते कृष्णभट शिकवू लागले होते. तालाचे आकृतिबंध नीट समजावे म्हणून कृष्णभट तालाच्या खंडानुसार अलंकार घोटवून घेत असत. उदा. झपताल-'सारेसारेग, रेगरेगम' किंवा रूपक - 'सारेग,सारेगम, रेगम,रेगमप' असे साधे किंवा त्याहून क्लिष्ट अलंकार ते घोटवून घेत.

लयीची आणि तालाची परिपूर्णता किंवा त्यांच्या अचूकपणाबाबत कृष्णभट किती जागरूक असत आणि ते आपल्या या शिष्याकडून त्यांची किती तयारी आहे त्याची परीक्षा कशी करीत याचा स्वत: भटसाहेबांनीच सांगितलेला हा दाखला आहे. कधी विडी आणायला बाहेर पडायचे असले की कृष्णभट नंदूला ताल धरायला सांगत. त्याच्याबरोबर स्वत: ताल धरीत. मग मांडीवर वाजवून आणि तोंडाने म्हणून तो ताल पक्का केला की तीच लय पकडून कृष्णभट विडी आणायला बाहेर पडत. ते जेव्हा परत येत तेव्हा त्यांच्या मनात तो ताल आणि ती लय चालू असे. परत आल्यावर समेच्या जागी नंदू त्यांच्या समेबरोबर सम देतो का हे ते पाहत. नंदू वयाने लहान असल्यामुळे अर्धापाऊण तास त्याचा ताल आणि लय तशीच टिकत नसे आणि कृष्णभटांच्या समेबरोबर त्याची सम जुळत नसे. मग ते सांगत की तुझे ताल धरणे थांबले होते म्हणून तू समेला चुकलास. तेव्हा ताल धरणे थांबवू नकोस. तो दिलेल्या लयीत घट्ट पकडून ठेव. नंदूला या शिकवणुकीचा कायम उपयोग झाला.

कृष्णभटांचा नंदूला मुंबईला घेऊन येण्याचा हेतू त्याला चांगला नावाजलेला गुरू मिळवून द्यावा आणि त्याची गाण्यात चांगली प्रगती व्हावी हा होता. परंतु मुंबईला येऊन तीन वर्षं लोटली तरी त्याला गुरू मिळत नव्हते. विलायत हुसेन, अझमत हुसेन, खादीम हुसेन असे तेव्हाचे गुरू खूप व्यस्त असत. त्यांचे दौरे चालू असत.

त्यांच्याकडून नंदूला शिकायला मिळायची शक्यता नव्हती. त्यामुळे शिकवण्या आणि कृष्णभटांकडील शिक्षण हीच नंदूची मुख्य दिनचर्या होती.

एकदा लॅमिंग्टन रोडवरील पॉप्युलर फार्मसीकडे औषधे घेण्यासाठी कृष्णभटांबरोबर नंदू जात होता. त्यावेळी दुरून एक व्यक्ती कृष्णभटांना पाहत असल्याचे नंदूला दिसले. त्याने तसे कृष्णभटांना सांगितले. कृष्णभटांनी काही त्या व्यक्तीला दुरून ओळखले नाही. मात्र जवळ आल्यावर ते गृहस्थ कृष्णभटांना मराठीत म्हणाले, 'अहो कृष्णभट, मला ओळखलं नाही? मी दत्तू!' 'अरे केवढा मोठा झालास? श्रीकृष्ण कुठे आहे?' 'ते मॅरिस कॉलेजमध्ये लखनौला शिकवतात.' असे उत्तर दत्तूंनी दिले. 'हे दत्तू म्हणजे अण्णासाहेब रातंजनकरांचे मोठे बंधू. कालच ते इथं आले आहेत.' असेही बोलण्याच्या ओघात दत्तूंनी सांगितले. 'चल, मला त्यांना भेटायचं आहे.' असे कृष्णभट दत्तूंना म्हणाले आणि नंदूला घरी जायला सांगून ते अण्णासाहेबांकडे गेले. अण्णासाहेब त्या वेळी ग्रांट रोड येथे भाटिया हॉस्पिटलजवळ राहत असत. घरी गेल्यावर दत्तूंनी अण्णांना हाक मारली आणि कोण आले आहे ते बघा म्हणून त्यांनी सांगितले. अण्णासाहेबांनी कृष्णभटांना पाहून साष्टांग दंडवत घातला. स्वत: अण्णासाहेब रातंजनकर कृष्णभट होनावर यांच्याकडे सुरुवातीला शिकले होते. खरे तर दत्तू व अण्णा दोघेही कृष्णभटांकडे शिकत असत. रस्त्याने येताना त्यांची उजळणी चाले. त्यावरून त्यांना रस्त्यात 'धधधध, पपपप' असे म्हणत नाक्यावरील टोळक्यातील टारगट मुले चिडवू लागली होती. म्हणून दत्तूंनी गाणे शिकणे सोडले होते. अण्णासाहेबांनी मात्र कृष्णभटांकडे गाणे शिकणे पुढे चालूच ठेवले होते.

घरी गेल्यावर कृष्णभटांनी अण्णासाहेबांना तंबोरे जुळवायला सांगितले. त्यांच्याकडून जुन्या रागांची उजळणी करून घेतली. त्यांचे गाणे ऐकले. ते ऐकल्यावर कृष्णभटांनी मनातून नंदभटांना त्यांच्याकडे शिकायला ठेवायचे ठरवले. अंदाज घेण्याकरता 'अजून किती दिवस इथं आहात?' असे कृष्णभटांनी अण्णासाहेबांना विचारले. अण्णासाहेबांनी 'अजून महिना दीड महिना आहे आणि दर वर्षी मे महिन्याच्या मोठ्या सुट्टीत लखनौहून इथं येऊन तीन महिने राहतो' असे त्यांना सांगितले. नंदूला अण्णासाहेबांकडे शिकायला आणायचे असे कृष्णभटांनी नक्की ठरवले. वर्षातून त्याला तीन महिने जरी शिकायला मिळाले तरी हरकत नाही, असेही त्यांच्या मनात आले. त्याप्रमाणे त्यांनी अण्णासाहेबांना विचारल्यावर त्यांनी नंदूला त्यांच्याकडे पाठवायला सांगितले. नंदू अण्णासाहेबांकडे गेल्यावर त्यांनी काही गाऊन दाखवायला सांगितले. नंदू सकाळचा तोडी राग गायला. मग अण्णासाहेब स्वत: काही गायले आणि त्याची सरगम करून गायला नंदूला सांगितली. त्या वेळी तिथे दत्तू सुद्धा होते. त्यांनी नंदूला बारा स्वर एकामागे एक गाऊन दाखवायला सांगितले. नंदूला

त्या प्रश्नांचा अर्थ समजला नाही. तो बावचळून अण्णासाहेबांच्या तोंडाकडे पाहायला लागला. तेव्हा दत्तू नंदूला म्हणाले 'बारा स्वर कोणते? एक सा, दोन ऋषभ, दोन गंधार, दोन मध्यम, एक पंचम, दोन धैवत, दोन निषाद असे मिळून बारा स्वर होतात. तेच क्रमाने गाऊन आरोह अवरोह दाखवायचे.' अण्णासाहेब दत्तूंना म्हणाले, 'अरे दादा, नंदू एवढे सगळे गायला तर बारा स्वर म्हणून दाखवू शकणार नाही का? सोपे आहे!' त्याबरोबर नंदूने, सारेरेगगममंपधधनिनिसां असा आरोह आणि त्यामागोमाग सलग अवरोहही सहज म्हणून दाखवला. दुसऱ्या दिवसापासून साडेनऊ-दहा वाजता अण्णासाहेबांनी नंदूला शिकण्यासाठी नियमितपणे यायला सांगितले. दुसऱ्या दिवशी शिकायला गेल्यावर अण्णासाहेबांनी नंदभटांना 'गगरी मोरी भरन नही देत' ही 'अडाणा' रागातील बंदिश शिकवली. अशी नंदूची अण्णासाहेबांकडे शिक्षणाची रुजवात झाली. मध्ये एक दिवस नंदूची दिनचर्या अण्णासाहेबांनी जाणून घेतली. तेव्हा नंदू आठनऊ शिकवण्या नियमितपणे करतो असे त्यांना कळले. गाणे हेच त्याचे चरितार्थाचे साधन असून चांगले गाणे शिकण्यासाठी त्याला मोठ्या भावाने मुंबईला आणले असल्याचेही नंदूकडून त्यांना कळले. तेव्हा एक दिवस अण्णासाहेबांनी नंदूकडे लखनौला दोनतीन वर्षांसाठी चलण्याचा विषय काढला. तिथे संगीताचे शिक्षण नीट व चांगले होईल. इथे आठनऊ तास शिकवण्यांमध्ये गेल्यामुळे रियाजाला वेळ मिळत नाही. तो तिथे मिळेल, असे अण्णासाहेबांनी नंदूला सांगितले. नंदूला अण्णासाहेबांचे ते म्हणणे पटले. इथे शिकवण्या करीत बसण्याचा त्यालाही कंटाळा आला होता. त्याने घरी गेल्यावर मोठ्या बंधूंना हे सगळे सांगितले आणि लखनौला जायचे नक्की केले. तिकडे जाऊन शिकण्यासाठी त्याने सारस्वत एज्युकेशन फंडकडून कर्ज शिष्यवृत्ती मिळवली. ज्या गावाचे नाव कधी ऐकले नव्हते अशा लखनौसारख्या नवख्या गावात तो वयाच्या सतराव्या वर्षी केवळ संगीताचा अभ्यास अधिक व्हावा म्हणून जायला निघाला होता.

: २ :

लखनौला नंदूच्या नात्यागोत्याचे, ओळखीचे कोणी नव्हते. त्या वेळी चिदानंद नगरकर बेंगळूरहून तेथे एक वर्ष अगोदर गेलेला होता. त्यांच्याबरोबर हॉस्टेलवर नंदू राहू लागला. तिथे दिवसाचे चोवीस तास संगीतात व्यतीत होत असत. नंदूची तयारी पाहून थेट तिसऱ्या वर्षाला त्याला प्रवेश देण्यात आला. त्या वेळी चिदानंद दुसऱ्या वर्षात शिकत होता. जुलैमध्ये त्याने तिसऱ्या वर्षांत प्रवेश घेतला आणि चिदानंद व नंदू एका वर्गात आले. त्या वर्षाला गोविंद नातू शिकवीत असत. डिसेंबरमध्ये जी तिसऱ्या वर्षाची परीक्षा झाली ती परीक्षा देऊन नंदू उत्तीर्ण होऊन चौथ्या वर्षांत गेला.

चौथ्या वर्षाला अण्णासाहेब स्वत: शिकवीत असत. त्यांच्या वर्गात जाऊन सात-आठ महिने झाले आणि नंदूला अण्णासाहेबांनी पहिल्या वर्षाला शिकवण्याचे काम दिले. पहिल्या वर्षात त्या वर्षी विद्यार्थीसंख्या खूप वाढली होती. आणि त्यांना शिकवायला शिक्षक कमी पडत होते. म्हणून अण्णासाहेबांनी वरच्या वर्गातील विद्यार्थ्यांनी त्यांना शिकवावे असे ठरवले होते. अशा विद्यार्थी शिक्षकांमध्ये नंदूचेही नाव होते. नंदूला मुंबईत शिकवण्याचा अनुभव होता. परंतु त्याला एकेकट्याला शिकवण्याचा अनुभव होता. गटाला शिकवण्याचा अनुभव त्याला नव्हता. मी शिकवताना आठवड्यातून निदान दोनदा तुम्ही वर्गात येऊन मी नीट शिकवतो की नाही हे पाहिले पाहिजे अशी अटच त्यांनी आपल्या गुरूंना घातली. नंतरच त्याने अण्णासाहेबांच्या मार्गदर्शनाखाली अध्यापनाचे काम स्वीकारले. सांगितल्याच्या दुसऱ्या दिवसापासून त्याने पहिल्या वर्षाच्या वर्गाला शिकवायला सुरुवात केली. आता तो केवळ विद्यार्थी राहिला नसून विद्यार्थ्यांचा शिक्षक झाला होता. विद्यार्थ्यांच्या आदरास तो पात्र ठरला होता आणि नंदूचा नंदभट झाला होता. त्या वर्गात त्या वेळी बारा-पंधरा विद्यार्थी होते. त्यात त्या वेळी तलत महमूद (प्रसिद्ध पार्श्वगायक) हा विद्यार्थीही होता. दोन वर्षे तो नंदभटांच्या वर्गात शिकला आहे. तेव्हापासून नंदभट निरनिराळ्या विद्यालयांत संगीत शिकवीत आहेत. फक्त नंदभटच नाही तर लखनौला तिथे त्या वेळी शिकवणारे इतर विद्यार्थीसुद्धा असेच पुढे नामवंत झाले.

तिथे शिकवायला त्या वेळी नावाजलेले शिक्षक होते. सरोदसाठी सखावत हुसेन, बडे आगा, छोटे आगा, अयोध्याप्रसाद होते. परंतु अण्णासाहेबांची पहिल्या वर्षाला चांगले स्वरज्ञान झाले पाहिजे अशी जी अपेक्षा होती त्याप्रमाणे या शिक्षकांकडून ती पूर्ण होत नव्हती. नंदभट कृष्णभटांकडे शिकले असल्यामुळे त्यांचे स्वरज्ञान चांगले होते ते अण्णासाहेबांना माहीत होते. त्यांनी विद्यार्थ्यांच्या स्वरज्ञानाकडे लक्ष द्यायला नंदभटांना सांगितले. नंदभट कृष्णभट होनावर यांच्यासारख्या कसलेल्या गुरूंकडे शिकलेले असल्यामुळे या स्वरज्ञानाचे महत्त्व त्यांना ठाऊक होते. त्यांनी अण्णासाहेबांना विद्यार्थ्यांना परिपूर्ण ज्ञान देण्याची खात्री दिली. अण्णासाहेबांनी त्यांना त्यासाठी खूप प्रोत्साहन दिले. त्या वेळी जी पहिल्या वर्षाची परीक्षा झाली त्यात नंदभटांचे सगळे विद्यार्थी उत्तीर्ण झाले. त्यांत पाच जण पहिल्या वर्गात उत्तीर्ण झाले. त्यात तलत महमूदही होता. अण्णासाहेब नंदभटांच्या शिकवण्यावर बेहद्द खूश झाले. त्यांनी त्यांना कोणतीही अडचण आली तरी आपल्याकडे येण्याचा मुक्त प्रवेश देऊन टाकला. त्याचा नंदभटांना खूप आनंद झाला.

अण्णासाहेबांनी नंदभटांचे शिकवण्याचे कौशल्य जाणून नंतर नंदभटांना तिसऱ्या वर्षाचा वर्ग आणि चौथ्या वर्षाचा वर्ग दिला. चौथ्या वर्षाच्या वर्गात त्यावेळी

के. जी. गिंडे हे विद्यार्थी होते. आणि तिसऱ्या वर्षाला दिनकर कायकिणी हे विद्यार्थी होते. त्या वेळी तिथे आबीद हुसेन म्हणून सतारवादक होते. तसे सतारवादक झाले नाहीत असे म्हणतात. तास दीड तास राग वाजवून ते श्रोत्यांना अक्षरश: खिळवून ठेवीत अशी त्यांची ख्याती होती. असे कलाकार शिक्षक त्या वेळी तिथे शिकवीत असत. त्या वेळी सुरुवातीला थाट राग शिकवले जात. थिअरीचा वर्ग वेगळा ठेवीत. त्यासाठी वेगळे शिक्षक होते. प्रभाकर चिंचोरे, जी.एन्.दंताळे, महाडकर असे शिक्षकही होते. सुमती मुटाटकर याही त्या वेळी तिथे शिकायला होत्या. स्त्रियांसाठी वेगळे हॉस्टेल होते. तेथील अनेक शिक्षक हे आकारान्त आलापीने शिक्षण देत असत. मात्र अण्णासाहेब रातंजनकर आग्रा घराण्यात तयार झालेले असल्यामुळे ते नोमतोम आलापीच्या पद्धतीने राग शिकवीत असत. अण्णासाहेब नंदभटांना, गिंडे, नगरकर आदींना स्वत:च्या बंदिशीही शिकवीत.

कृष्णभट होनावर नंदभटांना ज्या वेळी शिकवीत असत तेव्हा शिकवताना हार्मोनियम साथीला घेत असत. लखनौला मॅरिस कॉलेजमध्ये मात्र हार्मोनियमचा वापर होत नसे. तिथे फक्त तंबोऱ्याच्या सुरांवरच शिक्षण दिले जाई. हार्मोनियम रागदारी संगीताला पूरक नाही हे त्याचे कारण होते आणि ते भातखंडे-रातंजनकरांना माहीत होते. हार्मोनियममध्ये मींड नाही, त्याचे स्वर टेंपर्ड आहेत आणि त्यातून श्रुती वाजवता येत नाहीत हे त्याचे प्रमुख कारण होते. नंदभट तिथे शिकत असताना तिथे केवळ रागदारी संगीत शिकवले जायचे. ललित संगीत, सुगम संगीताचे शिक्षण तिथे दिले जात नसे. आता मात्र भातखंडे संगीत विश्वविद्यालयात (पूर्वीचे मॅरिस कॉलेज ऑफ म्यूझिक) सुगम संगीताचे वर्ग सुरू आहेत. धृपद-धमार हे प्रकार अभ्यासक्रमाचा भाग म्हणून तेथे शिकवले जात. स्वतंत्रपणे केवळ धृपद-धमार ह्या प्रकारांची शैली विकसित करण्यावर तिथे भर नव्हता. धृपद-धमार गाण्यात अण्णासाहेब पारंगत होते. तरीही त्यांचा अभ्यासक्रमात विशेष प्रमाणात समावेश नव्हता. नंतर गिंडे-भट यांनी जे धृपद-धमार जुगलबंदीचे कार्यक्रम सुरू केले ते त्यांनी स्वत: अभ्यास करून, त्यात प्राविण्य मिळवून मग सुरू केले.

मॅरिस संगीत महाविद्यालयात साथसंगतीसाठी सखाराम(पखवाज) आणि त्यांचा मुलगा सदाशिव(तबला) हे दोघे होते. एरवी हे दोघे नसतील तेव्हा तबला शिकणारे विद्यार्थी साथ करायला येत असत. त्या विद्यालयात तानपुरा मिळवायला शिकवले जात नसे. समोर तानपुरा जुळवण्याचे जे काम शिक्षकांकडून चाले त्याचे निरीक्षण करून विद्यार्थी शिकत असत. स्वरज्ञान आणि तंत्र या दोन्हीचे चांगले आकलन ज्यांना निरीक्षणाने होई त्यांना चांगला तंबोरा जुळवता येई. तंबोऱ्याचा ज्या जोडाच्या मधल्या तारा आहेत त्यांची जव्हारी एकसारखी एक असली पाहिजे. हे जव्हारीचे तंत्र निरीक्षण

आणि प्रयोगांनी आत्मसात करावे लागते. त्या तारा एकसारख्या वाजल्या पाहिजेत, बोलल्या पाहिजेत. हे प्रत्यक्ष शिक्षण साध्य करण्यासाठी निरीक्षण आणि प्रयोगासाठी त्या विद्यालयात खूप वाव होता. चढलेला तानपुरा जर उतरवून लावला (उदा. काळी दोनला असलेला तानपुरा काळी एकला लावला तर) तो वाजू लागल्यावर काही वेळाने जरा चढतो. अशासारख्या व्यावहारिक गोष्टींचे भान तंबोरा लावताना येणे आणि त्याकडे वाजताना लक्ष ठेवणे कसे जरुरीचे असते ते त्या संस्थेत अनुभव व निरीक्षणातून कळून येई.

मॅरिस कॉलेजमध्ये विद्यार्थ्यांना भरपूर गाणे ऐकायला मिळे आणि आपली मंचगायनाची / वादनाची प्रगती पारखून घ्यायची संधी मिळे. दर शनिवारी मंच प्रात्यक्षिकाचे कार्यक्रम होत असत. त्यात मॅरिस कॉलेजच्या विद्यार्थ्यांना गायनवादन सादर करण्याची संधी मिळत असे. लखनौला आकाशवाणी केंद्रावर जे कलाकार कार्यक्रम देण्यासाठी येत त्यांची उतरण्याची व्यवस्था कधी कधी अण्णासाहेबांकडे होई. त्यांचे कार्यक्रम विद्यार्थ्यांना ऐकायला मिळत. रामकृष्ण बझेबुवा, त्यांचा मुलगा शिवरामबुवा, डी.व्ही पलुस्कर, कुमार गंधर्व, व्ही.जी.जोग, कागलकरबुवा असे अनेक जण येत. त्यांच्याकडून अनेक वेगवेगळ्या रागांतील बंदिशी, नवनवीन राग तेथील विद्यार्थ्यांना ऐकायला मिळत. कुमार गंधर्वांचे गुरुजी बी.आर.देवधर आणि अण्णासाहेब रातंजनकर यांची चांगली मैत्री होती. त्यामुळे कुमार गंधर्व लखनौला आले की त्यांचा अनेक दिवस मुक्काम होत असे.

एकदा असे झाले की कुमार गंधर्वांनी त्यांच्या लखनौच्या एका मुक्कामात 'पूर्व कल्याण' रागातील 'होवन लागी सांझ' ही नवीन बंदिश त्यांच्या मैफलीत ऐकवली. ती बंदिश ऐकून सगळे विद्यार्थी श्रोते कुमार गंधर्वांवर खूश झाले. नंदभटांनी पुढच्याच भेटीत अण्णासाहेबांना कुमार गंधर्वांनी गायलेल्या ह्या नवीन रागासंबंधी सांगितले. तो राग आणि त्यातील 'होवन लागी सांझ' ही बंदिश आपल्याला आवडल्याचेही नंदभटांनी अण्णासाहेब रातंजनकरांना सांगितले. त्यावर अण्णासाहेब रातंजनकर गर्भितपणे हसले. ते पाहून नंदभटांनी त्यांना विचारले, 'आपण का हसलात ?' त्यावर अण्णासाहेब नंदभटांना म्हणाले, 'कुमार गंधर्वांना तो राग कोणी शिकवला म्हणून विचार आणि त्यांनी देवधरकाकांचे नाव सांगितले तर काकांना कोणी शिकवले ते विचार.' त्यानुसार दुसरे दिवशी कुमार गंधर्व भेटल्यावर नंदभटांनी कुमार गंधर्वांना हा 'पूर्व कल्याण' राग कोणी शिकवला म्हणून विचारले. तेव्हा त्यांनी 'मला हा राग काकांनी म्हणजे देवधर मास्तरांनी शिकवला' असे सांगितले. अण्णासाहेबांनी सांगितल्यानुसार नंदभटांनी 'काकांना हा राग कोणी शिकवला' हेही पुढे विचारले तेव्हा कुमार गंधर्वांनी 'हा जुना राग आहे' तेव्हा तो मिराशीबुवांनी काकांना शिकवल्याचे सांगितले. नंदभटांनी

पुन्हा अण्णासाहेबांकडे या रागाचा विषय काढला तेव्हा अण्णासाहेबांनी हा पूर्व कल्याण राग आणि त्यातील 'होवन लागी सांझ' ही बंदिश आपण स्वत: बनवल्याचे नंदभटांना सांगितले. त्याचबरोबर हा राग भातखंडेंनी ऐकला तेव्हा अण्णासाहेबांना प्रोत्साहन देण्यासाठी म्हणून त्यांनी तो क्रमिक पुस्तक मालिकेत छापला हेही अण्णासाहेबांनी नंदभटांना सांगितले. कुमार गंधर्वांना नंदभटांनी ही अण्णासाहेबांकडून कळलेली खरी हकिकत सांगितली तेव्हा तेही आश्चर्यचकित झाले. 'काकांनी मला हे सांगितलं नाही. ही जर अण्णासाहेबांची बंदिश असेल तर ती मला अण्णासाहेबांकडूनच शिकायची आहे' असे त्यांनी नंदभटांना सांगितले. नंदभट त्यांना म्हणाले की 'आता ही बंदिश आणि हा राग जर पारंपरिक आणि मिराशीबुवांनी देवधरमास्तरांना शिकवला असेल तर अण्णासाहेबांना तो कसा माहीत असेल? पण राग अण्णासाहेबांचाच असल्याने ते तुम्ही गायलात त्याहूनही उत्तम प्रकारे तुम्हाला शिकवू शकतील. आता ह्या रागासंबंधीच्या त्यांच्या सत्यासत्यतेची प्रचिती येईल.' हे नंदभटांचे म्हणणे ऐकल्यावर कुमार गंधर्व नंदभटांसह अण्णासाहेबांच्या सोयीने त्यांच्याकडे गेले. नंदभटांनी तिथे 'पूर्व कल्याण' रागाचा विषय काढला. अण्णासाहेबांनी हा राग मी केला असल्याचे कुमार गंधर्वांना सांगितले. कुमार गंधर्वांनी त्यांना त्यांच्याकडून हा राग शिकायचा असल्याची इच्छा प्रगट केली. अण्णासाहेबांनी तंबोरे काढायला फर्मावले. तिथे अण्णासाहेबांनी कुमार गंधर्वांना 'होवन लागी सांझ' या बंदिशीबरोबर एक नवीन तराणा याच रागात केला होता तोही शिकवला. त्यानंतर कुमार गंधर्वांना अण्णासाहेबांकडून पुढे अनेक राग व बंदिशी शिकायला मिळाल्या.

मॅरिस कॉलेजमध्ये ज्यांच्या ज्यांच्या म्हणून मैफली झाल्या त्या सर्वांबरोबर नंदभटांनी गायन साथ केलेली आहे. त्या साथीतून खूप शिकायला मिळत असल्यामुळे आणि संगीताची समज वाढत असल्यामुळे नंदभटांनी के. जी. गिंडे, दिनकर कायकिणी यांच्यासारख्या विद्यार्थ्यांना त्यासाठी प्रोत्साहन दिले आहे. मोठ्या गायकांबरोबर तानपुरा साथ करण्यासाठी आणि त्यांच्याबरोबर गायन गायला मिळावे म्हणून अहमहमिका मॅरिस कॉलेजमध्ये असायची.

एकदा पंडित ओंकारनाथ ठाकूर यांची मॅरिस कॉलेजमध्ये मैफल ठरली होती. त्यांच्यामागे तंबोऱ्यावर बसावे अशी नंदभटांची इच्छा होती. त्यानुसार मैफलीपूर्वी तंबोरे जुळवायला सुरुवात केल्याबरोबर नंदभट तिथे गेले. परंतु त्यांनी पाहिले की त्यांच्या बरोबर भट्टाचार्य हा कॉलेजचा विद्यार्थी आणि एक शिक्षक तंबोरा जुळवण्यासाठी आधीचेच बसलेले आहेत. त्यातील भट्टाचार्य हा विद्यार्थी सणकी म्हणून प्रसिद्ध होता. आपण तंबोऱ्याला बसलो तर आपल्याला गायला मिळणार नाही या शंकेने तो भट्टाचार्य

उठून निघून जाईल आणि बेरंग होईल अशी भीती नंदभटांना होती म्हणून त्यांनी कॉलेजचे दुसरे जे शिक्षक होते त्यांना बाहेर बोलावले. त्यांना नंदभटांनी आपल्याला ओंकारनाथ ठाकूरांच्या मागे तंबोऱ्यावर गायची इच्छा असल्याचे सांगितले. ते शिक्षक त्यासाठी लगेच तयार झाले. अर्थात तसे सरळ जाऊन मंचावर येऊन बसलो तर भट्टाचार्य उठून जाईल म्हणून त्यांनी एक योजना आखली. ओंकारनाथ ठाकूर मंचावर येऊन बसले की शेवटच्या क्षणी त्या शिक्षकांनी नंदभटांना बोलवायचे आणि तंबोरा त्यांच्याकडे सुपुर्द करायचा अशी ती योजना होती. म्हणजे भट्टाचार्यला उठून जायची संधी मिळणार नाही. त्याप्रमाणे त्या शिक्षकांनी केले आणि नंदभट तंबोऱ्याच्या साथीला भट्टाचार्यच्या बरोबरीने बसले. ओंकारनाथ ठाकूरांना हा बदल का झाला आणि नंदभट कोण आहेत ते काहीच ठाऊक नव्हते. गाणे सुरू झाल्यावर त्या सुरुवातीच्या 'छायानट' रागात नंदभटांचे सूर लागू लागल्यावर ओंकारनाथ प्रसन्न झाले. त्या काळात नंदभट आठ-आठ तास रियाज करीत असत. त्यांचा आवाज चांगला होता. म्हणून लगेच ओंकारनाथांनी नंदभटांना 'वा बेटा गावो' अशी दाद द्यायलाही सुरुवात केली. ओंकारनाथ ठाकूर यांना हवी तशी सही सही गायनसाथ त्यांना मिळू लागली तशी ते नंदभटांना प्रोत्साहन देऊन अधिकाधिक गायला देऊ लागले. त्या दिवशी ओंकारनाथ ठाकूरांच्या मागे नंदभटांनी आपली उत्तम गाणारा युवा गायक अशी छापही ठेवून दिली व ओंकारनाथांच्या बरोबरीने श्रोत्यांची वाहवाही मिळवली. ओंकारनाथांची अशी सही सही साथ करताना नंदभटांना त्यांच्यासारख्या अवघड तानांनाही श्रोत्यांची वाहवा मिळाली. ते ऐकून ओंकारनाथ जरा चिंतेत पडले. म्हणजे गाणे आपले चालले आहे आणि वाहवा हा नवखा तरुण घेतो आहे हे त्यांना खटकले. त्या श्रोत्यांमध्ये मुश्ताक हुसेन सारखे बुजुर्ग श्रोते होते. नंदभटांची ही घोडदौड पाहून ओंकारनाथांनी आपला ठेवणीतला मालकंस राग सुरू केला. 'पग घुंगरू बांध मीरा नाची' ही बंदिश मोठ्या ताकदीने आणि त्यांच्या नेहमीच्या आत्मविश्वासाने ते गाऊ लागले. त्या वेळी त्यांच्या अलंकार, ताना या त्यांच्याकडे शिकणाऱ्या मुरब्बी शिष्याचीही गायनाची परीक्षा घेईल अशा होत्या. नंदभटांसारख्या सर्वार्थाने नवख्या विद्यार्थ्यासाठी तर त्यांचे ते गाणे आव्हानात्मकच होते. परंतु नंदभटांना मूळची तालीम उत्तम मिळालेली असल्यामुळे त्यांनी तेही आव्हान लीलया पेलले आणि उत्तम गायनसाथ कशी असावी ते दाखवून दिले. गाणे संपल्यावर ओंकारनाथांनी नंदभटांची चौकशी केली आणि 'असाच रियाज चालू ठेव. मोठा गवई होशील' असा त्यांना आशिर्वाद दिला. इतकेच नाही तर खाली उतरल्यावर मुश्ताक हुसेन यांनी नंदभटांना 'वा बेटा कमाल कर दिया' असे म्हणून नंदभटांना आलिंगन दिले.

मुश्ताक हुसेन खरे तर त्या सत्रात त्या वेळच्या ओंकारनाथजींच्या शेवटी गायचे होते. परंतु ओंकारनाथजींनी मुश्ताक हुसेन यांची ती वेळ हट्टाने मागून घेतली होती. म्हणून मुश्ताक हुसेन यांना सकाळच्या सत्रात गावे लागले होते. ओंकारनाथांच्या गाण्यास तोडीस तोड साथ करणारा नंदभट हा विद्यार्थी गायक म्हणून आणि स्पर्धक म्हणूनही मुश्ताक हुसेन यांना भावला होता. त्या वेळी कलाकारांमध्ये छोट्या छोट्या गोष्टींमधूनही तेढ कशी निर्माण होई आणि अशा तऱ्हेने गाण्यातच ते समाधान कसे शोधत त्याचे हे एक उदाहरण आहे.

अशाच एका प्रसंगी उस्ताद फैय्याज खाँ यांचेबरोबर गायनसाथ करण्याचा योग नंदभटांना आला होता. त्या वेळी नंदभट पाचव्या वर्गात शिकत होते. कलकत्त्याला तेव्हा एक गायनस्पर्धा होती. जवळजवळ दोनशे स्पर्धकांनी त्या स्पर्धेत भाग घेतला होता. तीन दिवस प्राथमिक स्पर्धा चालू होत्या. मॅरिस कॉलेजमधील दोघे स्पर्धक तिथे जाणार होते. त्यात नंदभट कलकत्त्याला स्पर्धेसाठी गेले होते. प्राथमिक स्पर्धांमध्ये नंदभटांचा दुसरा क्रमांक आला. त्या स्पर्धेत पहिल्या व दुसऱ्या क्रमाकांच्या स्पर्धकांनी शेवटच्या दिवशी फैय्याज खाँसाहेब, दिलिपचंद्र वेदी आणि हाफिजअलीखाँ यांच्यासमोर गायचे असे ठरले होते. त्यांच्यासमोर नंदभटांचे जे गाणे झाले त्यात नंदभटांचा पहिला नंबर आला. तेव्हा नंदभट सगळ्यांच्या पाया पडायला गेले. तिथे फैय्याज खाँनी त्यांना जवळ बोलावले आणि कोणाकडे शिकतो आहेस म्हणून विचारले. नंदभटांनी अण्णासाहेबांचे नाव सांगितल्यावर 'अच्छा तुम श्रीकृष्णाके शागीर्द हो? तभी मुझे वैसा लगा.' असे म्हणून त्यांनी रात्री मी गाणार आहे. त्या वेळी ये असे नंदभटांना फर्मावले. पुढे 'आओगे ना?' असेही मृदूपणाने विचारले. नंदभटांना तर ती संधीच होती. रात्री ते खाँसाहेबांचे गाणे ऐकायला गेले. तिथे ग्रीनरूममध्ये कोणकोण आहेत, काय काय चालले आहे ते पाहू म्हणून ते डोकवायला गेले. तिथे त्यांनी डोकवायला आणि फैय्याज खाँसाहेबांनी त्यांच्याकडे पाहायला एक गाठ पडली. फैय्याज खाँसाहेबांनी नंदभटांना 'ये ये, आत ये' असे बोलावले. तिथे अता हुसेन खाँ (हे 'दरसपिया' मेहबूबखान यांचे पुत्र आणि फैयाज खाँचे ज्येष्ठ शिष्य) बसले होते. त्यांना फैय्याज खाँसाहेबांनी नंटभटांना तंबोरे मिळवायला द्यायला सांगितले. नंदभटांनी गुरुजींचे (अण्णासाहेबांचे) नाव घेतले आणि तंबोरे मिळवायला घेतले. फैय्याज खाँनी नंदभटांना दोन्ही तंबोरे मध्यमात मिळवायला सांगितले. त्या वेळी रात्रीचे तीन वाजले होते. फैय्याज खाँ ललत राग गातील अशी खात्री नंदभटांना वाटू लागली. बराच वेळ खटपट करून त्याआधी न जुळणारे ते छोटे तंबोरे नंदभटांनी लगेचच जुळवले. फैय्याज खाँसाहेब खूश झाले आणि त्यांनी सूर भरायला सुरुवात केली. नंदभटांनी त्यांचा निरोप घेऊन समोर गाणे ऐकायला जातो

असे म्हणून ते उठले. फैय्याज खाँ त्यांना म्हणाले, 'तुमने तानपुरे अच्छे मिलाये है। एक तानपुरे पे तुम बैठो।' नंदभटांच्या मनासारखेच झाले. त्या दिवशी प्रथमच नंदभटांना फैय्याज खाँबरोबर गायनसाथीची संधी मिळाली. दुसऱ्या तंबोऱ्यावर अता हुसेन खाँ बसले होते. फैय्याज खाँचे गाणे सुरू झाले, ते समेवर आले की अता हुसेन खाँ गाऊ लागत. मध्ये नंदभटांनी गायचा प्रयत्न केला तरी त्यांना काही गायला मिळेना. तेव्हा फैय्याज खाँ यांनी अता हुसेनना 'उस लडके को भी गाने दो' असे निर्देश दिले. अतिशय मोकळ्या मनाच्या अशा थोर गायकाला तानपुरा साथ करण्याची संधी त्यानंतरही अनेकदा नंदभटांना मिळाली.

फैय्याज खाँसाहेब हे हुन्नरी आणि बहुजनप्रिय कलाकार होते. दिलखुलासपणा आणि श्रोत्यांना आकृष्ट करण्याचे तंत्र यांमुळे हे यश त्यांनी प्राप्त केले होते. दुसऱ्या महायुद्धाच्या काळातील फैय्याज खाँसाहेबांचे व्यक्तिमत्त्व आणि त्यांची वृत्ती स्पष्ट करणारी एक आठवण नंदभट यांनी सांगितली आहे. उनाव नावाच्या गावी सैनिकांसाठी एक कार्यक्रम व्हायचा होता. त्या वेळी मॅरिस कॉलेज हे प्रसिद्ध संगीतकेंद्र असल्यामुळे अशा कार्यक्रमांसाठी तिथे विचारणा होई. या सैनिकांसाठीच्या कार्यक्रमासाठी तिथे विचारणा झाली. एक सतारवादक, तबलावादक आणि गायक असे तिकडे कॉलेजतर्फे पाठवायचे ठरले. त्यानुसार कलाकारांचा एक ताफा उनावला गेला. त्यांच्या सोबत नंदभटही होते. सैनिक कल्याणनिधीसाठी हा कार्यक्रम होता. तिथे सगळे खेडूत बसले होते. नंदभट त्यांना बघून बावचळले. त्यांच्यासमोर आपले रागदारी संगीत कसे गायचे असे त्यांना वाटून त्यांनी आपण गाणार नसल्याचे आपल्या गटप्रमुखाला सांगून टाकले. त्यांच्याबरोबर व्ही. जी. जोशी गायक म्हणून आले होते. ते गायला बसले. त्याबरोबर समोरून एकाने विचारले, 'क्यों बे तू नही बजाएगा ?' तेव्हा त्यांनी सांगितले, 'नही मैं बजाता नही, गाता हूँ।' खरे तर आतून त्यांना समोरच्या श्रोत्यांच्या अडाणीपणाबद्दल खंत वाटत होती. त्यानंतर राहूल देव बर्मन सतार वाजवायला बसले. त्यांना सतार वाजवताना बघूनही समोरून विचारतात 'क्यों बे, तू नही गाएगा ?' गाणे बजावणे माहिती नसलेले असे सगळे तिथे संगीतासाठी विपरीत वातावरण होते. त्या वातावरणात शेवटी फैय्याज खाँसाहेबांचे गायन होते. गायला बसल्यावर फैयाज खाँनी तंबोरे थांबवले आणि त्या खेडूत श्रोतेवर्गाशी संवाद साधला. ते म्हणाले, 'मैं पहले आपको एक बिनती करता हूँ। पहले आधा घंटा आप हमारा गाना सुनिये। बादमें आपको जो चाहिए वो गाना मैं सुनाता हूँ।' असे सांगून त्यांनी पूरिया रागातील थोडे नोमतोम आलाप केले आणि नंतर छोटा ख्याल गाऊन राग संपवला. त्यानंतर तेथील स्थानिक नौटंकीतील गाणी गाऊन त्यांनी मनोरंजनास सुरुवात केली. त्यानंतर त्यांनी जनसामान्यांसाठी केलेल्या कार्यक्रमावर तेथील खेडूत जनता एवढी बेहद्द खूश

झाली की कार्यक्रम संपल्यावर 'खाँसाहेब क्या बात है, क्या गाया' चा गजर सुरू राहिला. एक श्रोता पुढे येऊन त्याने फैय्याज खाँची चोपडी हाती घेऊन भक्तिभावाने 'क्या गाये, क्या गाये, ऐसा गाना कभी नही सुना' असे सद्‌गदित होऊन पुन्हा पुन्हा सांगितले. नंदभट तिथेच जवळ उभे होते. त्यांच्या चेहऱ्यावरील हसू पाहून फैय्याज खाँ त्यांना म्हणाले, 'देखो बेटा इन लोगोंकी भी दुवा लेनी चाहिए।' फैय्याज खाँसाहेबांची ही श्रोताभक्ती अशी लोकविलक्षण होती.

नंदभट ज्या वेळी लखनौला शिकत होते तो काळ आणि आजचा काळ यात खूप फरक पडला आहे. त्या काळात खूप स्वस्थता होती. रागदारी संगीत चांगले गाता किंवा वाजवता यायला हवे याची ओढ विद्यार्थ्यांना असायची. आता विद्यार्थ्यांना ती स्वस्थता आणि धीर उरलेला नाही. आपल्याला गाता वाजवता येते कधी आणि आपण कार्यक्रम करतो कधी असे विद्यार्थी आणि त्यांच्या पालकांना झालेले आहे. त्यामुळे अर्धवट कलेनिशी कार्यक्रम आणि प्रसिद्धी असे एक चक्र तयार झाले आहे. संगीत येण्यासाठी आधी उत्तम स्वरज्ञान व्हायला पाहिजे. भरपूर ऐकायला पाहिजे याची जी जाणीव नंदभट लखनौला शिकत असताना होती ती तेवढ्या तीव्रतेने आता उरलेली नाही, या जाणिवेचा आज अभाव आहे असे आता ठळकपणे जाणवते.

: ३ :

लखनौला शिक्षण पूर्ण झाल्यानंतर नंदभट वनस्थळी येथे शिकवण्यासाठी गेले. वनस्थळी हे स्त्रियांच्या उन्नतीसाठी राजस्थानातील टोंक जिल्ह्यातील विद्यापीठ आहे. तेव्हा ते नवीन सुरू झाले होते. १९३६साली नंदभट लखनौला आले होते. १९४३ साली त्यांनी लखनौ सोडले. नंदभटांचा लखनौला एक शिष्य होता. तो वनस्थळीला गेला होता. त्याने नंदभटांना वनस्थळीला बोलावले. त्या विद्यापीठातील संगीत विभाग १९४३ साली राजाभैय्या पूँछवाले यांचे हस्ते सुरू झाला होता. नंदभटांना आता कुठेतरी स्थिर होणे आवश्यक होते. घरची मोठी मंडळी आता लग्न वगैरे करून स्थिर हो असे म्हणू लागली होती. त्या दृष्टीने वनस्थळी येथे जाण्याचा निर्णय योग्यच होता. नंदभट जेव्हा वनस्थळीला गेले तेव्हा त्यांना दिसले की ते एक पूर्ण मागासलेले गाव होते.

या ठिकाणी मॅट्रिक, इंटर या वर्गांसाठी संगीत विषय होता. त्यात कोणते राग शिकवायचे ते अभ्यासक्रमात लिहिलेले होते. त्या रागातील छोटे ख्याल आणि चारपाच ताना असे शिकवायचे असे ठरवले होते. या ठिकाणी या पद्धतीने शिकवीत राहिलो तर आपले गाणे संपून जाईल अशी जाणीव नंदभटांना लवकरच झाली.

सांगीतिक वातावरणातून पूर्णपणे बाहेर पडून नंदभट संगीताला फारसा वाव नसलेल्या खेड्यात गेले होते. वनस्थळीत जे शिक्षक होते ते सर्व विवाहित होते. नंदभटांनीसुद्धा विवाह करण्याचा निर्णय तेव्हाच घेतला.

सुट्टीत नंदभट वनस्थळीहून लखनौला आले होते. तिथे त्यांनी आपण वनस्थळीला राहू इच्छित नाही, लखनौला परत येऊ इच्छितो अशी आपली इच्छा अण्णासाहेबांच्या कानी घातली. अण्णासाहेबांनी त्यांना सांगितले की मुंबईला संगीताचे शिक्षणकेंद्र नाही. तिथे एक केंद्र काढायचे आहे. तेव्हा आता आपण बोजा बिस्तरा घेऊन मुंबईलाच जावे. मुंबईला जायचे म्हटल्यावर नंदभटांना खूप आनंद झाला.

: ४ :

मुंबईला नंदभट आले ते आधी संगीतवर्ग चालू करण्यासाठी जागेच्या शोधाला लागले. कन्हैय्यालाल मुन्शींच्या कानावर या त्यांच्या शोधण्याची हकिकत गेली. कन्हैय्यालाल मुन्शी यांची अण्णासाहेब रातंजनकरांशी ओळख झाली होती. मुंबईत त्यांनी भारतीय विद्या आणि कलांच्या शिक्षणासाठी भारतीय विद्या भवनाची स्थापना केली होती. गिरगाव चौपाटीला भारतीय विद्या भवन या संस्थेची एकमजली वास्तू होती. तिथे त्यांना भारतीय अभिजात संगीताचे अध्यापनवर्ग सुरू करायचे होते. त्यांनी अण्णासाहेबांना सांगितले होते की जागा मी देतो, शिक्षक तुम्ही नेमा. अण्णासाहेबांच्या सांगण्यानुसार कन्हैयालाल मुन्शींनी नंदभटांना संगीत वर्ग घेण्यासाठी भारतीय विद्या भवनमध्ये बोलावले आणि नंदभट तिथे संगीत शिकवू लागले. पुढे भारतीय विद्या भवन फेलोशिप स्कूल या दुसऱ्या वास्तूत हलवण्यात आले. त्या वेळी चिदानंद नगरकर हे प्राचार्य होते आणि नंदभट, मोदी (भातखंडे यांचे शिष्य) हे शिक्षक होते.

चिदानंद नगरकर हे नंदभटांचे लखनौच्या मॅरिस कॉलेजपासूनचे सहकारी होते. नंदभट जेव्हा लखनौला गेले तेव्हा ते आणि चिदानंद नगरकर एकाच खोलीत राहत होते. चिदानंद नगरकर नंदभटांपेक्षा अनेक बाबतींत वेगळे होते. नंदभट रियाजाच्या बाबतींत अत्यंत वक्तशीर आणि ठरवल्यानुसार शिस्त पाळणारे होते. नगरकर मात्र फक्त जाता येता रियाज करीत. एका जागी बैठक घालून बसण्याचा त्यांना तरुण वयात कंटाळा असे. १९४६साली भारतीय संगीत शिक्षापीठाची स्थापना झाली. त्या वेळी तिथे तबला शिकवण्यासाठी अल्लारखा खाँसाहेब येत असत. त्यानंतर विनायकराव इंगळे या आपल्या विद्यार्थ्याची नेमणूक त्यांनी आपल्या जागी केली.

भारतीय संगीत शिक्षापीठ या संस्थेत १९४६/४७ या सुरुवातीच्या काळात शिकत असणारे विद्यार्थी लखनौच्या विद्यार्थ्यांच्या तुलनेत अधिक चांगले संगीताची

जाण असलेले विद्यार्थी होते. त्यांतील काही जण आकाशवाणीवर गात असत. मात्र यांपैकी फार थोड्या जणांना संगीत ही आपली कारकीर्द म्हणून पुढे जाता आले. त्या काळात सर्व मोठे कलाकार या भारतीय विद्या भवनच्या कार्यक्रमात आपली कला सादर करून गेले आहेत. आणि त्याचा मोठा फायदा रसिकांना, विशेषत: विद्यार्थ्यांना, झाला आहे.

त्या वेळी राजाभैय्या पूँछवाले मुंबईला प्रथमच आले होते. तेव्हाची हकिकत आहे. नंदभटांनी नगरकरांना सांगितले की राजाभैय्या आले आहेत तर त्यांची मैफल आपण संगीत शिक्षापीठामध्ये ठेवू या. मी वर्गणी गोळा करतो. (तेव्हा ओळखीच्या रसिकांकडून वर्गणी गोळा करून गाण्याचे कार्यक्रम करायची पद्धत होती. या पद्धतीने जे पैसे जमा होत तेवढे मानधन कलाकारांना दिले तरी ते कलाकार कोणतेही आढेवेढे न घेता कार्यक्रम देत.) राजाभैय्यांच्या आवाजात थोडा दोष होता. त्यांचा आवाज लागला तर लागला, नाही तर नाही असे होते. आवाज लागला नाही तर मैफल रंगू शकत नसे. या भीतीमुळे नगरकरांनी नंदभटांकडे शंका उपस्थित केली की जर त्यांचा कार्यक्रम पडला तर संस्थेचे नाव खराब होईल. परंतु नंदभटांनी राजाभैय्यांचा कार्यक्रम चांगला होण्याची जबाबदारी उचलली. आपण त्यांची योग्य बडदास्त ठेवू असे त्यांनी सांगितले तेव्हा मग नगरकरांनी राजाभैय्या पूँछवालेंचा कार्यक्रम करण्यास परवानगी दिली. मग राजाभैय्या गिरगावात उतरले होते त्यांना नंदभट भेटले आणि त्यांना कार्यक्रमाची कल्पना दिली. त्याचबरोबर आपला कार्यक्रम चांगला व्हावा अशी इच्छाही नंदभटांनी बोलून दाखवली. त्यावर राजाभैय्यांनी त्याला होकार दिलाच पण नंदभटांना मी त्यासाठी काय करू म्हणूनही विचारले. त्यावर नंदभटांनी त्यांना गाणे होईपर्यंत चारपाच दिवस माझ्या घरी येऊन राहायचे आणि कार्यक्रम झाला की इथे परत यायचे अशी अट घातली. नंदभटांनी ही अट घातली त्याचे तसेच कारण होते. राजाभैय्या एका पायाने अधू होते. काठी घेऊन लंगडत चालण्याचे त्यांना श्रम जाणवत असत. मुंबईच्या हवेची त्यांना सवय नव्हती. तेथील दमट हवेमुळे आणि घामाघूम होण्यामुळे त्यांना जे श्रम होत त्या श्रमांनीही त्यांच्या आवाजावर परिणाम होईल हे नंदभट जाणून होते. म्हणून त्यांनी आपल्या घरी आणून राजाभैय्यांची व्यवस्थित बडदास्त ठेवली. सकाळ संध्याकाळ दुधात हळद, ज्येष्ठिमध वगैरे घालून त्यांना देणे, त्यांना फारसे बाहेर जाऊ न देणे अशी त्यांच्या आवाजाची नंदभटांनी काळजी घेतली.

कार्यक्रमाच्या दिवशी राजाभैय्या गायला बसले आणि लगेचच त्यांचा आवाज अप्रतिमपणे व काहीही त्रास न होता लागला. समोर चिदानंद नगरकर बसले होते. राजाभैय्यांचा तो सुरेल लागलेला आवाज ऐकून नगरकरांच्या डोळ्यांतून आनंदाश्रू

बरसू लागले. राजाभैय्यांचे रंगलेले गाणे आणि ते आनंदाश्रू ही नंदभटांच्या सफल परिश्रमांची पोचपावती होती. राजाभैय्यांचे त्या दिवशीचे गाणे विलक्षण चित्तवेधक झाले. विशेषत: त्यांचा टप्पा फारच छान रंगला. राजाभैय्या जे टप्पे गात त्यांचा दर्जा आणि उंची फार असे. तसेच ते तिथे त्या मैफलीत गायले.

नंदभट कृष्णभट होनावर यांच्याकडे एकासमोर एक (सीना-बसीना) शिकले तसेच लखनौला संगीत वर्गांमधूनही शिकले. त्यामुळे संगीत वर्गामधून शिक्षणाचा दर्जा कसा असला पाहिजे, विद्यार्थ्यांचे स्वरज्ञान कसे पक्के झाले पाहिजे, विद्यार्थ्यांना अलंकार शिकवून त्यातून त्यांना रागामध्ये बढत करण्याची नजर कशी देता येते हे सर्व त्यांनी स्वत: समजून आत्मसात करून घेतले होते. ते त्यांनी विद्यार्थ्यांना तसेच्या तसे दिले. भारतीय विद्या भवनच्या संगीत शिक्षापीठात जे त्यांचे अध्यापन चाले तिथे शिकलेल्या सर्वच विद्यार्थ्यांना नंदभटांच्या या कौशल्याचा भरभरून फायदा मिळाला. रागांमध्ये फिरण्याचा रस्ता या शिकवण्यातून विद्यार्थ्यांना सापडायचा. नंदभट असे म्हणत की सुरुवातीला कृष्णभट होनावर यांनी वेगवेगळ्या रागांमध्ये जे अलंकार घोटवून घेतले त्याचा फायदा त्यांच्या विद्यार्थ्यांना होतो आहे. कितीही अवघड राग असो तो सहजतेने गाता येण्याची समज या अलंकारांनी प्राप्त होते. याचे मूर्तिमंत उदाहरण म्हणजे अण्णासाहेब रातंजनकर हे होते. कोणताही राग अतिशय सुलभ करून ते शिकवीत आणि तितक्याच सहजतेने गात असत. त्यांनाही मूळ तालीम कृष्णभट होनावर यांचीच होती.

नंदभट यांना धृपद धमाराची चांगली तालीम लखनौला मिळाली. तिथे पाठ्यक्रमाच्या अनुरोधाने धृपद धमार शिकविले आणि गायले जात. त्यात दुगुन, तिगुन इत्यादी करून घेतली जाई. मात्र नंदभट धृपद धमार मैफलीमधून गिंडेंच्या साथीने गातील अशी कोणतीही योजना लखनौ येथील शिक्षणवर्गात नव्हती. सुमती मुटाटकर यांचे वडील आंबर्डेकर अण्णासाहेबांना एकदा म्हणाले की, 'डागर बंधू धृपद धमार गातात. तुमच्या शिष्यांमध्ये कोणी असे तयारीने का गात नाहीत?' म्हणून त्यांनी अण्णासाहेबांना सुचवले की तुम्ही धृपद धमार गायक तयार केले तर ती ही परंपरा पुढे चालू राहील. तसे धृपद धमार गाण्याला सुरुवात ज्या नोमतोम आलापीने केली जाते त्या पद्धतीचे नोमतोम आलाप अण्णासाहेबांकडून त्यांच्या शिष्यांना शिकवले गेले होतेच. नोमतोम आलापीमध्ये खटके, मुरक्या असे अलंकारिक प्रकार घेण्याची प्रथा नाही. तसेच हे अलंकारिक प्रकार धृपद धमारात गाणेही वर्ज्य आहे. त्यामुळे गायनशैलीचा आणि अंगाचा विचार करता धृपद धमाराची शैली एकूण अण्णासाहेबांच्या शिष्यांच्या आग्रा गायकीच्या शैलीशी जुळणारी होती. अण्णासाहेबांनी धृपद धमार गाण्याची अधिक तयारी करण्याचे निर्देश कृष्णा गिंडे आणि नंदभट यांना दिले. त्यांनी धृपद

धमार गायनपद्धतीचा अधिक अभ्यास आणि रियाज केला. पुढे आपल्या एकत्रित मैफलींमधून या दोघांनी उत्तमोत्तम धृपदे आणि धमार अतिशय सरावाने सादर केली व अण्णासाहेब रातंजनकरांची तीसुद्धा इच्छा पूर्ण केली.

राजाभैय्या पूँछवाले यांचीही तालीम नंदभटांना मिळाली होती. त्यांच्याकडे नंदभट महिना दीड महिना राहून शिकले होते. त्या काळात नंदभटांना सुट्टी होती. राजाभैय्यांकडे जाऊन शिकण्याचा नंदभटांचा हेतू मोठा स्तुत्य होता. पंडित भातखंडे यांची जी क्रमिक पुस्तक मालिका आहे, त्यात अंतर्भूत असलेल्या निम्म्याहून अधिक बंदिशी राजाभैय्यांकडच्या ग्वाल्हेर घराण्याच्या आहेत. राजाभैय्या भातखंडेंना आपले गुरू मानत. राजाभैय्यांनी त्या भातखंडेंना दिल्या आणि त्यांचा समावेश क्रमिक पुस्तक मालिकेत झाला आहे. त्या बंदिशी मुळात कशा गायल्या गेल्या आहेत हे जाणून घेणे हा नंदभटांचा हेतू होता. त्याचबरोबर राजाभैय्या जे टप्पे गात ते त्यांच्याकडून त्यांना शिकून घ्यायचे होते. क्रमिक पुस्तक मालिकेतील काही बंदिशी, दहा बारा टप्पे नंदभट राजा भैय्यांच्यासमोर बसून त्या महिन्या दीड महिन्याच्या काळात शिकले.

: ५ :

मधुमक्षिका वृत्तीने जे नंदभटांनी मिळवले ते लखनौला जेव्हापासून त्यांनी शिकवायला सुरुवात केली तेव्हापासून शिष्यांना मुक्त हस्ते, मुक्त कंठे दिले. किंबहुना उत्तम घराणेदार शिक्षण देणे, गाणे शिष्याच्या गळी उतरवणे हा त्यांच्या जगण्याच्या ध्येयपूर्तीचा एक भाग झाला, तो त्यांचा श्वास झाला. ज्या प्रकारे जवळ जवळ सत्तर वर्षे त्यांनी विद्यार्थ्यांना शिकवले, संगीताच्या उदात्ततेची आणि उंचीची त्यांनी विद्यार्थ्यांना जशी जाण करून दिली, त्यांनी जेवढे आणि जसे विद्यार्थी घडवले तसे ना कुणी घडवले असतील, ना कुणी यापुढे घडवू शकेल असे त्यांच्या अनेक शिष्यांशी बोलल्यावर खात्रीशीरपणे म्हणता येते.

नंदभटांची पहिली खासियत म्हणजे शिकवण्याचे हे कार्य त्यांनी अतिशय निस्पृहपणे केले. शिकवण्याचा मोबदला किती मिळतो आहे हे त्यांनी कधीही न पाहता त्यांनी मनापासून फक्त शिकवले. दुसरी महत्त्वाची गोष्ट अशी की शिष्याची कुवत किती, त्याला येते आहे की नाही किंवा येऊ शकणार आहे की नाही याचा विचार ते करीत नसत. अत्यंत ज्येष्ठपदी पोहोचल्यावरही त्यांच्या मनाला शिष्याच्या नवशिकेपणाचा विचार कधी शिवला नाही. समोर शिकायला आला आहे म्हणजे त्या विद्यार्थ्याला गोडी आहे. म्हणजे त्याला गाणे येणार आहे असे त्यांचे गृहीत होते आणि मग त्या विद्यार्थ्याला आधी अगदी 'सा' लावायला येईपर्यंत व तो लावता आल्यानंतरही

पुढे ते शिकवीत राहत. नंदभटांकडे श्रीवल्लभ संगीतालयात एक विद्यार्थी येई. त्याचा मुळात षड्जच लागत नसे. त्यामुळे पुढचे स्वर लावता येण्याचा काही प्रश्नच नसे. त्या विद्यार्थ्याचा 'सा' लागावा असा नंदभटांचा अगदी नियमित प्रयत्न चाले. असे खूप दिवस प्रयत्न केल्यावर त्यांना प्रश्न पडला की आता काय केले म्हणजे त्याचा 'सा' लागेल? वेगळा प्रयत्न म्हणून त्यांनी त्या विद्यार्थ्याला एक षड्जाचा तंबोरा आणि त्याबरोबर पंचमात वेगळा जुळवलेला तंबोरा अशी जोड दिली. त्या विद्यार्थ्याचा प्रथमच त्या दिवशी 'सा' लागला. त्या प्रयत्नातून त्या विद्यार्थ्याचा 'सा' लागला याचा आनंद त्या विद्यार्थ्यापेक्षा नंदभटांनाच अधिक झाला. अतिशय आनंदाने ते ही बातमी सांगण्यासाठी स्वामी वल्लभदासांच्या खोलीत के. जी. गिंडे यांच्याकडे आले, आणि त्या विद्यार्थ्याला 'सा' लावता आल्याची अत्यानंदाची गोष्ट नंदभटांनी कृष्णा गिंडे यांच्या कानी घातली. या घटनेचा अत्यानंद शिकणाऱ्यापेक्षा शिकवणाऱ्यालाच अधिक होणे यातच नंदभटांची शिकवण्याबद्दलची तळमळ दिसून येते. असेच एक उदाहरण इंदूधर निरोडी यांनी त्यांच्या भारतीय विद्या भवनमध्ये शिकत असतानाच्या काळातील दिले आहे.

भवन्समध्ये पहिल्या वर्षाच्या वर्गामध्ये साधारण पंचवीसएक विद्यार्थी असत. या सर्व विद्यार्थ्यांना एकत्रितपणे शिकवीत असताना नंदभटांचे वैयक्तिक लक्ष प्रत्येकाकडे असे. प्रत्येकाकडून बंदिशी, पलटे, अलंकार अगदी अचूकपणे त्यांचे स्वत:चे समाधान होईपर्यइत ते घोटवून घेत. त्याचेच फळ विद्यार्थ्यांना परीक्षेत मिळे. आणि सर्वच्या सर्व विद्यार्थी प्रथम वर्गात उत्तीर्ण होत असत. सुनीलकांत गुप्ता (हे नंदभट यांचे शिष्य बासरीवादक असून मुंबईच्या फिल्म डिव्हिजनमध्ये निर्माते आहेत) यांनी या नंदभट यांच्या शिकवण्याला आईच्या बाळगुटी पाजण्याची उपमा दिली आहे. बाळाला बाळगुटी पाजताना जशी आई त्याचे नाक धरून हळूहळू चिकाटीने ती पाजते तसे नंदभट शिकवीत असत.

इंदूधर निरोडी जेव्हा नंदभट यांच्याकडे शिकायला गेले त्या आधी ते रामराव पित्रे यांच्याकडे गाणे शिकले होते. त्यांनी स्पर्धा गाजवल्या होत्या आणि मैफलीही मारल्या होत्या. मात्र नंदभट यांच्याकडे शिकायला सुरुवात केल्यावर रागसंगीताची खरी ओळख त्यांना होऊ लागली असे त्यांनी नोंदवले आहे. इंदूधर निरोडींचा आवाज त्यांनी नंदभट यांचेकडे शिकायला सुरुवात केली तेव्हा फुटायला लागला होता. त्यामुळे त्यांच्या आवाजाचा पल्ला (range) कमी झाला होता. त्या काळात आवाजाला ताण आणायचा नसतो म्हणून नंदभट इंदूधर निरोडी यांना कमी पल्ला असणाऱ्या बंदिशी शिकवीत असत. इंदूधर निरोडी त्यांच्याकडे आठवड्यातून तीन वेळा सकाळी साडेसहा ते आठ आणि संध्याकाळी भारतीय विद्या भवनमध्ये शिकायला जात असत.

त्या वेळी ही काळजी नंदभट आठवणीने घेत आणि त्यांच्या आवाजाला ताण येणार नाही याची दक्षता घेत. नंदभट यांच्या निस्पृहपणे व कळकळीने शिकवण्याचा दाखला पंडित सी.आर. व्यास यांनी नंदभटांच्या सत्कारप्रसंगी काढलेल्या उद्‌गारातून मिळतो. ते तेव्हा म्हणाले होते की, 'त्यांच्यासमोर दगड जरी ठेवला तरी ते त्याला तसेच कळकळीने शिकवतील.' इंदूधर निरोडी या प्रसंगी उपस्थित होते.

समोरचा विद्यार्थी कसाही असला तरी त्याला संगीतात तयार करणे नंदभट ही आपली जबाबदारी असल्याचे समजत. त्याचबरोबर एखादा गुणी विद्यार्थी त्यांना जर भेटला तर त्यांना शिकवण्याचे भान उरत नसे. प्रसाद उपासनी हा राजा उपासनी व सीता उपासनी यांचा मुलगा. ती दोघेही नंदभट यांचे शिष्य. प्रसाद उपासनी याला त्यांनी नंदभट यांचेकडे शिकायला पाठवले. त्या दिवशी महाशिवरात्रीचा दिवस होता. सकाळी शिकवणीला सुरुवात झाली. तास झाला. नंदभट यांच्या पत्नी शारदाम्मा आज महाशिवरात्र आहे, देवळात जायचे आहे याची आठवण करून गेल्या. शिकवणी पुढे तशीच चालू राहिली. अजून तास दीड तास झाल्यावर शारदाम्मा देवळात जायचे म्हणून बाहेर येऊन थांबून राहिल्या. नंदभट यांचे प्रसादला शिकवण्याचे थांबेना आणि ते काही केल्या जागचे हलेनात. त्यांची आपली शिकवणी सुरूच होती. मग भटसाहेबांनी पत्नीस सांगितले की तू एकटीच जा. मी ही शिकवणी पूर्ण करतो. समोरचा विद्यार्थी तीक्ष्ण बुद्धीचा आणि विलक्षण आकलनशक्तीचा मिळाला तर नंदभट यांना शिकवताना वेळेचे भान उरत नसे याचे हे एक उदाहरण आहे. एकूणच शिकवण्यावरील निष्ठा, विद्यार्थ्याला यावे याची दुर्दम्य इच्छा, अचूकतेची ओढ आणि या सगळ्याबरोबर विलक्षण चिकाटी नंदभट यांचेकडे होती. याचबरोबर त्यांनी प्राप्त केलेले अफाट ज्ञान वाटून टाकावे, इतरांना ते मिळावे. त्यांनी ते घ्यावे अशी एक तळमळ त्यांच्याकडे होती. 'मेरे पास है। सीखो, पा लो।' असे ते विद्यार्थ्यांना नेहमी सांगत अशी एक आठवण श्रीवल्लभ संगीतालयामधील स्वामी चैतन्यस्वरूप यांनी सांगितली आहे.

विलक्षण गुरुभक्ती आणि दिल्या वचनावरील अढळ निष्ठा हा नंदभट यांचेकडील आणखी एक मोठा गुण होता. त्यांचे गुरू अण्णासाहेब रातंजनकर यांच्या आज्ञेनुसार ते वनस्थळीहून मुंबईत भारतीय विद्या भवनमध्ये शिकवायला आले होते. भारतीय विद्या भवन येथे सुरुवातीच्या काळात उत्पन्न अगदी तुटपुंजे होते. शिकवण्या करून नंदभट यांना भरपाई करावी लागत असे. असेच एकदा वनस्थळी विद्यापीठाचे प्रमुख श्री. हरीलालजी शास्त्री नंदभट यांना भेटले. त्यांनी नंदभट यांना परत येऊन वनस्थळी येथे शिकवण्याची विनंती केली. तिथे आता चांगली घरे आहेत. रस्ते आहेत वीजही आली आहे. चांगले घर आणि भारतीय विद्या भवनमध्ये जेवढा मिळतो त्याच्या दुप्पट पगार हरीलालजींनी नंदभट यांना देऊ केला. नंदभट या देकाराने थोडेसे विचारात

पडले. जीवनात स्थिर होण्याची ही त्यांच्यासाठी सुसंधी होती. परंतु त्यांचे गुरू अण्णासाहेबांना त्यांनी दिलेले वचन आडवे येत होते. त्यांनी गुरुजींना न विचारता, परवानगी न घेता जाणे योग्य नव्हते. तशी त्यांना हिम्मत होईना म्हणून के. जी. गिंडे यांना त्यांनी ही अडचण सांगितली आणि त्यांचा सल्लाही विचारला. गिंडे यांनी त्यांना गुर्वाज्ञेप्रमाणे इथेच राहावे, वनस्थळी येथे जाऊ नये असा अनुरोध केला. अर्थातच हा सल्ला नंदभट यांनी मानला. समोर आलेली आर्थिक सुबत्तेची संधी त्यागून ते भारतीय विद्या भवनमध्येच शिकवायला थांबले. अर्थात त्या वेळी त्यांनी के.जी गिंडे यांनाही एक अट घातली. लखनौहून गिंडे जेव्हा मुक्त होतील तेव्हा त्यांनी मुंबईला आपल्याबरोबर शिकवायला यावे अशी त्यांची अट होती. अर्थातच के. जी. गिंडे यांनीसुद्धा ही अट मानली आणि आयुष्यभर कायम पाळली.

नंदभट हे शब्दाचे पक्के असल्याचे आणखी उदाहरण स्वामी चैतन्यस्वरूप यांनी सांगितले आहे. श्रीवल्लभ आश्रमाचे संस्थापक स्वामी श्रीवल्लभदास आजारी होते. त्यांना बघायला, भेटायला नंदभट नियमितपणे जात असत. एकदा ते असेच स्वामींना भेटले असता स्वामींनी श्रीवल्लभ संगीतालयाच्या भविष्याबद्दल चिंता व्यक्त केली. त्यांची ती चिंता पाहून नंदभटांनी त्यांना खात्री दिली की मी माझ्या अखेरच्या श्वासापर्यंत या विद्यालयात शिकवीत राहीन. हे त्या वेळी स्वामीजींना दिलेले वचन नंदभट यांनी अक्षरश: पाळले. नंदभट आपल्या नव्वदाव्या वर्षी अखेरच्या दिवसापर्यंत श्रीवल्लभ संगीतालयात विद्यार्थ्यांना शिकवीत होते. त्यांची अखेरची यात्रा विद्यालयातूनच निघाली.

कोणत्याही कलाकाराच्या मैफलीला वेळेवर जायचे आणि मैफल संपल्यावरच निघायचे असा नंदभट यांचा शिरस्ता असे. कलाकार मोठा असो, लहान असो, त्याचा कार्यक्रम रंगतदार होवो अथवा रटाळ होवो. ते आपला हा शिरस्ता मोडत नसत. संगीतकलेविषयीचे विलक्षण प्रेम आणि एकूणच उदात्त भावना यामागे असे. सुनीलकांत गुप्ता या त्यांच्या शिष्याने याबद्दलचा एक किस्सा सांगितला. एका मैफलीत असाच एक कलाकार रद्दड गात होता. त्याचे गायन चालू असताना तसेच बसून ऐकणे, सहन करणे केवळ अशक्य कोटीतील होते. तरीसुद्धा नंदभट ते अखेरपर्यंत बसून ऐकत होते. मैफल संपल्यावर घरी परत जात असता सुनीलकांत गुप्ता यांनी शेवटी म्हटले, 'त्रासदायक मैफल होती ती? कसा भयंकर गात होता तो?' त्यावर नंदभट यांनी शांतपणे सुनीलकांत गुप्ता यांना समजावले, 'प्रत्येकाला चांगले गावे असेच वाटत असते. पण त्या गायकाला चांगला शिकवणारा भेटला नाही त्यात त्याची काय चूक?' कलेविषयीची नंदभट यांची जी आदराची व उदात्ततेची भावना होती ती या उद्गारांमधून स्पष्ट होत होती.

मनाचा मोठेपणा, सहृदयता, उदार अंत:करण आणि आर्थिक मदतीसाठीही तत्परता असेही नंदभट यांचे गुणवर्णन केले जाते. वास्तविक नंदभट हे आर्थिकदृष्ट्या संपन्न होते अशातला काही भाग नव्हता. तरीसुद्धा त्यांनी वेळोवेळी शिष्य आणि सुहृदांना जी उदारपणे मदत केली आणि किंवा परतफेडीच्या रूपात जे काही दिले आहे ते स्तिमित करणारे आहे. राजा उपासनी हे पूजा गायतोंडे (या सध्याच्या ख्यातनाम गझल व ठुमरी गायिका आहेत.) हिची संगीताची शिकवणी घेत असत. त्यांना जेव्हा अमेरिकेला जायचे झाले तेव्हा त्यांनी नंदभट यांना ती शिकवणी घ्यावी अशी विनंती केली. विद्यार्थ्याचे नुकसान होऊ नये आणि आपल्याहून चांगल्या गुरूकडून शिष्यास शिक्षण मिळावे ही यामागील भावना होती. ही शिकवणी नंदभट यांनी स्वीकारली. उपासनी अमेरिकेहून परत आल्यावर नंदभट यांनी ती शिकवणी परत राजा उपासनी यांच्याकडे परत केली. 'तुझी शिकवणी तू परत घे' असा धोशा नंदभटांनी राजा उपासनींकडे लावला. विद्यार्थिनीचे चांगले शिक्षण होत आहे तेव्हा तुम्हीच तिला शिकवणे चालू ठेवा असे राजा उपासनींना मोठी मिनतवारी करून नंदभट यांना समजवावे लागले.

असाच नंदभट यांच्या उदार स्वभावाचा प्रसंग आहे. प्रसाद उपासनीला अमेरिकेला पाठवण्यासाठी राजा उपासनींची पैशांची जुळवाजुळव सुरू होती. एक दिवस नंदभट दारात पैसे घेऊन येऊन उभे राहिले. तुमच्या जमवाजमवीत माझेही हे पैसे घ्या. उपयोगी पडतील असे म्हणून त्यांनी पाकीट राजा उपासनींच्या हाती कोंबलेच. प्रसंगाला मागे उभे राहाणे हे नंदभट यांचे मोठेपणाचे वैशिष्ट्य होते.

सुनिलकांत गुप्ता यांचा एक अनुभव विलक्षण आहे. नंदभट यांना संगीत नाटक अकादेमी पुरस्कार जाहीर झाला त्या वेळची ही गोष्ट आहे. नंदभट यांच्याबरोबर सुनीलकांत गुप्ता दिल्लीला गेले होते. समारंभ आटोपल्यावर ते त्यांच्याबरोबर परत आले. त्या नंतर एक दिवस नंदभट यांचा सुनीलकांत गुप्ता यांना फोन आला. नंदभट यांच्या घरी भेटून मग फिल्म डिव्हिजनच्या कार्यालयात जा असे त्यांनी सांगितले. सुनीलकांत गुप्ता त्यांच्याकडे भेटायला गेले. तेव्हा नंदभट यांनी सुनीलकांतना आपल्या शेजारी सोफ्यावर बसायला सांगितले. खरा असा प्रघात नव्हता. सुनीलकांत त्यांच्या शेजारी कधी बसत नसत. त्यांच्यापुढे जमिनीवर बसत असत. हे नवीन काय म्हणून सुनीलकांत संभ्रमात पडले. सुनितीताईंनी (नंदभटांची कन्या) त्यांना सांगितल्याप्रमाणे नंदभटाच्या शेजारी बसण्याची खूण केली. सुनीलकांत गुप्ता शेजारी बसल्यावर नंदभट यांनी एक पाकीट काढले आणि सुनीलकांत गुप्ता यांच्या हातात ठेवले. त्यात पैसे असल्याचे हाताला लागत होते. सुनीलकांत गुप्ता यांनी ते पाकीट घेण्यास नकार

दिला. ते ऐकेनात तेव्हा पुन्हा सुनितीताईंनी दटावले. 'त्यांना वाईट वाटेल, तू घे' असे त्या म्हणाल्या म्हणून सुनीलकांतनी नाइलाजाने ते पाकीट घेतले. कार्यालयात आल्यावर त्यांनी उघडून पाहिले तर त्यात दहा हजार रुपये होते. सुनीलकांत गुप्ता हे रजा घेऊन आपले कार्यक्रम सोडून नंदभट यांच्याबरोबर दिल्लीला गेले होते. वास्तविक शिष्य म्हणून गुरुप्रती त्यांचे ते कर्तव्य होते आणि त्यात त्यांना आनंदही होता. परंतु नंदभट यांना असे कोणी जरी काही आपल्यासाठी करू लागला तरी ते खूप काही वाटे. त्या भावनेतून त्यांनी सुनीलकांत गुप्ता यांच्या मदतीची परतफेड केली होती. अर्थात सुनीलकांत गुप्ता हे असे नंदभट यांनी का केले हे त्यांना कधी विचारू शकले नाहीत. ते पैसे पाहून ते केवळ विस्मयचकित व सैरभैर झाले आणि गुरूंच्या विलक्षण कृपाप्रसादाने भारावून जाऊन ढसाढसा रडले.

नंदभट यांच्या पहिल्या पुण्यतिथीच्या वेळचा एक प्रसंग आहे. त्या पुण्यतिथीच्या निमित्ताने झालेल्या कार्यक्रमात झरीन शर्मा या त्यांच्या सरोदवादक शिष्येने ही आठवण सांगितली. त्या एकदा नंदभट यांच्याकडे शिकायला गेल्या असताना नंदभट झरीन शर्मा यांना म्हणाले, 'नेहमी तू मला सांगतेस तो राग मी तुला शिकवतो. आज मी जो ठरवला आहे तो राग तुला शिकवणार आहे.' त्यांनी ठरवलेला तो राग होता हमीर. 'मधुबनमें राधिका नाची रे' या महमद रफींच्या ध्वनिमुद्रिकेमुळे तो राग प्रसिद्ध झाला होता. या रागाला जरी प्रसिद्धी मिळालेली असली तरी हा राग काही विस्तारक्षम मोठ्या रागांमध्ये गणला जात नसे. एकूणच हा एक ऐकलेला सोपा राग आहे अशी या रागाबद्दलची कल्पना झरीन शर्मा यांची होती. त्या दिवशी मात्र त्या रागाचा त्यांना नव्याने साक्षात्कार झाला. साधारण अडीच ते तीन तास फक्त हमीर म्हणजे हमीर राग नंदभट यांनी झरीन शर्मा यांना शिकवला. त्यात सरगमींमधून विस्तारविविधता, मांडणी आणि मेळ (permutations and combinations) दाखवले, आकार, जोरकसपणा, मृदूपणा, वीण (texture) कोणते व कसे वापरावे त्याचे महत्त्व दाखवले, नोमतोम आलापामधून रागाचे कळीचे अलंकार, अशा अनेक गोष्टी हमीर रागात अडीचतीन तासांत त्यांनी दाखवल्या. त्यांच्या त्या रागदर्शनाने झरीन शर्मा यांना कोणताही राग छोटा किंवा सोपा नसतो हे ध्यानी आले. पुढे अशाच छोट्या समजल्या जाणाऱ्या 'झिंजोटी' रागाच्या बाबतीतही असाच प्रत्यय शिकवणीतून नंदभट यांनी पुन्हा एकदा आणून दिला.

रामदास भटकळ यांचाही नंदभट यांच्या बाबतीतील शिकवणीचा अनुभव असाच आहे. शिकवताना ते विद्यार्थ्याला भरभरून तर देतच असत पण त्याचबरोबर त्याची सुरांची जाण पक्की करण्याची त्यांची एक वेगळी पद्धत होती. विद्यार्थ्याचा सूर कमी जास्त लागत असेल तर ते स्वत: तो चुकीचा स्वर विद्यार्थ्याप्रमाणे लावीत आणि

त्यानंतर नेमका बरोबर सूर लावून दाखवून हळूहळू विद्यार्थ्याला चुकीतून बरोबर करीत. त्याचबरोबर सुरेलपणातून मिळणाऱ्या आनंदाचा-किंबहुना चिदानंदांचा-अनुभव विद्यार्थ्याला घडवीत.

रामदास भटकळ जेव्हा शिकायला जात तेव्हा लार्सन अँड टुब्रो या कंपनीत उच्चाधिकारी असलेले त्यांचे मित्र मोहन वाघ नंदभट यांच्याकडे शिकायला येत असत. ते यांच्याकडून महिन्याला शंभर रुपये एवढीच फी घेत असत. त्या वेळी वयाने आणि अधिकाराने त्यांच्याहून कनिष्ठ गुरूही शिकवणीचे दर बैठकीचे शंभर रुपये विद्यार्थ्याला आकारत असत. आलेला विद्यार्थी जरा श्रीमंत वर्तुळातील असला की ती संधी समजून मग हे अन्य गुरू वाढीव फी अशा विद्यार्थ्याकडून घेत असत. नंदभट यांचे असे काही नसे.

आपले गुरू कमी फी घेतात अशी भावना उलट विद्यार्थ्यांचीच होई. अशाच भावनेने एकदा रामदास भटकळ यांनी स्वत:हून फी वाढ केली. तेव्हा नंदभट यांनी तू चुकून जास्त पैसे दिलेस असे म्हणून ते परत देऊ केले. आपण स्वत: होऊन ही फी वाढवीत असल्याचे रामदास भटकळ यांनी सांगितले आणि अशा पद्धतीने हळूहळू स्वत:च त्यांची फी वाढवीत नेली. नंदभट आपल्या समोरील विद्यार्थ्याची आर्थिक पत अधिक आहे म्हणून अधिकची अपेक्षा कधीही बाळगत नसत. परदेशी विद्यार्थी त्यांच्याकडे शिकण्याच्या इच्छेने येत. एरवी अन्य संगीत शिक्षकांना परदेशी विद्यार्थी मिळणे हा घबाडयोग वाटे, आजही तो तसाच वाटतो. कारण चांगली फी त्यांच्याकडून मागता येते. परदेशी विद्यार्थ्याला शिकवतो म्हणून गुरूला प्रतिष्ठा मिरवता येते. याउलट नंदभट मात्र त्या परदेशी विद्यार्थ्यांना भाषेची अडचण असते आणि त्यांना सलग शिकता येत नाही असे सांगत आणि त्यामुळे त्यांना मनासारखी तालीम देता येत नाही, शिकवण्याचे आंतरिक समाधान मिळत नाही म्हणून त्या विद्यार्थ्यांना शिकवायला नाखूश असत.

गिंडे-भट जुगलबंदीचे अनेक कार्यक्रम या जोडगोळीने गाजवले. मात्र जुगलबंदीसाठी किंवा मैफलीसाठी जी एक आक्रमकता हवी असते ती नंदभट यांच्याकडे मुळातच नव्हती. त्यामुळे जुगलबंदीच्या कार्यक्रमात आघाडीची आणि महत्त्वाची भूमिका छोटू गिंडे यांच्याकडे असे.

नंदभट यांचा शिकवण्यातील प्रामाणिकपणा जो विद्यार्थ्याप्रती असे तोच एरवी संगीतवर्तुळातही दिसे. संगीत महाभारतीतर्फे संगीताचा माहितीकोश तयार करण्याचे काम चालू होते. त्या वेळी त्या समितीत नंदभट यांना महत्त्वाचे प्रमुखपद निखिल घोष (संगीत महाभारती या मुंबईच्या संस्थेचे हे संस्थापक.) देऊ इच्छित होते. संस्थेच्या व्यवस्थापन समितीचे अध्यक्ष रामदास भटकळ यांच्या मध्यस्थीने नंदभट

यांना तशी विनंती केली गेली. नंदभट यांनी त्यावर 'मला अजून अभ्यास करावा लागेल' असे उत्तर दिले होते. 'अप्रचलित राग शिकवा' असे सांगितले तरी 'अभ्यास करावा लागेल' असे उत्तर आपल्या शिष्यांना नंदभट नम्रपणे देत असत. तरीही त्यांनी कष्टपूर्वक अण्णासाहेबांचे सर्व स्वनिर्मित राग रामदासांना शिकविले.

: ६ :

नंदभट यांची शिकवण्याप्रती असलेली तळमळ अशी की विद्यार्थ्याला त्यांच्या वर्गाला अनुपस्थित राहणे अपराधीपणाचे वाटे. बैठकीची तयारी ते स्वत: करत. नंदभट विद्यार्थ्यांची वाट पाहत बसत. विद्यार्थी आला की त्याच्यासाठीचे तंबोरे ते स्वत: जुळवत असत. म्हणूनच सत्तावीस वर्षे सातत्याने रामदास भटकळ त्यांच्या तालमींना कधी अनुपस्थित राहिले नाहीत. शिकवणीचे वर्गाचे दिवस सोडून बाहेरगावचे दौरे त्यांनी आखले. दि. १४ फेब्रुवारी २००८ या दिवशी नंदभट यांना अचानक अस्वस्थ वाटू लागले. सगळे कुटुंबीय सकाळी टीव्ही पाहत बसले होते. त्यामुळे रामदासांना सकाळी येऊ नका, संध्याकाळी बसता येईल असा निरोप दिला. अचानक त्यांना हृदयविकाराचा तीव्र झटका आला, ते सोफ्यावर झोपले ते उठले नाहीत. इतकी वर्षे नियमाने आणि प्रेमाने शिकवणारे नंदभट आता शिकवू शकणार नव्हते याचा प्रचंड धक्का रामदास भटकळ यांना बसला. पुढचे तीन महिने ते गायले नाहीत. अजूनही त्यांच्या सर्वच शिष्यांच्या मनातून नंदभट यांच्या शिकवणीच्या स्मृती जाऊ शकत नाहीत.

नंदभट हे अत्यंत कुटुंबवत्सल होते. त्यांनी आईला दोन वचने दिली होती. मी शेंडी ठेवीन आणि शाकाहारीच राहीन असे त्यांनी आईला सांगितले होते. ही दोन्ही वचने त्यांनी कसोशीने पाळली. त्यांनी समोरून जरी शहरी पद्धतीचा क्रॉप केला असला तरी पाठी छोटीशी शेंडी ठेवली होती. त्यांची मुले जरी मांसाहारी झाली तरी ते स्वत: पूर्णपणे शाकाहारी राहिले.

नंदभटांचा मोठा भाऊ थोडा मंदबुद्धी होता. तो मुंबईत आला की मात्र त्याला कामात गुंतवून ठेवण्याचा प्रयत्न नंदभट नेहमी करत असत. त्यामुळे त्याचा आत्मविश्वास राहील आणि आपण काहीतरी काम करू शकतो याचा त्याला आनंद मिळत राहील ही त्यामागची भावना होती. आपले वैयक्तिक काम कधीही कोणालाही न सांगणारे नंदभट आपल्या मोठ्या भावाला आपली छोटी छोटी कामे सांगत. त्याचे सर्वांनाच आश्चर्य वाटे. मात्र त्यांची भूमिका आपल्या दादाबद्दलच्या सद्भावाची आहे आणि त्याच्या मनाच्या उभारीसाठी हे त्यांचे असे वागणे आहे हे नंतर सर्वांच्या लक्षात येई.

एकूणच नंदभट यांच्या सहवासात जे जे म्हणून आले आणि त्यांच्याकडे जे जे म्हणून शिकले त्यांच्या मनात नंदभट त्यांच्याबद्दलचा ऋणानुभाव असल्याचे दिसून येते. के. जी. गिंडे, दिनकर कायकिणी यांच्यापासून आजच्या पूजा गायतोंडे यांच्यापर्यंत हाच भाव सर्वसमानतेने दिसतो. खरे म्हणजे कला असो अगर विद्या असो. घेणाऱ्याच्या कुवतीनुसार ती कमीजास्त प्राप्त होत असते. परंतु नंदभट यांच्या शिकवण्याबद्दल, नीतिमूल्यांचे आदर्श ठसवण्याबद्दल एक महत्त्वाची गोष्ट अशी दिसते की शिकवणे अथवा सांगणे ही जणू काय विधात्याने त्यांना पाठवताना त्यांच्यावर टाकलेली एक जबाबदारीच आहे असे नंदभट यांचे वागणे असे. म्हणूनच इथे लाभार्थीहूनही देणारा गुरू अधिक उत्सुक असे. निस्पृहपणे कला आणि विद्याच नव्हे तर आपल्याला जे जे म्हणून काही देणे शक्य आहे ते ते सर्वांना वाटत राहणे एवढ्या एकाच ध्येयाने झपाटलेले नंदभट यांचे व्यक्तिमत्त्व होते. संगीताच्या क्षेत्रात इतका ज्ञानी आणि दाता गुरू सापडणे आता यापुढे दुर्मीळ होणारे आहे.

: ७ :

नंदभट यांच्या सांगीतिक व्यक्तिमत्त्वाचा परिचय आपण त्यांच्या उपलब्ध झालेल्या संगीत मैफलींच्या ध्वनिमुद्रणांवरून करून घेणार आहोत. मीरा म्युझिक या ध्वनिमुद्रण कंपनीने प्रकाशित केलेल्या ह्या ध्वनिमुद्रिकेत नंदभट राग 'श्री' आणि राग 'खट' गायले आहेत. या रागाची शास्त्रीय ओळख करून घेण्याबरोबरच नंदभट यांच्या सांगीतिक व्यक्तिमत्त्वाची, त्यांच्या शैलीची ओळखही ओघाने या ध्वनिमुद्रणाद्वारे आपण करून घेऊ.

सुरुवातीला 'श्री' रागात आधी नंदभट यांनी नोमतोम आलाप केले आहेत. आग्रा घराण्याचे वैशिष्ट्य असलेले आणि त्यातही उस्ताद फैय्याज खाँ यांची छाप असलेले हे नोमतोम आलाप आहेत. रागविचार आणि लयविचार हे या पद्धतीच्या नोमतोम आलाप शैलीचे वैशिष्ट्य आहे. सुरुवातीला षड्ज मिळवण्याबरोबर षड्जाजवळील निषाद (नि१) आणि कोमल ऋषभाला (रे१) ललकारून षड्ज भरणे त्यांनी सुरू केले आहे. असा षड्ज भरणे चालू असताना अगदी सहज त्याच ओघात ते पंचमावर जातात. ते पंचमावर जात असताना जी मींड घेतात त्या मींडेमधला नाजुक हळुवारपणा ऐकताना जरी सोपा वाटला तरी तो गाऊन बघितल्यावर किती अवघड आहे ते समजते. पंचमावर एकदा स्थिरावल्यावर मग पंचमाजवळील तीव्र मध्यम (म१) आणि कोमल धैवत (ध१) यांच्या अगदी लालित्यपूर्ण उच्चाराने त्यांचे पंचम भरणे सुरू झालेले आहे. जसे षड्जावर काम तसेच त्याच प्रकारे पंचमावर काम चालले

आहे. क्रिकेटमध्ये ज्याला 'कॉपी बुक स्टाईल बॅटिंग' म्हणतात तसे हे टेक्स्टबुक स्टाइल गायन चालले आहे. परंतु त्यातील कलात्मकता हरवलेली नाही किंवा ते गाणे बाळबोध झालेले नाही. ते ऐकायला जरी साधे सोपे वाटत असले तरी तो नंदभट यांच्या व्यक्तिमत्त्वाचा भाग असल्यामुळे ते इतरांना सहजतेने गायला अतिअवघड आहे. महात्मा गांधींची अहिंसा विचारसरणी कळायला अगदी सोपी, साधी वाटत असली तरी आचरणात आणायला जशी अतिअवघड आहे किंवा शवासन हा योगासन प्रकार जसा जमिनीवर उताणे झोपायचे असा सोपा वाटला तरी आसनपूर्ततेच्या दृष्टीने जसा अतिअवघड आहे तसेच नंदभट यांचे हे आलाप आहेत. पंडित रविशंकरांनी आपल्या बंगालीतील आत्मचरित्रात (मराठी अनुवाद-विलास गिते) म्हटले आहे की धृपद धमारचे गायन ज्या काळात झाले त्या काळातील गायक सुशिक्षित व सुसंस्कृत होते. ते शास्त्र जाणत असत. आणि ते पाळत असत. स्वामी हरिदास, बैजू, तानसेन व त्यांच्या पुढील पिढ्या अशी उदाहरणे पंडित रविशंकर यांनी दिली आहेत. मात्र ख्याल गायन सुरू झाले आणि राजेरजवाडे, नवाब यांच्या आश्रयाला ते जाऊन त्यांचे मनोरंजन म्हणून ख्यालगायन होऊ लागले तेव्हा शास्त्रातील आणि गायनातील शुचिता, शुद्धता यांकडे दुर्लक्ष होऊ लागले. पुढे तो पायंडा पडला आणि कलेच्या नावे शास्त्राची होणारी मोडतोड स्वीकारली जाऊ लागली. आजच्या काळातही असे अशुद्ध गायन करणारे आणि शास्त्राचे व्यवस्थित ज्ञान नसणारे कलाकार दिसून येतात. पंडित रविशंकर अशा शास्त्राविषयी अज्ञानी, उदासीन असणाऱ्या आणि शास्त्राची शुद्धता न पाळणाऱ्या कलाकारांविषयी त्यांच्या पुस्तकात नापसंती व्यक्त करतात. नंदभट यांच्या या ध्वनिमुद्रणातील गायन ऐकताना मात्र शास्त्रशुद्धतेचा चांगला प्रत्यय येतो. कलात्मकता हवी मात्र ती शास्त्र अव्हेरून, शास्त्राची मोडतोड करून नव्हे या मान्य भूमिकेचा प्रत्यय ही ध्वनिमुद्रिका ऐकताना येत राहतो. ही ध्वनिमुद्रिका नंदभट यांच्या वयाच्या सत्तरीनंतरच्या मैफलीतील गायनाची आहे. त्यामुळे वयाचा परिणाम त्यांच्या आवाजावर झालेला दिसतो आहे. मात्र शास्त्रशुद्ध पायावर आधारलेली त्यांची 'श्री' रागातील नोमतोम आलापी विलक्षण रोचक आहे. विलंबित लयीपासून हळूहळू द्रुत लयीत ही नोमतोम आलापी झाली आहे. ती अखंडपणे पकड घेणारी अशी आहे. या रागात कोमल ऋषभ (रे१) - तीव्र मध्यम (म१) आणि तीव्र मध्यम (म१) - निषाद (नि१) अशी स्वरसंगती शास्त्राधार व कलासौंदर्य म्हणून फार सुरेख रीतीने योजण्यात आली आहे.

नोमतोम आलापी संपल्यावर 'सांझ भयी' ही प्रसिद्ध विलंबित बंदिश आणि त्याची बोल आलापीची बढत नंदभट यांनी साधली आहे. या बढतीची काही रंगतीची वैशिष्ट्ये आहेत. पहिली गोष्ट म्हणजे रागाचे मूर्त स्वरूप सुरुवातीच्या नोमतोम

आलापीमध्ये दाखवून झाले आहे. आता 'सांझ भयी, आओ तुम आओ, हरी के गुन नीके गाये सुनाओ' ही बंदिश जी समोर आहे त्यातून रागविस्तार करायचा आहे. म्हणजे रागाची मूर्ती शब्दफुलांनी मढवायची आहे. नंदभट हे सजवण्याचे, मढवण्याचे काम अगदी तन्मयतेने व रसपूर्णतेने करीत आहेत. हिंदी शब्दोच्चारण हा खास या घराण्यात शिकलेल्या गायकांचा उखनीय गुणविशेष आहे. नंदभट 'सांझ भयी, तुम आओ' आणि 'हरीके गुन नीको गाये सुनाओ' ही एवढीच शब्दसंपत्ती हाती असताना नंदभट शब्दांच्या विभिन्न उच्चारांना रागाच्या अलंकारिक सुरावटींमधून शब्दालंकारांना गुंफून फार सुंदर या बढतीत रंगवताना ऐकायला मिळतात.

'नैन प्राणमे तुमही बसत हो' हा या बंदिशीचा अंतरा असाच तार षड्जाच्या आधाराने रंगवला आहे. घोटीव व आखीव सुरावट हे नंदभटांचे आणखी वैशिष्ट्य दिसते. जीवनात पाळलेली तत्त्वनिष्ठा व शिस्त त्यांच्या या गाण्यात स्पष्ट दिसते. आखलेल्या लयीला धरून (ती सुद्धा मध्यलय)चालणे, कुठे धावणे नाही, किंवा कुठे रेंगाळणे नाही असे या 'श्री' रागात चालले आहे. गाण्यात कुठे दिखाऊपणा नाही, भडकपणा नाही. आदळआपट तर नाहीच नाही. श्रोत्यांना नेहमी समपातळीवर व सतत उल्हसित ठेवणारे असे हे गाणे चालले आहे. बोल आलापीतही ही समपातळी त्यांनी राखली आहे. मात्र त्यांची सरगम सुरू झाल्यावर त्याची उद्दीपन (excitement) पातळी वाढलेली दिसते. अतिशय आव्हानात्मक व क्लिष्ट अशी ही सरगम या ध्वनिमुद्रणात नंदभट करीत आहेत. कृष्णभट होनावर यांच्याकडून जी तालीम त्यांना अगदी गुरूच्या उभारत्या वयात मिळाली आहे. त्याचेच प्रत्यंतर या सरगमीमधून येते आहे. सरगमींनंतर मोजकी तानबाजी करून मग नंदभट 'गुनी गुन निहार गुनको सार' ही द्रुत बंदिश सुरू करतात. या त्रितालातील द्रुतलयीतील बंदिशीतही त्यांच्या गाण्याचा तोच आखीव स्तर कायम आहे. लयीला धरून व रागाला चिकटून त्यांची सुरेख बोलआलापी चाललेली आहे. नंदभटांचे शब्दांना रुजवण्याचे व फुलवण्याचे कसब इथे दिसून येते. बंदिश ही अर्थभावानुसार प्रगट करण्याचा वसा या रातंजनकर परंपरेने जो उचलला आहे त्याचेच प्रत्यंतर या नंदभट यांच्या बंदिशीच्या मांडणीतून येते आहे. यातून या परंपरेची श्रीमंती दृग्गोचर तर होतेच परंतु त्याचबरोबर बंदिश श्रोत्यांपर्यंत पोचावी यासाठीची त्यांची तळमळही दिसून येते. या द्रुत बंदिशीतही सरगमी, ताना याद्वारे नंदभट यांनी रंगत साधली आहे.

यानंतर या संग्रहात 'खट' रागाचे ध्वनिमुद्रण आहे. हा एक कमी ऐकायला मिळणारा दुर्मीळ प्रकारातला राग आहे. आधी नोमतोम आलापीतून हा राग, त्याचे स्वरूप त्यातील खाचाखोचा, अल्पत्व, बहुत्व समोर येते. ही नोम तोम आलापी श्रवणीय तर आहेच परंतु ती शिष्य व विद्यार्थ्यांसाठी एक तालीमही आहे. 'बंधा

समाँ सुर, लय, राग ताल' ही त्रितालातील द्रुत बंदिश ते या संग्रहात गात आहेत. जवळपासच्या रागांपासून या रागाचा तोल सांभाळणे आणि त्याला जपणे हे तर खरे अवघड आहे. या कारणाने हा राग गाणे आव्हानात्मक आहे. परंतु नंदभट यांचा पाया किती भक्कम आहे, गुरू आणि गायक म्हणून श्रेष्ठत्व केवढे मोठे आहे ते या रागाच्या श्रवणातून लक्षात येते. आलापी, ताना यामध्ये द्विरुक्ती कुठेही न होता हा राग ते गायले आहेत. त्याचबरोबर रागाचे अवघड स्वरूप सोपे करून त्यांनी इथे दाखवले आहे. एखादे चित्र किंवा काव्य जसे एखादा विचार अधिक स्पष्टपणे व प्रगल्भपणे स्पष्ट करते तसा हा रागविचार नंदभट यांच्या या गायनात स्पष्ट झाला आहे.

व्यक्तिमत्त्व तसे गाणे असे जे म्हणतात ते नंदभट यांच्या बाबतीत अगदी तंतोतंत खरे होते. नंदभट यांचा पिंड मवाळ आणि मृदू असा होता. त्यांनी जी गायनशैली स्वीकारली होती ती मात्र उस्ताद फैय्याज खाँसाहेबांची मुळातच आक्रमक आणि श्रोत्यांना आपल्या प्रभावाखाली आणणारी अशी होती. अशा या शैलीच्या प्रभावाखाली नंदभट जरी लहानाचे मोठे झाले असले आणि त्यांच्या गाण्यात अनिवार्यपणे ती आक्रमकता कधीतरी डोकावत असली तरी त्याचा व त्यांच्या गाण्याचा तो खरा आत्मा नव्हता. प्रेमळ शिक्षक, प्रेमळ गुरू, प्रेमळ पित्याचे उपदेशामृत असलेले जसे सांगणे असते तसे त्यांचे गाणे होते. संगीतातील आदर्श असे थोडे काही मला गुरुप्रसाद रूपाने मिळाले आहे. ते आपणही स्वीकारावे आणि आपल्या श्रेष्ठ गुरूविषयी कृतकृत्य, कृतज्ञभाव मनी धरावा असे आर्जव त्यांच्या गाण्यात असायचे. आपण गातो आहोत ते काही अलौकिक आहे, असे त्यांच्या गाण्याच्या वृत्तीत नसे. त्यांचा तसा अभिनिवेशही नसे. त्यांच्या या ध्वनिमुद्रणांचा आपणा सर्व श्रोत्यांना हा संदेश आहे असे म्हणता येईल.

❑❑❑

पंडित एस. सी. आर. भट यांचेवरील लेखन

http://www.mohannadkarni.org/pt-s-c-r-bhat-felicitated/ लेखन – मोहन नाडकर्णी यांचा दि. २ एप्रिल १९८९च्या इकॉनॉमिक टाइम्स वृत्तपत्रातील लेख

पंडित एस. सी. आर. भट यांची उपलब्ध ध्वनिमुद्रणे

अनु. क्रमांक	माध्यम स्वरूप	ठिकाण/प्रकाशन	अधिक माहिती	शोधसूत्र	शेरा
१	ऑडियो सीडी	मीरा म्युझिक, मुंबई	राग श्री, खट	कोड एमएम ०२७	१ सीडी
२	ऑडियो सीडी	मीरा म्युझिक, मुंबई	(भट-गिंडे जुगलबंदी) राग रजनी कल्याण, दीपक, बहार	कोड एमएम ००८	१ सीडी
३	ऑडियो सीडी	मीरा म्युझिक, मुंबई	(भट-गिंडे जुगलबंदी) दरबारी धृपद, हिंडोल धमार	कोड एमएम ०५३	१ सीडी
४	ऑडियो सीडी	मीरा म्युझिक, मुंबई	(भट-गिंडे जुगलबंदी) राग शुद्ध बिलावल धृपद, राग शहाणा सादरा	कोड एमएम ५२	१ सीडी

परिशिष्ट

प्रकरण - ३

पं. एस. सी. आर. भट यांच्या बंदिशी

नंदभट हे स्वत: रचनाकार होते, संगीताचे विद्वान भाष्यकार व पारंपरिक रचनांचा संग्रहकोश होते ही गोष्ट त्यांनी कोणाला सांगितली नसल्यामुळे फारशी कोणाला माहीत नव्हती. या त्यांच्या विशेष पैलूंची ओळख आता आपण करून घेऊ. अण्णासाहेब रातंजनकरांच्या संपादकीय नेतृत्वाखाली 'लक्ष्यसंगीत' नावाचे त्रैमासिक भातखंडे संगीत विद्यापीठात सन १९५४ पासून सुरू झाले होते. त्यात देशभरातील कलाकार व विद्वानांचे लेख, नवीन राग, नवीन बंदिशी, संशोधने इत्यादी प्रसिद्ध केली जात. हे त्रैमासिक १९५८ पर्यंत चार वर्षे चालले. (या त्रैमासिकाचे सर्व अंक मुंबईचे श्री. यशवंत महाले यांनी बाइंडिंग करून जतन करून ठेवले आहेत.) ह्या त्रैमासिकात नंदभट यांच्या पूरिया रागातील दोन नवीन बंदिशी व लेख त्यावेळी छापून आले होते. चंद्रशेखर भट, बंबई या नावाने हे लेख व बंदिशी नंदभट यांनी केले आहेत.

टीप: नंदभट यांचे गुरुबंधू व अण्णासाहेब रातंजनकर यांचे शिष्य पंडित यशवंत महाले यांच्या जाणीवपूर्वक केलेल्या संग्रहामुळे या दुर्मीळ बंदिशी समोर आल्या व इथे छापता आल्या. सत्तावीस वर्षे नंदभट यांचेकडे शिकत असलेल्या रामदास भटकळ यांनाच नाही तर नंदभटांच्या कुटुंबीयांनाही या बंदिशींविषयी माहिती नव्हती. कारण तसा कोणताही उल्लेख नंदभट यांनी यापूर्वी कधीही केला नव्हता.

राग :कौशी कानडा (एकताल विलंबित)

स्थायी

बरनी न जाई तुमरी भलाई,
दियो तनमनसों सबनको
राग ताल तान रसको ग्यान

अंतरा

सीख न पाऊं नित चरननसों
कीजो दया मोपे चतुर सुजान

ही बंदिश नंदभट यांनी त्यांचे गुरू अण्णासाहेब रातंजनकरांच्या षष्ट्यद्बीपूर्ती समारंभाच्या निमित्ताने डिसेंबर १९६१ मध्ये रचली आहे. त्यांचे गुरू अण्णासाहेब रातंजनकर व दादागुरू पंडित विष्णू नारायण भातखंडे यांच्या प्रती असलेली त्यांची विनम्रता व दृढभक्ती या बंदिशीतून प्रगट होते.

आपल्या दोन्ही गुरूंचे वर्णन (बरनी) करताना ज्यांनी संगीतात सर्वांनाच तनमनाने राग, ताल, तान व रसांचे ज्ञान देऊन समृद्ध केले आहे. अशा या आपल्या गुरूंच्या चरणी नतमस्तक होऊन व त्यांना वंदन करून आपल्यावर त्यांनी अखंड कृपादृष्टी ठेवावी अशी प्रार्थना नंदभट या बंदिशीत करीत आहेत.

राग-पूरिया (त्रिताल मध्यलय)

स्थायी

सरसती कीजो कृपा 'निरमल'सो,
रैनदिना नित ध्यान धरत तोहे
पूरन करो अब उनकी इच्छा सब।

अंतरा

दीजो विद्यादान कीरत, सुख संपत
बिनती करत 'कृष्णदास' प्रभू चरननसों
सुनो, सुनो, सुनो अब।।

ही बंदिश सप्टेंबर १९५८ मध्ये 'लक्ष्यसंगीत' या अण्णासाहेब रातंजनकरांनी चालवलेल्या नियतकालिकाच्या अंकात छापलेली आहे. माँ देवी सरस्वतीला भक्ताने केलेले हे आर्जव आहे. 'कृष्णदास'या नावाने नंदभट यांनी ही बंदिश रचली आहे. त्यांचे पहिले गुरू कृष्णंभट होनावर व दुसरे गुरू श्रीकृष्ण रातंजनकर या दोन्ही कृष्णांचा दास या अर्थाने हे नाव नंदभट यांनी धारण केले आहे.

देवी सरस्वतीची कृपा व्हावी आणि प्रभूची मर्जी मिळावी आणि त्यातून विद्या, कीर्ती, सुख, शांती, संपत्ती मिळावी अशी इच्छा नंदभट प्रगट करतात. पण हे त्यांचे आर्जव त्यांच्या स्वत:साठी नाही. नित्य ध्यान करणारे जे भक्त आहेत, त्यांची मनिषा त्यांना सर्व सुखे देऊन पूर्ण अशी प्रार्थना नंदभट या बंदिशीतून करतात. त्यांना संतपुरुष का म्हटले आहे ते या बंदिशीच्या अर्थातून दिसून येते. 'जगाच्या कल्याणा संतांच्या विभूती' असे जे संतांचे लक्षण सांगितले आहे, त्याचा ही बंदिश हा एक नमुना आहे.

'संगीतका सामूहिक शिक्षण' या नावाचा नंदभट यांनी लिहिलेला एक लेख या 'लक्ष्यसंगीत' त्रैमासिकात वाचायला मिळतो. त्यावेळी सामूहिक शिक्षणाची असलेली परिस्थिती, त्यातील त्रुटी, या पद्धतीची बलस्थाने या मुद्यांवर नंदभट यांनी आपले विचार मंडले आहेत. आताच्या काळातही हे ६० वर्षांपूर्वी मांडलेले विचार लागू पडतात. ते कालबाह्य झालेले नाहीत. नंदभट यानी या लेखात मांडलेले काही मुद्दे असे आहेत.

- सामूहिक शिक्षणाची परंपरा भारतात प्राचीन काळापासून आहे. गुरूंकडे जाऊन गुरुकुल पद्धतीचे शिक्षण संगीत, ज्योतिष, वैद्यक अशा विषयांचे दिले जाई ते सगळे सामूहिक शिक्षण असे. या पद्धतीने उत्तम विद्यार्थी घडवले जात.
- उस्ताद फैय्याज खाँ यांच्या भातखंडे विद्यापीठातील भेटीचे व त्यांच्या प्रशस्तीचे एक उदाहरण देऊन नंदभट यांनी सामूहिक शिक्षणपद्धतीतही कलाकार विद्यार्थी घडू शकतात हे दाखवून दिले आहे. त्याचबरोबर मोठ्या संख्येने शिकणारे हे विद्यार्थी समजा कलाकार बनले नाहीत तरी संगीतकलेची महती समजल्यामुळे कलाकारांचा मान ठेवतील (फैय्याज खाँच्या भाषेत 'कदर करेंगे) अशी सामूहिक शिक्षणाची महती सांगितली आहे.
- संगीताच्या सामूहिक शिक्षणपद्धतीतून गायक कलाकार निपजू शकत नाहीत असा एक आक्षेप घेतला जातो. नंदभट याबद्दलची चर्चा करताना लिहितात, 'हल्ली आता संगीतच नाही तर सगळ्या प्रकारचे शिक्षण सामूहिक पद्धतीने दिले जाते. या इतर सर्व प्रकारांमध्ये अव्वल दर्जाचे विद्यार्थी मोजकेच निपजत असतात. विज्ञानाचे सामूहिक शिक्षण घेणाऱ्या विद्यार्थ्यांतून मोजकेच वैज्ञानिक तयार होतात. अर्थशास्त्राचे सामूहिक शिक्षण घेणाऱ्या विद्यार्थ्यांतून मोजकेच अर्थशास्त्रज्ञ तयार होतात. मात्र संगीताचे सामूहिक शिक्षण घेणाऱ्या विद्यार्थ्यांतून कलाकार होत नाहीत अशी ओरड केली जाते. हे कितपत योग्य आहे? त्यातही उच्चकोटीचे उच्चविद्याविभूषित किंवा कलाविभूषित होत नाहीत याचा दोष त्या पद्धतीचा नसतो. एकूण सामाजिक दर्जा व त्या समाजातून येणारे विद्यार्थी यांचा तो दोष असतो. सामूहिक शिक्षणपद्धतीत शिकणारे जे विद्यार्थी उच्चकोटीच्या विद्या व कलेचे ध्येय ठेवून त्यानुसार मार्गक्रमण करतात व त्यासाठीचे परिश्रम घेतात ते विद्यार्थी उच्चकोटी प्राप्त करतात.' असे ठाम प्रतिपादन नंदभट यांनी केले आहे.
- आता संगीताच्या सामूहिक शिक्षणपद्धतीला स्वीकारून ३०/४० वर्षे (हा साठाच्या दशकातील लेख आहे) झाली आहेत. तरीसुद्धा या पद्धतीतून शिकलेले अनेक यशस्वी कलाकार आसपास दिसत आहेत. तरीसुद्धा या पद्धतीने कलाकार घडत नाहीत असे म्हणणे या पद्धतीवर व त्या कलाकारांवर अन्याय करणारे आहे.

नंदभट यांना मिळालेले मानसन्मान व पुरस्कार

- होरानाडू कन्नड कलाकार, शिराळी, १९९९-२००० (कर्नाटक कलाश्री प्रशस्ती, कर्नाटक संगीत कला अकादमी) हा पुरस्कार कर्नाटक सरकारतर्फे कर्नाटक राज्यदिनी कर्नाटकाबाहेर राहाणाऱ्या कलाकारांना दिला जातो.
- तानसेन पुरस्कार, मध्यप्रदेश शासन, १९९३
- स्वरसाधना रत्न पुरस्कार, स्वरसाधना समिती, १९९६
- सारस्वत सन्मान, १९९७, (आर्यभट्ट आंतर्राष्ट्रीय ज्ञान विज्ञान कला संस्कृती एवं साहित्य प्रतिष्ठान, रायबरेली, उत्तरप्रदेश)

- नादश्री सन्मान, १९९८ (हिंदुस्थानी संगीत कलाकार मंडळी, बंगळुरू)
- आयटीसी-एसआरए पुरस्कार, १९९५
- षष्ठ्यब्दीपूर्ती समारोह, १२ मार्च १९७९
- सत्तरीपूर्ती समारोह, १२ मार्च १९८९
- अमृतमहोत्सवी समारोह, १२ मार्च १९९४
- अष्ठ्यब्दीपूर्ती समारोह, १२ मार्च १९९९

डॉ. रामदास भटकळ (नंदनंदन) यांच्या बंदिशी

रामदास भटकळ हे नंदभट यांचे शिष्य. म्हणूनच नंदभटांचे पुत्रशिष्य (नंदनंदन) या नावाने त्यांनी बंदिशी केल्या आहेत. आपणही रचनाकार व्हावे या हिरिरीने या बंदिशी त्यांनी केलेल्या नाहीत. पारंपरिक विचारांपेक्षा वेगळे विचार आपल्या मनाप्रमाणे बंदिशीतून सांगणे आणि रागमांडणीची गरज म्हणून ह्या बंदिशी त्यांना सुचल्या आहेत. गांधीविचार अंगी बाणवलेले एक विचारी लेखक समोर आणून या बंदिशींकडे पाहावे म्हणजे या बंदिशींचे महत्त्व ध्यानी येईल. भातखंडे-रातंजनकरांच्या कार्याच्या परिपूर्तीचा हा प्रयत्न तिसऱ्या पिढीतील रामदास भटकळ यांच्याकडूनही कसा झाला आहे याची नोंद घेणे हा अंतर्भावामागचा हेतू आहे.

राग-गोरख कल्याण (रूपक ताल मध्यलय)

स्थाई

अलख निरंजन गावत गोरख।

अंतरा

बालकनाथ योगध्यान
शिवशिव करत वितरत ग्यान
करत प्रणाम नंदनंदन।।

अध्यात्म, योग व हठयोग हे मुळात बंदिशींचे विषय ठरलेले नाहीत. त्यातही रामदास भटकळ यांच्यासारखा विचारवंत विद्वान या विषयात शिरेल व त्यावर बंदिशीतून भाष्य करेल हे संभवनीय नाही. परंतु इथे हे अंत:स्फूर्तीच्या प्रभावाने घडले आहे.

नाथसंप्रदायाचा 'अलख निरंजन' हा गोरखनाथांचा पालुपद मंत्र ते गात आहेत. गोरखनाथांचे शिष्य बालकनाथ योगध्यान मार्गी देशभर शिवसंप्रदायाचा प्रसार करीत आहेत. गोरख कल्याण राग आणि गोरखनाथ आणि त्यांचा नाथसंप्रदाय यांची सांगड घालायचा इथे प्रयत्न आहे. त्यांच्या कार्याला विनम्र प्रणाम आहे असा या बंदिशीचा भावार्थ आहे.

राग परमेश्वरी (एकताल मध्यलय)

स्थाई

लगन लागी मोहनसों
सत्यवचन दुख न करन
सबही लोग अपने जन।

अंतरा

दिनरैना नंदनंदन
मोहन वचन करत मनन
सब सन्मती जागी।।

महात्मा गांधींच्या विचारांच्या प्रभावाने तयार झालेली ही बंदिश आहे. रामदास भटकळ यांनी गांधीविचार किती अंगी बाणवले आहेत ते या बंदिशीतून प्रत्ययाला येते. मोहनशी (महात्मा गांधींशी) जवळीक होण्यामुळे सत्यवचनाचा व सर्वलोक आपलेच असल्याचे वाटण्याचा मोठा आनंद होतो. मोहनवचनाच्या मननचिंतनाने मनात सर्वांभूती सन्मती जागृत होते असा या बंदिशीचा भावार्थ आहे.

❑❑❑

पंडित के. जी. गिंडे

जन्म : २६ डिसेंबर १९२५ • मृत्यू : १३ जुलै १९९४

४

अवतारपूर्ती

पंडित के. जी. गिंडे

पंडित के. जी. गिंडे उपाख्य कृष्णा गिंडे हे आपल्या त्रिमूर्तींपैकी अण्णासाहेबांचे तिसरे शिष्य. कृष्णा हे त्यांचे बालपणीचे नाव. पुढे ते छोटू गिंडे या नावाने ओळखले जाऊ लागले. अण्णासाहेबांचा सर्वात जास्त सहवास लाभलेले आणि त्यांचे संगीतविचार आत्मसात केलेले आणि म्हणूनच अण्णासाहेबांची पडछाया असे मानले गेलेले भारतीय अभिजात संगीतातील एक थोर व्यक्तिमत्त्व होते. अण्णासाहेबांप्रमाणेच अभिजात कलाकार, व्यासंगी भाष्यकार, गुणी शिक्षक आणि संगीताचा चालता बोलता ज्ञानकोश असे गिंडे यांना मानले जाई. मुळातच अतिशय तल्लख बुद्धीच्या गिंडे यांना अण्णासाहेब रातंजनकर यांच्यासारखा गुरू व मार्गदर्शक लाभला आणि अण्णासाहेबांप्रमाणेच त्यांचे परिपूर्ण सांगीतिक व्यक्तिमत्त्व घडले. अण्णासाहेब हे गिंडे यांच्या एकूण व्यक्तिमत्त्वाचे शिल्पकार असले तरी शिल्पकाराच्या कल्पनेतील आपल्या व्यक्तिमत्त्वाच्या शिल्पाला स्वत: गिंडे यांनी कसे बदलले हेही पाहणे उद्बोधक ठरेल.

कृष्णाचा जन्म कर्नाटकातील बेळगाव जिल्ह्यातील बैलहोंगल येथे २६ डिसेंबर १९२५ रोजी झाला. एकूण नऊ भावंडांपैकी कृष्णा गिंडे हे आठवे भावंड होते. विशेष म्हणजे या सर्वच भावंडांमध्ये गाण्याची विलक्षण आवड होती. कृष्णाचे वडील बैलहोंगल या गावात प्रतिष्ठित वैद्यक व्यावसायिक होते. कृष्णाच्या वडिलांना - डॉ. गुंडोपंत गिंडे यांना - संगीताची विलक्षण आवड होती. त्या वेळी सर्वत्र लोकप्रिय असलेल्या मराठी नाट्यसंगीताचे व विशेषत: बालगंधर्वांचे ते चाहते होते. त्या काळात नाट्यसंगीताचा पगडा जनसामान्य रसिकांवर इतका असे की नाट्यसंगीतातील राग

शोधून त्या रागांची तोंडओळख रसिक करून घेत असत. राग आणि त्यांचे नेमके चलन श्रोत्यांना नाट्यसंगीताद्वारेच समजून येई. मराठी संगीत नाटक परंपरा ही अशा प्रकारे रागदारी संगीत परंपराच ठरली होती. कारण त्यातील बव्हंशी पदे ही रामकृष्णबुवा वझे, मास्तर कृष्णराव फुलंब्रीकर, भास्करबुवा बखले, गोविंदराव टेंबे यांच्यासारख्या रागदारी संगीतातील मातब्बरांनी वेगवेगळ्या रागांतील बंदिशींचा वापर करून रचली होती. ध्वनिमुद्रिकांमधून ती कानांवर येत आणि त्यांच्यामुळे रसिकांना रागांची ओळख होई. डॉ. गुंडोपंत गिंडे यांचेही गानप्रेम आणि त्यांचे रागज्ञान या ध्वनिमुद्रिकांमुळे जोपासले गेले होते.

विसाव्या शतकाच्या त्या तिशीच्या दशकात संगीतातील रसिकजनांना अभिजात संगीत कलेची अभिरुची व ओढ अशा रितीने होत असे आणि मिळेल त्या ध्वनिमुद्रिका, नाटके, भजन, संगीत मैफली या मार्गांनी रसिकजन आपली आवड पूर्ण करीत असत. डॉ. गुंडोपंत गिंडे हे त्यांपैकीच एक होते. डॉ. गिंडेंनी ही आवड पूर्ण करण्यासाठी आणखी एक उपक्रम घरी सुरू केला होता. ते सगळे कुटुंबीय आणि त्याबरोबर आसपासची रसिक मंडळी त्यांच्या घरी दर गुरुवारी जमत असत. तिथे मग भजनांची आणि नाट्यसंगीताची मैफल भरत असे. कन्नड आणि मराठी भाषांतील भजने व पदे तिथे हौशी गायकांकडून गायली जात असत. त्या काळात अनेक रसिक मान्यवर व प्रतिष्ठित घरांमध्ये अशी पद्धतच होती. झांजा घरोघरी असतच. तबला, मृदंग असे काही तालवाद्य मिळवून एका घरी रसिक जमत आणि मनसोक्त गाणेबजावणे करून तृप्त होऊन जात. संगीताचा लौकिक आणि अलौकिक अनुभव आपापल्या परीने घेणे असाच हेतू धरून या मैफली जागवल्या जात. डॉ. गुंडोपंत गिंडे यांच्याकडे होणाऱ्या अशा मैफलींमध्ये घरचे वादक तयार होते. गुंडोपंतांचा थोरला मुलगा रामचंद्र हा दिलरुबा साथ करीत असे. रामचंद्राहून लहान गोविंद हा तबला साथ करीत असे. त्या वेळी बालवयीन असलेला कृष्णा त्याच्या वयानुसार झांज घेऊन साथसंगत करीत असे.

डॉ. गुंडोपंतांनी एक ग्रामोफोन त्या वेळी विकत घेतला होता. त्या काळात बाजारात येणाऱ्या नाट्यसंगीत व भजनांच्या ज्येष्ठ गायकांच्या ध्वनिमुद्रिका डॉ. गुंडोपंत विकत आणत असत आणि त्यांच्याबरोबर गाऊन ती गाणी चांगली तयार करत असत. त्या संगीतमय वातावरणाचा आणि वडिलांच्या पाठिंब्याचा कृष्णालाही लाभ होत होता. त्यामुळेच वयाच्या सहाव्या वर्षीच तो भजने व नाट्यसंगीत उत्तम पद्धतीने गाऊ लागला होता. भजने व नाट्यगीते गाण्यासाठी त्याला स्थानिक उत्सवांमध्ये बोलावणी येऊ लागली होती. कानांवर पडलेली गाणी आळवून गाऊन मैफली रंगवण्यात कृष्णा त्या बालवयापासूनच तरबेज होऊ लागला होता.

असाच मध्यंतरी थोडा काळ गेला आणि सर्वात मोठे बंधू रामचंद्र गिंडे डॉक्टर होऊन मुंबईला आपला व्यवसाय करण्यासाठी आले. त्या वेळी मुंबईत ते नवीन होते. पुढे आंतरराष्ट्रीय ख्यातीचे न्युरोसर्जन म्हणून ते मान्यता पावले. मुंबईत त्या काळात विष्णू नारायण भातखंडे मुक्कामाला असायचे. रामकृष्ण गिंडे यांनी त्यांची भेट घ्यायची असे मुंबईला येताना ठरवले होते. पुढे मुंबईत काही काळ विसावल्यावर त्यांची भातखंडे यांच्याशी प्रत्यक्ष भेट झाली.

रामचंद्र गिंडे यांची ही भेट भातखंडे यांच्या संगीतविषयक पुस्तकांमुळे होऊ शकली. ही पुस्तके रामचंद्र गिंडे यांच्या वाचनात आली होती. त्या पुस्तकांवर भालचंद्र सुकथनकरांचा मुंबईचा पत्ता होता. सुकथनकरांकडून या पुस्तकांचे जे लेखक आणि बंदिशींचे संग्राहक आहेत त्या विष्णू नारायण भातखंडे यांच्याशी भेट मिळवायची असे रामचंद्र गिंडे यांच्या मनात होते. संध्याकाळी कॉलेज सुटले की ते सुकथनकरांकडे जात असत. त्यांना एवढे नक्की कळले होते की भातखंडे सुकथनकरांकडेच उतरतात, मात्र संध्याकाळी ते फिरायला बाहेर पडतात. असे होत असे की संध्याकाळी कॉलेज सुटल्यावर रामचंद्र गिंडे जेव्हा भातखंडे यांना भेटायला सुकथनकरांकडे जात ती संध्याकाळची वेळ झाल्यामुळे भातखंडे फिरायला बाहेर पडत. अशा दोनतीन चकरा फुकट गेल्या. भातखंडे काही भेटले नाहीत. एकदा रामचंद्र गिंडे आणि त्यांचा मित्र मलबार हिलहून खाली उतरून समुद्रकाठाने विल्सन कॉलेजकडे येत होते. येताना एका बाकावर ते बसले असता भातखंडे यांना कसे गाठावे याविषयीच त्यांचे त्यांच्या मित्राबरोबर बोलणे चालू होते. शेजारी बसलेल्या वृद्ध गृहस्थांनी ते ऐकले. त्यांनी 'तुम्हाला कोण हवं आहे' म्हणून विचारले. रामचंद्र गिंडे यांनी 'हिदुस्थानी संगीत पद्धती'चे लेखक विष्णू नारायण भातखंडे हवे आहेत, त्यांना भेटण्यासाठी आपण सुकथनकरांकडे गेलो होतो हेही त्यांनी त्या वृद्ध गृहस्थांच्या कानी घातले. हे ऐकल्यावर ते वृद्ध गृहस्थ लगेच उत्तरले, 'आपणास हवा असलेला भातखंडे तो मीच आहे. बोला काय काम आहे?'

डॉ. गिंडे यांच्या मनात कृष्णाला कायमचे संगीत मार्गदर्शन मिळावे असे होते. तसे त्यांनी भातखंडे यांना सांगितले. भातखंडे रामचंद्र गिंडे यांना आपल्याबरोबर सुकथनकर यांचेकडे घेऊन आले. यांच्यासारखे शिकलेले तरुण रागदारी संगीतात एवढा रस घेत आहेत आणि आपल्या भावाला संगीताच्या क्षेत्रात पूर्ण वेळ टाकून त्याची आवड जोपासत आहेत हे ऐकून भातखंडे यांनी संतोष व्यक्त केला. त्यांनी आपली दोन पुस्तके गिंडे यांना भेट दिली. भातखंडे यांनी रामचंद्र गिंडे यांना सांगितले की आपला एक शिष्य श्रीकृष्ण नारायण रातंजनकर, लखनौला मॅरिस कॉलेजचा

प्राचार्य आहे. तो मुंबईत आला असताना अंधेरीला राहतो. त्याच्याकडे कृष्णाला शिकायला ठेवा.

हे समजल्यावर रामचंद्र गिंडे यांच्या रातंजनकरांकडे अंधेरीला फेऱ्या सुरू झाल्या. तिथेही असेच झाले. पहिल्या काही फेऱ्यांमध्ये रामचंद्र गिंडे अण्णासाहेब रातंजनकर यांना भेटू शकले नाहीत. मोठ्या चिकाटीने पुन्हा पुन्हा तिथे गेल्यावर अण्णासाहेबांची भेट झाली. आपल्या भावाला शिकवावे अशी विनंती रामचंद्र गिंडे यांनी अण्णासाहेबांना केली. अण्णासाहेबांनी त्याला घेऊन येण्यास सांगितले. त्यानुसार गिंडे यांनी आपल्या वडिलांना पत्र टाकले आणि कृष्णाला मुंबईला पाठवण्यास लिहिले. त्यानुसार सोबत बघून दहा वर्षांच्या कृष्णाला वडिलांनी मुंबईला गाणे शिकण्यासाठी पाठवले.

खरे तर या पूर्वी कृष्णाला शिकवण्यासाठी, त्याला चांगले गुरू लाभावे म्हणून गुंडोपंत गिंडे यांनी मनापासून प्रयत्न केले होते. त्या वेळी बैलहोंगल येथे येणाऱ्या चांगल्या गायकांसमोर कृष्णाला सामोरा नेणे, शक्य झाल्यास त्याचे गाणे ऐकवणे असे ते करीत असत. कृष्णासाठी गुरू शोधण्याच्या या खटाटोपासंबंधाने अशीच एक वझेबुवांची आठवण नोंदवलेली आहे. वझेबुवांचे गाणे जिथे जिथे बैलहोंगलच्या जवळपास असे तिथे तिथे गुंडोपंत कृष्णाला वझेबुवांसमोर घेऊन जात. त्यांच्या जलशाच्या मध्यंतरात मुद्दाम कृष्णाला गायला लावीत, जेणेकरून त्याचे गाणे वझेबुवांच्या कानी पडावे आणि त्यांनी कृष्णाला शिकवण्यास तयार व्हावे. परंतु तसा योग तेव्हा आला नाही. त्या वेळी बैलहोंगलला येत असणाऱ्या कुमार गंधर्वांनाही असेच गुंडोपंत गिंडे गाणी ऐकवण्यासाठी आणि त्याला गुरुमुखी कला प्राप्त व्हावी म्हणून धडपडत असत. अर्थातच रामकृष्णबुवांनी जरी कृष्णाला प्रत्यक्ष शिकवले नाही तरी रामकृष्णबुवा वझे यांच्या गाण्याचे चांगले संस्कार मात्र गुंडोपंतांच्या या प्रयत्नांनी कृष्णाच्या आणि कुमार गंधर्वांच्या मनावर झाले हे वेगळ्या नोंदींवरून दिसून येते. या सगळ्या पर्वानंतर कृष्णाला रामचंद्रच्या सांगण्यानुसार मुंबईला पाठवणे गुंडोपंतांना क्रमप्राप्त ठरले.

रामचंद्र गिंडे यांची अण्णासाहेबांशी ओळख झाल्याला त्या पूर्वी दीड वर्षांचा काळ लोटला होता. रामचंद्र गिंडेंचा अण्णासाहेबांच्या घराशी चांगला घरोबा झाला होता. शनिवार-रविवार सुटीमध्ये अण्णासाहेबांच्या घरी त्यांच्या एकत्र कुटुंबात रामचंद्र गिंडे जात असत. तिथे राहत असत. जेवणखाण आणि गाणे बजावणेही त्यांचे अगदी घरच्याप्रमाणे चाले. एवढा घरोबा झाल्यानंतरच रामचंद्र गिंडे यांनी कृष्णाला शिकवण्याचा विषय अण्णासाहेबांकडे काढला होता.

या प्रस्तावाला आधी अण्णासाहेबांनी नकार दिला होता. कृष्णा वयाने लहान आहे. आपण लखनौला असतो. तिथे तो कसा राहील. त्याला घराची आठवण येऊ लागली तर कसे करायचे हे त्यांच्यापुढील प्रश्न होते. मात्र १९३६सालच्या मे महिन्यात त्यांनी थोडा वेगळा विचार करून कृष्णाला आणण्यास होकार दिला. मे महिन्यात सुटीवर अण्णासाहेब लखनौहून मुंबईला घरी येत असत. तेव्हा कृष्णाच्या शाळेलाही सुट्टी असे. या काळात त्याला मुंबईला आणायचा, तो कसा राहतो, त्याला शिकण्याची किती ओढ आहे ते पाहायचे. त्याला घरची किती आठवण येते ते अजमावायचे आणि त्यावरून त्याच्याबद्दलचे पुढचे काय ते ठरवायचे असे अण्णासाहेबांनी ठरवले होते. या निर्णयामुळे कृष्णाच्या शाळेचे नुकसान होणार नव्हते आणि त्याच्या सर्व प्रकारच्या तयारीची परीक्षाही तेवढ्या काळात होणार होती.

: २ :

या निर्णयानंतर रामचंद्र गिंडे यांनी बोलावून घेतल्याप्रमाणे कृष्णा मुंबईला आला. त्या दरम्यान अण्णासाहेब रातंजनकर अंधेरी सोडून ताडदेवला भाटिया हॉस्पिटलजवळ धरम निवासमध्ये राहायला आले होते. तिथे रामचंद्र गिंडे कृष्णाला घेऊन गेले. अण्णासाहेब त्या वेळी घरी नव्हते. त्यांच्या बंधूंनी त्या दोघांचे स्वागत केले. तो १९३६ सालातील मे महिन्याचा शेवटचा आठवडा होता. रामचंद्र व कृष्णा हे दोघे जरा वेळ बसल्यावर अण्णासाहेब आले. त्यांनी कपडे काढून खुंटीला लावले. चटईवर बसले आणि समोर कृष्णाला बसायला सांगितले. पहिलाच प्रश्न कडक भाषेतला आला. 'तुझं नाव काय?' नाव सांगितल्यावर प्रश्न 'काय गातोस?' ह्या प्रश्नातल्या त्या आक्रमक कडकपणाला कृष्णा घाबरला आणि उत्तर देण्याऐवजी रडू लागला. तेव्हा अण्णासाहेबांच्या बहिणीने कृष्णाला घरात नेले. त्याची समजूत घातली. त्याची भीती दूर केली. पुन्हा कृष्णा बाहेर आला तेव्हा मग अण्णासाहेबांनी 'काय गातोस?' हाच प्रश्न पुन्हा विचारला. कृष्णाला संगीत नाटकांमधील काही पदे तेव्हा येत होती. त्याचप्रमाणे भातखंडे यांच्या पुस्तकातील काही बंदिशी त्याच्याकडून थोरल्या भावाने गाऊन बसवून घेतल्या होत्या. कृष्णाने त्या अण्णासाहेबांसमोर म्हटल्या. मग अण्णासाहेबांनी परीक्षा म्हणून 'मी गातो ते गा' म्हणून कृष्णाला सांगितले. त्यानुसार ते गायचे ते तंतोतंत कृष्णाने गाऊन दाखवले. मग रागांची तोंडओळख कृष्णाला कोठवर आहे त्याचीही परीक्षा अण्णासाहेबांनी घेतली. ते रागाची आलापी करीत आणि तो राग ओळखण्यास कृष्णाला सांगत. कृष्णा जी नाटकाची पदे म्हणत असे त्या पदांचे राग पुस्तकात लिहिलेले त्याला माहीत होते. नाट्यसंगीताच्या पुस्तकात 'अमृतची

गोपाला' (सूरमल्हार), 'मम आत्मा गमला' (बिहाग), 'थाट समरीचा' (हमीर) अशी रागांची नावे पदांवर लिहिलेली असत. तो रागाचा आराखडा कृष्णाला तोंडओळख म्हणून कळलेला होता. बस्स एवढेच! मात्र त्यापुढील अधिक रागज्ञान त्याला कोणतेही नव्हते. या ज्ञानाच्या आधाराने कृष्णाने अण्णासाहेबांनी गायलेले राग ओळखले. या परीक्षेत कृष्णा उत्तीर्ण झाला आणि अण्णासाहेबांकडून त्याला शिकण्यास अनुमती मिळाली. नंतर दोन दिवस अण्णासाहेबांकडे संध्याकाळी रामचंद्र गिंडे कृष्णाला घेऊन गेले. अण्णासाहेब संध्याकाळी गायला बसत. त्यांच्याकडून कृष्णाची तालीम सुरू झाली. दोन दिवसांनंतर अण्णासाहेबांनी कृष्णाला विचारले, 'रोज असं ये जा करण्यापेक्षा तू इथं राहतोस का?' कृष्णाने त्यावर तात्काळ होकार दिला आणि तो रातंजनकर कुटुंबाचा एक सदस्य बनला.

तिथे राहायला लागल्यावर कृष्णाला छोटू हे नाव मिळाले. अण्णासाहेबांचे नाव श्रीकृष्ण होते. नवऱ्याचे नाव उच्चारण्याची तेव्हा बायकांची पद्धत नव्हती. म्हणून अण्णासाहेबांच्या पत्नीने कृष्णाला छोटू म्हणायला सुरुवात केली. त्या वेळी कृष्णा दहा वर्षांचा कुमार होता. त्याला ते नाव चपखल बसले. कृष्णाचे हे नवीन नाव पुढे इतके रूढ झाले की कृष्णाचे भाऊही त्याला छोटू म्हणू लागले. नंतर सर्व परिचितांमध्ये छोटू गिंडे हे नाव रूढ झाले आणि या नवीन नावाचा कृष्णाला सराव झाला आणि त्याबद्दल आपलेपणा वाटू लागला. पुढे मग कृष्णा या नावाने हाक मारल्यावर स्वत: कृष्णा गिंडेला आपल्या मूळ नावाचा परकेपणा वाटू लागला.

आपला भाऊ अण्णासाहेबांच्या घरी राहतो आहे, तिथे तो रुळला आहे याचा रामचंद्र गिडे यांना अतिशय आनंद झाला. अण्णासाहेबांचा लखनौला परतण्याचा दिवस जवळ येऊ लागला होता. आणि छोटूला शिक्षणासाठी तिकडे जावे लागणार होते. जेव्हा छोटू अण्णासाहेबांच्या घरी रुळला असल्याची रामचंद्र गिंडे यांना शंभर टक्के खात्री झाली तेव्हा अण्णासाहेबांच्या संमतीने त्यांनी वडिलांना पत्र पाठवले आणि इकडे मुंबईला येऊन छोटूला भेटून जाण्यास सांगितले. आता छोटू अण्णासाहेबांबरोबर लखनौला प्रयाण करण्यास सज्ज झाला होता.

छोटूचे वडील मुंबईला आले. साधारण २२-२३ जुलैला अण्णासाहेब आणि छोटू लखनौला जाण्यासाठी निघाले. मध्ये जळगावला अण्णासाहेबांचा कार्यक्रम ठरला होता. म्हणून आधी जळगावला जाऊन तिथून ते दोघे पुढे लखनौला जाणार होते. बोरीबंदर (आताच्या सी.एस.टी) स्टेशनवर निरोप द्यायला आलेल्या गुंडोपंत गिंडेंना अण्णासाहेबांनी साष्टांग नमस्कार घातला. 'तुमच्या मुलाची यत्किंचितही काळजी करू नका. मी त्याला आपला मुलगा मानलं आहे. आणि त्याप्रमाणे मी त्याची पूर्ण देखभाल करीन, काळजी घेईन,' असे अण्णासाहेबांनी गुंडोपंतांचे हात हाती घेऊन

आश्वासन दिले. शिकलेल्या सुसंस्कृत घरातला मुलगा गाणे हेच आपले जीवनाचे ध्येय आणि साध्य मानून आपल्याबरोबर येत आहे, त्याचे पालक त्यासाठी त्याला पूर्ण प्रोत्साहन देत आहेत याचा अण्णासाहेब रातंजनकरांना अतोनात आनंद झाला होता. या निरोपाच्या भेटीत अण्णासाहेबांनी तो अशा रीतीने व्यक्त केला होता.

: ३ :

अण्णासाहेबांबरोबर लखनौला छोटूने २६जुलै १९३६ या दिवशी वयाच्या अकराव्या वर्षी पाऊल ठेवले. अण्णासाहेबांबरोबर राहण्यास त्याने सुरुवात केली. अण्णासाहेबच त्याचे माता, पिता, गुरू, त्राता असे सर्व काही होते.

अण्णासाहेब त्या मॅरिस कॉलेज या संगीत महाविद्यालयाचे प्राचार्य आहेत, मुळात ते कॉलेज म्हणजे एक संगीताचे महाविद्यालय आहे, याची त्या वेळच्या छोटूच्या बालमनाला जाणीव नव्हती. आपण अण्णाबरोबर आलो आहोत, त्यांच्याबरोबर राहायचे आहे आणि गाणे शिकायचे आहे एवढीच त्याला जाणीव होती. अण्णासाहेब व छोटू हे दोघे पोहोचले त्या सकाळी तेथील उपप्राचार्य असलेले पंडित गोविंद नारायण नातूसाहेब अण्णासाहेबांना भेटायला आले होते. दुपारी जेवणे, झोप वगैरे झाल्यावर अण्णासाहेबांनी छोटूला घरात बसवून समोर कार्यालयीन कामकाज पाहायला सुरुवात केली. आपण एकटेच आहोत, अण्णासाहेब कुठे दिसत नाहीत ह्या जाणिवेने छोटू रडू लागला. त्या वेळी स्वयंपाकी व सेवक म्हणून असणारा पाटंदीन तिथे आला आणि छोटूला रडताना पाहून त्याने ती गोष्ट अण्णासाहेबांच्या कानी घातली. अण्णासाहेबांनी पाटंदीनला छोटूला संगीत वर्गांमधून फिरवून आणायला सांगितले. पाटंदीन छोटूला संगीत वर्ग दाखवू लागला. सकाळी ज्यांना छोटूने पाहिले होते त्या नातूसाहेबांचा वर्ग एके ठिकाणी चालू होता. त्यांची सकाळी किंचित ओळख झालेली असल्यामुळे छोटू त्या वर्गात जाऊन बसला. इतर जसे गात होते तसे आपले सुरात सूर मिसळून त्याने गायला सुरुवात केली.

तो तिसऱ्या वर्षाचा वर्ग नातूसाहेब घेत होते. त्या वर्गात त्या वेळी नंदभटही विद्यार्थी म्हणून बसलेले होते. आपण जेथे बसलो आहोत तो संगीत शिक्षणवर्ग आहे, तिथे अभ्यासक्रमानुसार शिक्षण आणि तयारी चालू आहे याची कोणतीही जाणीव त्या निरागस बालवयात छोटूला नव्हती. सगळे गायला बसले आहेत तेव्हा त्यांच्यात सामील होऊन गायचे एवढ्याच माफक जाणिवेने छोटू त्या सर्वांमध्ये बसला होता. पुढे पंडित के. जी. गिंडे या नावाने संगीतात ज्ञानी, प्रचंड बंदिशींचा संग्रह असलेले विद्वान गायक आणि उत्तम भाष्यकार अशी ज्यांची संगीतजगताला ओळख झाली,

त्यांची संगीतशिक्षणाची सुरुवात ही अशी झाली होती. मात्र अत्यंत संस्कारक्षम अशा बालवयात त्यांना अखंड संगीताचे छत्र लाभले हेही तेवढेच खरे आणि गौरवास्पद आहे.

अण्णासाहेबांनी छोटूला शिकवायला सुरुवात केली ती भैरव रागापासून. सहा महिने तरी त्यांची भैरव रागाची तालीम चालू होती. संगीत वर्गांमध्ये इतर राग आणि त्यांच्या बंदिशी कानांवर पडत. परंतु तालीम मात्र त्याची भैरव रागाची चालू होती. सहा महिने झाल्यावर छोटूला 'बेस्मु चरण ब्रम्हा कमंडल' हे तोडी रागातील धृपद शिकवायला अण्णासाहेबांनी सुरुवात केली. त्याचबरोबर दोन महिने आलापचारी आणि आसावरी व मारवा हे दोन राग त्यांनी छोटूला शिकवले. या अण्णासाहेबांच्या शिकवण्यातून त्यांची छोटूबद्दलची दूरदृष्टी दिसून येते. छोटूला मैफलीचा गायक बनवण्याच्या दृष्टीने त्याची तालीम चालू होतीच परंतु त्याचबरोबर आपल्याला मिळालेल्या संगीताच्या ज्ञानाचा वारसा त्याच्यापर्यंत कसा पोहोचेल, त्याच्या चौकस बुद्धीला संगीत वर्गांमधून खाद्य कसे मिळेल याचीही काळजी अण्णासाहेब घेत होते.

संगीत शिक्षणाबरोबर छोटूचे शालेय शिक्षण लखनौला पुढे चालू ठेवण्याची जबाबदारी अण्णासाहेबांची होती. त्यानुसार तेथील हिंदी शाळेत अण्णासाहेबांनी त्याचे नाव दाखल केले. मात्र त्याला मुळात हिंदी येत नसल्यामुळे हिंदीत शिकवलेले कळावे म्हणून त्याची हिंदीची तयारी दोन महिने करून घ्यावी असे त्या शाळेने अण्णासाहेबांना सुचवले. त्यामुळे दोन महिने दिवसभर संगीताचा रियाज व पाठ यासाठी छोटूला सवड मिळाली. सकाळी तो रियाजाला बसे तेव्हा अण्णासाहेब त्याला अधूनमधून काही सांगत, तालीम देत. पुढे दोन महिन्यांनी छोटूची शाळा सुरू झाली. आणि त्याची हिंदी सहावीच्या वर्गात शिक्षणास सुरुवात झाली. मात्र लखनौला गेल्यावर दीड वर्षांनी त्याला संगीतवर्गाच्या तिसऱ्या वर्गात रीतसर प्रवेश मिळाला. शाळेत मॅट्रिकपर्यंत तरी शिकावे अशी छोटूच्या वडिलांची इच्छा होती. त्यानुसार १९४२साली अठराव्या वर्षी तो मॅट्रिक झाला.

त्याच वर्षी तो संगीतविशारदही झाला. त्या आधी तिथे नंदभट विशारद वर्गात असताना छोटूच्या चौथ्या वर्गाला शिकवीत असत. त्या वेळी त्यांनी दहा रागांमध्ये एक लक्षणगीत, सरगम, बडा ख्याल, छोटा ख्याल, धृपद धमार एवढे या प्रत्येक रागात शिकवले होते. त्यात ते कधीतरी तराणा शिकवीत. त्यात 'गौडसारंग' हा राग नंदभट यांनी दीड महिना शिकवला होता. आणि शिवाय परीक्षेपूर्वी दीड महिना अभ्यासक्रम पूर्ण करून उजळणीसाठी त्यांनी वेळ ठेवला होता. नंदभटांच्या ह्या शिकवण्याचा एक विलक्षण परिणाम छोटूवर झाला. गौडसारंग सारख्या अवघड व कौशल्याने गायच्या रागासाठी शिकवायला नंदभटांनी विस्तृतपणे दीड महिना घेतला होता आणि

'अडाणा' सारखा जलद राग त्यांनी पाच रचनांसकट आठ दिवसांत पूर्ण केला होता. नंदभट यांची शिकवण्याचे कौशल्य आणि हातोटी विलक्षण होती. पुढे जो दीड महिना उजळणीसाठी होता त्या वेळी नंदभट या विद्यार्थ्यांचा पाठांतरांची उजळणी आणि परीक्षा घेत होते. शिकवलेले पाठांतर अपुरे असल्याचे नंदभट यांच्या लक्षात आले. त्यांनी छोटूसह सर्व विद्यार्थ्यांना तेव्हा तंबी दिली होती की जर तुम्हाला शिकवलेले सर्वच्या सर्व आठ दिवसांत पाठ झाले नाही तर तुम्हाला अण्णासाहेबांकडे उभे करीन. ही तंबी नेमकी लागू पडली कारण अण्णासाहेबांना विद्यार्थी वचकून असत.

त्या आठ दिवसांत छोटूने दहा रागांतील जवळ जवळ साठएक रचना तोंडपाठ केल्या. या पाठांतरामुळे छोटूला पाठांतराचा अंदाज आला, पाठांतराचे महत्त्व समजले आणि आपला वकूबही लक्षात आला. नंदभट यांचे त्या वेळचे शिकवणे हे छोटूसाठी कायमचा धडा आणि शिक्षणाच्या वाटेवरील मैलाचा दगड ठरले. आपल्याला असलेल्या विलक्षण स्मरणशक्तीची जाणीव छोटूला नव्हती. त्या वयात जी एक उनाड चंचल वृत्ती असते त्यानुसार हे घडत होते. मात्र नंदभट यांच्या तंबीनंतर मात्र छोटूने बंदिशी पाठ असण्याचे महत्त्व समजून घेतले. तसे हे बंदिशी पाठ असण्याचे महत्त्व त्याने ज्येष्ठांकडून यापूर्वी ऐकले होते. वाडीलाल हे भातखंडे यांचे गुरुबंधू लखनौला येत असत.

त्यावेळी त्यांच्याकडून एका रागात जास्तीत जास्त बंदिशी पाठ असण्याचे महत्त्व अनेकवार ऐकायला मिळाले होते. ज्याला रागात अधिकाधिक बंदिशी येतात त्याला राग अधिक कळतो असे ते म्हणत. नंदभट यांच्या वर उल्लेखलेल्या तंबीच्या घटनेनंतर दुसऱ्या आणखी एका गुरुतुल्य व्यक्तिमत्त्वाचे वचन छोटूसाठी मार्गदर्शक ठरले. वाडीलालप्रमाणे राजाभैय्या पूँछवाले लखनौला येत असत. ते सांगत की 'मी रोज संध्येच्यावेळी दहा बंदिशींची उजळणी करतो.' बंदिशींची अशी रोज उजळणी करणे किती महत्त्वाचे आहे हे राजाभैय्यांच्या या सांगण्यानंतर छोटूला मनोमन पटले. त्याने तशी सवय लावून घेतली. पुढे छोटू शिक्षक झाल्यानंतर एकदा सुमती मुटाटकर यांचेशी (सुमती मुटाटकर या लखनौला शिकत होत्या. पुढे त्या दिल्ली येथे आकाशवाणीच्या निर्मात्या झाल्या.) चर्चा करताना एकेका रागातील पाठ असलेल्या बंदिशींचा विषय निघाला. त्यावेळी झालेल्या बोलण्यानुसार आपल्याला पूर्णपणे पाठ असणाऱ्या बंदिशींची संख्या छोटूने रागानुसार लिहून काढली होती. अशा तऱ्हेचा त्याने केलेला हा पहिलाच प्रयत्न होता. अशा तऱ्हेने जेव्हा त्याने बंदिशींची संख्या मांडली तेव्हा एकूण त्यांना पाठ असलेल्या रागदारी बंदिशींची संख्या दोन हजारपर्यंत भरली. नंदभटांनी तंबी दिली त्याचे हे एक सुफळ होते असे या मोजणीनंतर पुन्हा एकदा छोटूच्या लक्षात आले.

छोटू संगीत विशारद व शालान्त परीक्षा उत्तीर्ण होईतो अण्णासाहेबांचा सर्व तऱ्हेचा मदतनीस बनला होता. मॅट्रिकनंतर त्याची शाळा संपल्यानंतर तो पूर्ण वेळ मॅरिस कॉलेजमध्येच असायचा. तिथे चालणाऱ्या वादचर्चा, व्याख्याने, संगीत वर्गातील शिकवण्या यांचा त्याला मोठा लाभ होत असे. अण्णासाहेबांना भेटायला देशातून थोर मंडळी येत. त्यांच्यातील चर्चा छोटूच्या कानावर पडे. मुख्य म्हणजे अण्णासाहेबांशी छोटूचा जो नातेसंबंध होता त्यामुळे त्याला सर्वत्र मुक्त प्रवेश होता. त्यामुळे सर्व तऱ्हेची संगीतविषयक ज्ञानसाधना छोटूला शक्य होत असे. कलासाधनेसाठी तर लखनौचे मॅरिस कॉलेज म्हणजे छोटूसारख्याला पर्वणी असे. लखनौला येणारे गायक मॅरिस कॉलेजमध्ये अण्णासाहेबांना भेटायला येत, तिथे थांबत आणि तिथे कलाप्रस्तुती करीत. त्यावेळी त्यांच्यामागे तंबोऱ्याला बसून गायची संधी छोटू सारख्यांना मिळे. तेथील गणेशोत्सवात तर अगदी नवीन गायकापासून (त्यावेळी नंदभट आदी होतकरू गायक होते) मैफलीच्या कार्यक्रमांना सुरुवात होई. अभ्यागत, पाहुणे कलाकार, असे करीत करीत शेवटी अण्णासाहेब गायला बसत. रात्री दहा वाजता सुरू झालेला कार्यक्रम सकाळचे दहा वाजेपर्यंत संपे. छोटू अशा कार्यक्रमांत तंबोऱ्याला जो रात्री सुरुवातीला बसे तो सकाळी कार्यक्रम संपेपर्यंत त्याची बैठक तशीच असे आणि तंबोरा वाजता आणि गळा गाता असे. अशी अखंड बारा - बारा तास चालणारी संगीत सत्रे छोटूच्या अंगवळणी पडलेली होती.

नियमितपणे रियाज, नियमित तालीम त्याचबरोबर संगीतवर्गामधील (music classroom) शिक्षण, वादचर्चा मधून सापडणारे ज्ञानकण असे सर्वतोपरीने व सर्वांगांनी शिक्षण छोटूला मिळाल्यामुळे वयाच्या पौगंडावस्थेतच त्याच्याकडे सांगीतिक परिपूर्णता व परिपक्वता आली होती.

छोटूचे स्वत:चे गाणे एकूण त्या युवा वयाच्या उंबरठ्यावरच समृद्ध झाले होते. बंदिशी, रागज्ञान, रागविस्तार कल्पना, या सर्वांबरोबर अण्णासाहेब रातंजनकर आणि नंदभट आदी गुरुजनांचे नियमितपणे मिळत असलेले मार्गदर्शन या सर्वच साहाय्यकारी पुष्टीमुळे त्याच्याकडे ही सांगीतिक संपन्नता आली होती. त्या वेळी उपलब्ध झालेल्या या सगळ्या सांगीतिक साधनसंपत्तीचा (resources) विचार केला तर आजच्या किती विद्यार्थ्यांना सर्वांगपरिपूर्ण शिक्षण मिळण्याचे असे भाग्य मिळू शकेल? आज अनेक विद्यार्थ्यांकडे गुणवत्ता आहे. परंतु छोटूला जे संगीत समृद्ध करणारे संस्कार त्याच्या संगीतअध्ययनाच्या काळात मिळाले तसे एरवी अगदी ठरवून आज कोणा विद्यार्थ्याला मिळणे दुरापास्तच दिसते.

छोटूला अण्णासाहेब आणि नंदभट यांची तालीम होती. नातूसाहेबांचे मार्गदर्शन होते. त्याचबरोबर उस्ताद फैय्याज खाँ हे त्यांचे आवडते गायक होते. त्यांचे जे,

जिथे आणि जेवढे म्हणून गाणे ऐकायला मिळेल तेवढे तो ऐकत असे. त्याचबरोबर राजाभैय्या पूँछवाले यांच्या अस्सल ग्वाल्हेर गायकीची तालीम छोटूला मिळाली होती. त्यांच्या मैफलींमधून व त्यांच्या सूचनांवरून छोटूसारखा अत्यंत तल्लेख बुद्धीचा शिष्य भराभर शिकत आणि घडत गेला. तिथे वाडीलाल येत असत. अण्णासाहेब वाडीलाल यांना बंदिशी गाऊन दाखव म्हणून छोटूला आज्ञा करीत. मग वाडीलाल त्या बंदिशींचे उच्चार दुरुस्त करून घेत असत. रावसाहेब म्हणजे विष्णू नारायण भातखंडे यांच्याकडून वाडीलाल यांनी ऐकलेल्या मूळ गायकांच्या बंदिशी त्यांच्या कानी असत. रावसाहेबांच्या गाण्याचा संदर्भ देऊन मग वाडीलाल त्या बंदिशी छोटूकडून सुधारून घेत. अशी अनेक तऱ्हांनी, पद्धतींनी छोटू हा विद्यार्थी ज्ञानी संगीतकार बनला.

मॅरिस कॉलेजच्या चौथ्या वर्गात असताना म्हणजे १९४१ सालापासूनच सतराव्या वर्षी छोटू लखनौ आकाशवाणीवरून संगीताचे कार्यक्रम देऊ लागला होता. एवढी त्याची तयारी झाली होती. अण्णासाहेबांबरोबर कायमचा त्याचा सहवास हे त्याच्यासाठी वरदान ठरले होते. १९३६ ते १९५१ अशी सलग सोळा वर्षे त्याला अण्णासाहेबांचा सहवास लाभला. अण्णासाहेबांचे आर्थिक व्यवहार, देणेघेणे, बँकांचे व्यवहार हे छोटूच बघत असे. शिवाय त्यांच्या कार्यक्रमांचे व दौऱ्यांचे नियोजन छोटूच सांभाळत असे. अण्णासाहेब जेव्हा मुंबईला येत तेव्हाही तो त्यांच्याबरोबर मुंबईला येत असे आणि त्यांच्याबरोबर त्यांच्याच घरी मुक्कामाला असे. मुंबईत रामचंद्र गिंडे, गणपतराव गिंडे हे छोटूचे दोघे बंधू त्या वेळी स्थायिक झाले होते. परंतु छोटू त्यांच्याकडे उतरत नसे. उलट ते छोटूला भेटायला अण्णासाहेब रातंजनकरांकडे येत असत. अण्णासाहेबांना ज्या नवीन बंदिशी सुचत त्या रागासह ते लिहून छोटूच्या हाती देत. छोटू त्या बंदिशी त्या रागात बसवी. त्या छोटूने रागांत बसवलेल्या बंदिशी अण्णासाहेबांच्या मनातील आराखड्याशी तंतोतंत जुळत असत. एवढा हा शिष्य गुरूशी तद्रूप झालेला होता. किंबहुना तो अण्णासाहेबांची दुसरी प्रतिमा बनला होता.

त्याचे आणखी एक उदाहरण सांगितले जाते. छोटू गिंडे, प्रभाकर चिंचोरे, सुमती मुटाटकर असे एकदा लखनौला मॅरिस कॉलेजमध्ये बोलत बसले असताना अण्णासाहेब रातंजनकर आपले काम संपवून काहीतरी गणगुणत तिथे आले. त्या वेळी त्या तिघांव्यतिरिक्त आणखीही दोघेतिघे तिथे होते. त्या काळात लखनौला उस्ताद मुश्ताक हुसेन यांच्या 'रागसागर' (अनेक रागांची मालिका) बद्दल मोठा बोलबाला चालू होता. या रागसागरमध्ये मुश्ताक हुसेन अनेक राग एकामागोमाग एक असे गात असत. त्या दिवशी बहुधा अण्णासाहेबांच्या डोक्यात हा 'रागसागर'चा विषय घोळत असावा. त्यांनी गुणगुणताना एकदम सर्वांना सांगितले की 'आता तुम्ही मला एकामागोमाग एक असे राग गायला सांगा. ते मी लागोपाठ गाईन.' त्यानंतर जसे जसे

या शिष्यांनी राग म्हणायला सांगितले तसे तसे लागोपाठ अण्णासाहेब ते राग गाऊ लागले. यमन, मारवा, लक्ष्मी तोडी, त्यानंतर मुलतानी, भैरव असे एकामागोमाग सुचवणे आणि अण्णासाहेबांनी तो राग गाणे असे जवळजवळ पाऊणएक तास चालले होते. हा लागोपाठ गाण्याचा प्रकार संपल्यावर अण्णासाहेब घरी गेले.

घरी गेल्यावर त्यांनी छोटूला हाक मारली. छोटू आल्यावर त्यांनी त्याच्या हाती दोन पानांची एक काव्यरचना दिली. ती रागसागरसारखी रचना होती. वेगवेगळ्या रागांवर आधारलेले दोनदोन चरण एकामागोमाग त्यात लिहिले होते. छोटूला त्यांनी त्या रचनेच्या प्रती काढायला सांगितल्या. त्यावेळी झेरॉक्स मशीन नव्हते. त्या दिवशी तिथे जमलेल्या सर्वांना वाटण्यासाठी त्या प्रती हाती लिहून काढायच्या होत्या. त्या सर्व रचना अण्णासाहेबांनी नुकत्याच केलेल्या असल्यामुळे नवीन होत्या. ज्या रागाच्या नावाखाली जी रचना लिहिली होती त्या रागात त्या त्या रचना बसवून छोटूसकट सर्वांनी उद्या त्या म्हणायच्या आहेत असे त्या दिवशी अण्णासाहेबांसमोर उपस्थित असलेल्या सर्वांना सांगण्याची सूचनाही छोटूला अण्णासाहेबांनी केली होती. छोटूने त्या नवीन रचनांच्या कागदांच्या प्रती त्याच दिवशी काढून सर्वांना वाटल्या. दुसरे दिवशी छोटूसकट सर्व आदल्या दिवशीप्रमाणे एकत्र आले. अण्णासाहेबांसमोर त्या रचना सर्वांनी एकमागोमाग एक अशा गायल्या. तशा त्या छोटूही गायला. त्या रागांवरील पदांची स्वररचना, ताल आणि लय प्रत्येकाची आपली स्वतःची होती कारण अण्णासाहेबांनी केवळ काव्यपंक्ती बनवून दिल्या होत्या. त्या दिवशी ज्या रचना सादर झाल्या त्यांमध्ये छोटूने सादर केलेल्या रचना अण्णासाहेबांच्या स्वतःच्या स्वररचनांशी व लयतालरचनांशी मिळत्याजुळत्या आहेत, असे स्वतः अण्णासाहेबांनी त्या दिवशी जाहीरपणे सांगितले. छोटू अण्णासाहेबांशी किती एकरूप व समरस झाला होता आणि तो अण्णासाहेबांची प्रतिमा कशी बनला होता ते ह्या प्रसंगावरून दिसून येईल.

: ४ :

डॉ. गुंडोपंत गिंडे यांचे १९४७ साली ११ नोव्हेंबर रोजी त्यांच्या गावी बैलहोंगल येथे देहावसान झाले. त्यानंतर आपोआपच छोटूच्या पुढच्या भवितव्याच्या मार्गदर्शनाची जबाबदारी डॉ. रामचंद्र गिंडे यांच्यावर आली. १९५१ साली छोटूच्या वयाच्या पंचविसाव्या वर्षी थोरल्या भावाच्या सूचनेनुसार त्याने मुंबईला येऊन स्थायिक होण्याचे ठरवले. वडिलांच्या निधनानंतर रामचंद्र गिंडे कॅनडाला पुढील शिक्षणासाठी गेले होते. तिथून त्यांनी छोटूला आता गृहस्थाश्रमी स्थिर होण्याच्या दृष्टीने पावले उचलण्यासाठी लिहिले होते. संगीताचे शिक्षण घेऊन झाले होते. आता यापुढे

मॅरिस कॉलेजात भवितव्य नव्हते. रामचंद्र गिंडे यांचे म्हणणे असे होते की लखनौच्या मॅरिस कॉलेजमधील शिक्षण संपल्यावर छोटूने मुंबईला यावे. इकडे त्याला एक स्टुडिओ काढून द्यायची त्यांची इच्छा होती. त्या ठिकाणी निवडक विद्यार्थ्यांना विशेष तालीम देऊन त्याने तयार करावे असे त्यांच्या मनात होते. परंतु त्यासाठी लागणारी आर्थिक जमवाजमव त्यांना करणे शक्य झाले नाही. मुंबईला परत आले असता त्यांनी अण्णासाहेबांच्या कानी आपले मनोगत घातले. छोटूला लखनौहून सोडायला तसे अण्णासाहेब राजी नव्हते. मात्र रामचंद्र गिंडे यांचे म्हणणेही त्यांना पटत होते. म्हणून छोटूने लखनौ सोडून परत मुंबईला परतण्यास त्यांनी होकार दिला.

यापूर्वी पंडित एस. सी. आर. भट यांच्या चरित्रात नंदभट व गिंडे यांच्या एकमेकांना दिलेल्या वचनांचा उल्लेख आला आहे. नंदभट भारतीय विद्या भवन सोडून वनस्थळीला जाऊ इच्छित होते तेव्हा कृष्णा गिंडे यांनी त्यांना गुरूंची आज्ञा पाळायची सूचना केली होती. त्या वेळी नंदभट यांनी मॅरिस कॉलेजातून जेव्हा गिंडे बाहेर पडतील तेव्हा त्यांनी नंदभट यांच्याबरोबर यावे असे वचन घेतले होते. जेव्हा मॅरिस कॉलेजमधून १९५१ साली गिंडे यांनी बाहेर पडायचे ठरवले तेव्हा नंदभट जेथे होते तिथे भारतीय विद्या भवनातच शिकवायला जायचे त्यांनी नक्की केले. ठरल्याप्रमाणे १२ ऑगस्ट १९५१ या दिवशी कृष्णा गिंडे मॅरिस कॉलेज सोडून मुंबईला परत आले. आपले आपण ठरवून व वचनाला जागून त्यांनी संगीत शिक्षकाचा पेशा पत्करला.

छोटू गिंडे यांचे हे सोळा वर्षांनी अण्णासाहेबांपासून विलग होणे दोघांसाठीही वेदनामय आणि कष्टकारक होते. अण्णासाहेबांचा पैसाअडका (१९४१ पासून) छोटूच्या देखरेखीत असे. १९४१ पासून छोटू गिंडे शिकवायला लागले होते. भटसाहेब तेव्हा लखनौ सोडून वनस्थळीला गेले होते. वास्तविक नंदभट यांचा पिंड जरी शिक्षकाचा असला तरी गिंडे हे हाडाचे शिक्षक नव्हते. अण्णासाहेबांनी १९४१ साली त्या वेळची गरज म्हणून छोटू गिंडे यांना शिक्षकी पेशा दिला होता आणि गुरूची आज्ञा म्हणून त्यांनी तो स्वीकारला होता. अण्णासाहेबांच्या कुटुंबाने छोटू गिंडे यांना-छोटुबांना मुलासारखे प्रेम दिले. त्या काळी मॅरिस कॉलेजमध्ये पगार नियमितपणे मिळत नसत. कधीतरी जमा पगार नंतर एकत्रित मिळत असे. अण्णासाहेबांना स्वत:च्या पगाराकडे बघायला फुरसत नसे. मग ते काम छोटुबा करीत. आलेल्या पगारातील छोटुबा काही पैसे अण्णासाहेबांच्या घरी पाठवीत. ते अण्णासाहेबांनाही माहीत नसे. दौऱ्यावर जाताना छोटुबा त्यांना दौऱ्यासाठी पाकिटात घालून पैसे देत. ते किती आहेत ते अण्णासाहेब पाहत नसत. आल्यावर ते उरलेल्या पैशांचे पाकीट छोटुबाला परत देत त्या वेळी

त्यात किती पैसे उरले आहेत, त्यांचा हिशेब वगैरे ते करत नसत. छोटुबाच त्या सर्व जमाखर्चाचा हिशेब ठेवीत असत. स्वत:साठीसुद्धा छोटुबा अण्णासाहेबांच्या त्या रकमांमधून खर्च करीत. त्या रकमांची त्याप्रमाणे नोंद ठेवीत असत.

छोटुबा लखनौ सोडून जाण्यापूर्वी असेच हिशेब पूर्ण करीत बसले होते. जाण्यापूर्वी खर्चाचा पक्का हिशेब अण्णासाहेबांना द्यावा असे त्यांनी ठरवले होते. अशा प्रसंगी एकदा अण्णासाहेब आले. त्यांनी काय करतो आहेस म्हणून विचारले. जाण्यापूर्वी हिशेब पूर्ण करतो आहे. असे छोटुबांनी उत्तर दिले. तेव्हा छोटुबा सोडून जाणार म्हणून आधीच दु:खी कष्टी झालेल्या अण्णासाहेबांनी त्यांना आता हिशेब करू नकोस. घरी गेल्यावर हिशेब कर, मी काय द्यायचे असतील तर मला कळव, तू द्यायचे असतील तर काही काढू नकोस, तू तरी मला काय देणार ? असे त्यांनी सांगितले. छोटुबा खरेच गुरूला काय देऊ शकणार होते ?

निरोपाच्या वेळी उलट अण्णासाहेबांनी 'वियोगवराळी' हा राग आणि त्यातील 'लाख करोर जियो नाद पुजारी' ही नव्याने केलेली बंदिश छोटुबांना भेटीदाखल दिली. विलायत हुसेन आणि गुणिदास जगन्नाथबुवा पुरोहित या गुरुशिष्यांची अशी प्रेमापोटी बंदिशी रचल्याची गोष्ट आहे. हे सुद्धा असेच गुरुशिष्य नाते होते. आपली भावनाभिव्यक्ती निव्वळ संगीतातून आणि संगीताद्वारेच मोकळी करण्याचे अण्णासाहेबांसारख्या करड्या शिस्तीच्या संगीतकाराचे असे आणखी एक उदाहरण घडले.

'वियोगवराळी' हा राग आणि त्यातील ही बंदीश अण्णासाहेबांनी या छोटुबांच्या वियोगाच्या प्रसंगी केली होती. रागाचे नाव म्हणूनच 'वियोगवराळी' असे ठेवले होते. छोटुबांना मात्र हा राग आणि त्यातील बंदिश गायची असे ठरवूनही कधी गाणे जमले नाही. गुरूंचा वियोग त्यांनाही झाला होता आणि जसजसे ते वयाने मोठे होत गेले तसतशी त्या बंदिशीमागील आणि बंदिशीतील भावना त्यांना अधिकाधिक तीव्रतेने जाणवू लागली. म्हणून हा राग गाताना छोटुबांना गुरूंच्या त्यांच्यावरील प्रेमाने मन भरून येई, ते कातर होत आणि हा राग गाऊ शकत नसत. म्हणूनच अखेर नंदभटांनी हा 'वियोगवराळी' राग छोटुबांच्या षष्ठ्यब्दिपूर्तीच्या निमित्ताने झालेल्या कार्यक्रमात पहिल्यांदाच गायला.

: ५ :

लखनौ सोडून गिंडे १९५२ फेब्रुवारीमध्ये मुंबईत भारतीय विद्या भवनमध्ये गायक शिक्षक म्हणून रुजू झाले. अर्थात ऑगस्ट १९५१मध्ये मुंबईला आल्यापासून फेब्रुवारी १९५२ पर्यंत छोटुबांसाठी मोकळा काळ गेला. भारतीय विद्या भवनमध्ये

त्यांना चिदानंद नगरकरांनी लगेच रुजू करून घेतले नाही. अशा वेळी छोटुबांना आपण काही करीत नाही, कमवीत नाही असे वाटून नैराश्य येऊ नये म्हणून नंदभटांनी त्यांना आपल्या स्वत:च्या शिकवण्या दिल्या. गिंडे चांगले गातात, ते ज्ञानी आहेत, ते चांगले शिकवतील असे त्यांनी त्यांच्या स्वत:कडच्या विद्यार्थ्यांना सांगून छोटुबांकडे शिकण्यासाठी राजी केले आणि छोटुबांना शिकवण्या मिळवून दिल्या.

छोटुबा फेब्रुवारी १९५२ मध्ये भारतीय विद्या भवनमध्ये शिकवायला रुजू झाले. असेच दिवस चालले असताना फादर प्रॉक्स म्हणून एक जर्मन संगीतज्ञ चिदानंद नगरकरांना भेटायला तिथे आले. हे फादर प्रॉक्स संगीताच्या जिज्ञासेपोटी भारतात आले होते. अण्णासाहेब रातंजनकरांचे नाव ऐकून ते त्यांना भेटायला लखनौला गेले होते. लखनौहून अण्णासाहेबांनी त्यांना मुंबईला आपल्या शिष्यांकडे भारतीय विद्या भवनमध्ये पाठवले. फादर प्रॉक्स मुंबईला आले तेव्हा भवन्समध्ये सुट्टीचा काळ चालू होता. तो काळ संपल्यावर फादर प्रॉक्स दुसऱ्याच दिवशी भारतीय विद्या भवनमध्ये आले आणि चिदानंद नगरकर यांना भेटले. नगरकरांनी छोटुबांना बोलावून घेतले आणि अण्णासाहेबांनी फादरना पाठवले आहे तेव्हा त्यांना संगीताची हवी ती माहिती देण्यास व त्यांना सहकार्य करण्यास सांगितले.

त्या दिवसापासून छोटुबा आणि फादर प्रॉक्स या दोघांचे एकत्र काम सुरू झाले. हा साधारण १९५५चा काळ होता. फादरबरोबर संगीताच्या चर्चा घडत. त्यांची एकमेकांना संगीताची आणि माहितीची देवाणघेवाण होई. त्यांचे लेखन लिपिबद्ध करण्याचे काम छोटुबा करीत. त्यांची खूप ओढाताण होई. छोटुबांना हे काम वेगळे आणि आव्हानात्मक असे वाटले आणि त्यांनी भारतीय विद्या भवनच्या नोकरीचा राजीनामा दिला. त्यानंतर छोटुबा पूर्ण वेळ फादर प्रॉक्स यांच्याबरोवर त्यांच्या मिशनच्या गाण्यावर काम करू लागले. त्या वेळी छोटुबांनी मुंबईतील वांद्रे येथे संगीत विद्यालय सुरू केले होते. ह्या विद्यालयाला त्यांनी खैरागड विश्वविद्यालयाची मान्यता मिळवली होती. हे विद्यालय आणि फादर प्रॉक्स यांना हवी असलेली मदत छोटुबा एकत्रितपणे साध्य करीत होते. १९६० साली छोटुबा युरोपला दौऱ्यावर गेले. फादर प्रॉक्सच्या शिफारशीने हा दौरा ठरला होता. या दौऱ्यात पाश्चात्य संगीताची तोंडओळख छोटुबांना झाली. युकॅरिस्टिक काँग्रेसने हा दौरा आयोजित केला होता. 'इंडियन आर्ट्स डेलिगेशन' या नावाने हा दौरा झाला होता. अडीच महिन्यांचा हा दौरा होता. भारतीय संगीत आणि नृत्यप्रकार यांवरील विविधांगी कार्यक्रम गिंडे आणि सहकाऱ्यांनी तिथे सादर केले. त्या वेळचे मुंबईचे कार्डिनल ग्रेशस यांनी व्हॅटिकन सिटीमध्ये त्यांचा कार्यक्रम आयोजित केला होता. पोपच्या हस्ते छोटुबांना स्मरणचिन्ह आणि जपमाळ त्या वेळी भेट म्हणून दिली गेली.

छोटुबांच्या युरोप दौऱ्याच्या काळात त्यांना वांद्र्याचे संगीताचे वर्ग बंद करावे लागले होते. दौऱ्याहून जेव्हा परत आले तेव्हा ते विद्यार्थी विखुरले गेले होते. दरम्यान 'श्रीवल्लभ संगीत आश्रम' या शीव येथील संस्थेकडून तिथे संगीत शिकवण्यासाठी छोटुबांकडे विचारणा झाली. श्रीवल्लभचे स्वामी हरिवल्लभदास यांना परदेशी जायचे होते. म्हणून आपल्या अनुपस्थितीत विद्यालयाचा कारभार पाहण्यासाठी त्यांनी 'टाइम्स ऑफ इंडिया' मधील एल.बी.पाटकर यांची नेमणूक केली होती. एल.बी.पाटकर कुणी गायन शिकवणाऱ्या शिक्षकांच्या शोधात होते.

पाटकर गणपतराव पुरोहित या हार्मोनियम वादकांना ओळखत होते. गणपतरावांकडे व्ही. जी. जोग हार्मोनियम शिकत असत. त्यामुळे पाटकर यांनी व्ही.जी. जोग यांच्याकडे विचारणा केली. व्ही. जी. जोग यांच्याकडून पाटकरांना सी.आर.व्यास यांचे नाव सुचवले गेले. सी.आर.व्यास यांना विचारणा झाल्यावर ते तयार झाले व 'श्रीवल्लभ संगीत आश्रमा'त शिकवूही लागले. मात्र त्यांनी पाटकरांना इथे शिकवायला आपल्याहून चांगली व्यक्ती देतो असे सांगितले आणि त्यांनी नंदभट यांना श्रीवल्लभ आश्रमात शिकवायला येण्याची विनंती केली. नंदभट त्या वेळी भारतीय विद्या भवनात शिकवत होते. छोटुबा मात्र युरोप दौऱ्याहून परत आल्यानंतर रिकामेच होते. म्हणून नंदभट यांनी मी इथं शिकवतो आहे. आपण छोटुबा मोकळे आहेत त्यांना विचारा, असे सी.आर. व्यास यांना सांगितले. त्याप्रमाणे सी.आर.व्यास यांनी छोटुबांना 'श्रीवल्लभ संगीत आश्रमा'त शिकवायला येण्याची गळ घातली. नवीन संस्था आहे त्यात संगीतप्रचाराला आणि संस्था वाढीसाठी भरपूर वाव आहे असेही त्यांनी छोटुबांना सांगितले.

स्वामी श्रीवल्लभदास हे उस्ताद फैय्याज खाँसाहेबांचे शिष्य होते. ते अण्णासाहेब रातंजनकरांचे गुरुबंधू या नात्याने छोटुबांना आपलेसे होते आणि त्यांचे नावही त्यांनी ऐकले होते. तारानाथ हे स्वामीजींबरोबर तबला वाजवत. त्यांच्याकडे स्वामीजी येत त्या वेळी स्वामीजींचे संगीताचे कार्यक्रम छोटुबांनी ऐकले होते. भारतीय विद्या भवनातही भातखंडे स्मृती महोत्सवात स्वामीजींचे गाणे छोटुबांनी ऐकले होते. स्वामीजीसुद्धा नंदभट व छोटुबांना ओळखत असत. मात्र स्वामीजींच्या संस्थेचे उत्पन्न तुटपुंजे असल्यामुळे आपण छोटुबा किंवा नंदभट यांच्या योग्यतेप्रमाणे त्यांना वेतन देऊ शकणार नाही असे स्वामीजींना वाटत असे. म्हणून स्वामीजींनी नंदभट किंवा छोटू गिंडे यांना आपल्या संस्थेसाठी विचारणा केली नव्हती. पाटकरांकडून ही विचारणा झाल्यावर १९६१पासून छोटुबा 'श्रीवल्लभ संगीत आश्रमा'त रुजू झाले. त्या वेळी स्वामीजी परदेशात होते. मिनाक्षी मुडबिद्री त्या वेळी तिथे शिकवायला होत्या. पण

त्याच वेळी एस.एन.डी.टी.विद्यापीठामध्ये मीनाक्षी मुडबिद्री यांना कायमस्वरूपी नोकरी मिळाली. म्हणून त्या तिकडे गेल्या. त्या तिथे गेल्यावर 'श्रीवल्लभ संगीत आश्रमा'त गायन शिकवण्याचा पूर्ण भार छोटुबांवर पडला. त्या संस्थेत स्वामीजींना इंग्रजी येत नसे व पाटकरांना हिंदी येत नसे. त्यामुळे स्वामीजींशी परदेशात हिंदीतून पत्रव्यवहाराचीही प्रशासनिक जबाबदारी छोटू गिंडेंवर पडली. इतक्या वळणदार व सुंदर अक्षरांत एवढी चांगली पत्रे कोण लिहितो आहे ते तिकडे स्वामीजींना कळेना. पाटकरांनीही तसे काही कळवले नाही. अगदी शेवटी शेवटी स्वामीजी परत येण्याच्या आधी पाटकरांनी छोटुबांना त्यांचे नाव स्वामीजींना कळवायला सांगितले.

स्वामीजी परत आल्यावर त्यांच्या वरच्या मजल्यावरील खोलीत जेव्हा छोटुबा त्यांना भेटायला गेले, तेव्हा स्वामीजींना जो आनंद झाला तो व्यक्त करायला त्यांच्याकडे शब्दच नव्हते. त्यांनी गिंडेंना कडकडून मिठी मारली आणि 'आप यहाँ आये ये हमारा सद्‌भाग्य है। मैने कभी सपनोंमेभी नही सोचा था कि आप ऐसे यहाँ आयेंगे' पुढच्या भेटीत स्वामीजींनी त्यांना किती पगार हवा म्हणून विचारले. त्यावेळी फादर प्रॉक्सकडून महिना सातशे-आठशे रुपयांपर्यंत मिळत होते. तो देकार त्यांनी स्वामीजींच्या कानी घातला. तेव्हा स्वामीजी त्यांना म्हणाले की संस्थेचा काही यात फायदा करायचा नाही. मात्र संस्थेची संगीतवर्गांची आवक तुम्ही गेले काही महिने पाहत आहात. त्यातून तुम्हांला आम्ही जास्तीत जास्त तीनशे रुपये मासिक देऊ शकतो. त्यापूर्वी छोटुबांना पाटकरांच्या काळात पावणेदोनशे रुपये मासिक मिळत होते. त्या वेळी स्वामीजी पुढे असेही म्हणाले की याहून अधिक आम्ही देऊ शकत नाही आणि मी तुम्हाला आता गमावू पण इच्छित नाही. याहून अधिक पगाराचा तुमचा हट्टच असेल तर मी भीक मागून कसेही पैसे गोळा करीन आणि तुम्हाला देईन. पण तुम्हाला जाऊ देणार नाही. छोटुबांनी त्या वेळी स्वामीजींना एवढेच सांगितले की 'आपण जे द्याल त्यात मी इथं काम करीन.' हाच शब्द छोटुबांनी स्वामीजींना कायमसाठी दिला होता आणि त्यांनी तो कायम पाळला. त्यांनी त्यांच्यासाठी कधीही पगारवाढ अशी मागितली नाही. अशा दृढ निश्चयामुळेच त्या संस्था आणि त्या व्यक्ती मोठ्या होतात.

'श्रीवल्लभ संगीत आश्रम' ही सुद्धा अशी संगीत शिक्षणासाठी झोकून दिलेली संस्था होती. ह्या संस्थेत अशा निस्पृहपणे काम करणारे स्वत: स्वामी हरिवल्लभदास, त्यांच्यानंतरचे हरिप्रसाद स्वामी, छोटुबा, त्यांच्यासह काम करण्यासाठी तिथे आलेले नंदभट असे लोक होते. म्हणून एका कुटुंबाप्रमाणे ही संगीत संस्था चालली. आजही त्यांच्यानंतर तो घरोबा संपलेला नाही. एकमेकांना साद घातल्याशिवाय या सर्वांना घास उतरत नसे. अशी त्यांच्यात आपुलकी निर्माण झाली होती. या आपुलकीच्या भावनेतूनच स्वामी वल्लभदासांनी जेव्हा देह ठेवला त्या पूर्वीच्या स्वामींच्या

आजारपणात छोटू गिंडेंनी त्यांना 'ही संस्था मी आजन्म पाहीन, इथून सोडणार नाही' असा विश्वास दिला, त्यांना वचन देऊन त्यांना खात्री दिली आणि त्यांच्या देहांतापूर्वी त्यांना वाटणारी संस्थेच्या भवितव्याची काळजी दूर केली.

पुढे १९६३साली संगीत वर्ग वाढू लागले तसे गिंडेंनी शिक्षक वाढवले. स्वामीजींकडे नंदभट यांना श्रीवल्लभ संगीताश्रमात शिक्षक म्हणून बोलवण्याचे ठरले, तेव्हा छोटुबांनी नंदभट जर स्वामी वल्लभ संगीताश्रमात येणार असतील तर त्यांना आपल्या एवढाच पगार द्यावा अशी पूर्वअट स्वामींना घातली आणि ती मान्य झाल्यावर १९६३साली त्यांनी नंदभट यांना बोलावून 'श्रीवल्लभ' मध्ये रुजू करून घेतले.

: ६ :

नंदभट आणि छोटुबा हे जे काही काळ वेगवेगळ्या संस्थांमध्ये काम करत असत ते आता एकाच संस्थेत आले आणि आयुष्याच्या अंतापर्यंत एकत्र श्रीवल्लभ संगीतालय काम करीत राहिले.

त्या आधी ५ मे १९५४ रोजी छोटुबांचे लग्न झाले. हे लग्न नंदभट यांनीच जमवले होते. छोटुबांचे वडील निवर्तल्यावर त्यांच्या मोठ्या बंधूंनी - रामचंद्र गिंडे यांनी - छोटुबांना एक पत्र पाठवले होते. त्या वेळी डॉ. गिंडे कॅनडात शिकत होते. त्यात त्यांनी छोटुबांच्या लग्नाचा विषय काढला होता. त्यांनी लिहिले होते की छोटुबांनी लग्न, संसार यासाठी आपल्यावर विसंबून राहू नये. आपले आपण स्वतंत्रपणे पाहावे. त्या नंतरच्या काळात छोटुबांना लखनौहून एका उत्तर प्रदेशात स्थायिक झालेल्या मुलीचे पत्र आले होते. ही मुलगी छोटुबा आणि नंदभट लखनौला असताना छोटुबांकडे शिकत होती. आपल्या पत्रात त्या मुलीने छोटू गिंडे यांच्याशी लग्न करण्याची इच्छा प्रदर्शित केली होती. छोटू गिंडेंनी त्या मुलीला पत्राने कळविले होते की तू ज्येष्ठ पालकांकडे हा प्रस्ताव ठेव आणि मी माझ्या ज्येष्ठ पालकांकडे हा प्रस्ताव ठेवतो. आपल्या मोठ्या माणसांना पसंत असेल तर त्यांच्या संमतीनेच हे लग्न होईल. ह्या पत्राला त्या मुलीने आठ दिवसांत उत्तर लिहिले आणि हा प्रस्ताव विसरून जा असे कळवले. अर्थातच त्या मुलीच्या घरच्यांनी लग्नाला परवानगी दिलेली नसावी. छोटुबांनी अर्थातच त्या मुलीचे पत्र, त्यावरील त्यांचे उत्तर आणि नंतरचे दुसरे पत्र नंदभट यांना दाखवले होते. त्यामुळे छोटू गिंडे यांच्या लग्नाची जाणीव नंदभट यांना झाली होती.

त्या नंतरच्या सुट्टीत अण्णासाहेब रातंजनकर मुंबईला आले असताना नंदभटांनी त्यांना 'मी छोटूच्या लग्नाचे बघू का?' असे अण्णासाहेबांना विचारले होते. अण्णासाहेबांनी 'तू छोटूला चांगले ओळखतोस. तू छोटूसाठी नक्की योग्य मुलगी

बघशील' असे सांगून नंदभटांना संमती दिली होती. नंदभटांनी छोटुबांना त्यांच्या अपेक्षा विचारल्यावर त्यांनी, 'तुम्ही जी मुलगी योग्य ठरवाल तिच्याशी मी लग्न करीन. तुम्ही माझ्यासाठी योग्य स्थळ निवडाल याची मला खात्री आहे.' असा विश्वास आणि जबाबदारी नंदभट यांच्यावर टाकली होती.

ह्या पूर्वी अण्णासाहेबांचे या विषयावरील एक दहाबारा पानांचे विस्तृत पत्र छोटुबांना आले होते. या पत्रात अण्णासाहेबांनी त्यांना 'तुझ्या लग्नासाठी योग्य वधू कशी निवडावीस' याचे संपूर्ण मार्गदर्शन पाठवले होते. हे पत्रही छोटुबांनी नंदभट यांना दाखवले होते. ते पत्र नंदभट यांनाही मुलगी बघण्यासाठी मार्गदर्शक आणि प्रेरणादायी ठरले. त्यानंतर मीरा कोप्पीकर यांचे स्थळ नंदभट यांनी छोटुबांना सुचवले. लक्ष्मीनारायण कोप्पीकर यांची ही सालस मुलगी होती. हे स्थळ पसंत पडून ५मे १९५४ रोजी छोटुबांचे लग्न मीरा यांच्याशी झाले. त्यांना संसारात त्यांच्या पत्नीने अगदी समरसून साथ दिली. त्यांचे संगीताप्रती असलेले समर्पण आणि त्यांचे विविध संगीतव्यवहार त्यांनी अत्यंत समरसतेने समजून घेतले. त्यांचे चिंतन आणि त्यांच्या उत्कर्षाला मीराताईंनी भरभक्कम पाठिंबा दिला.

छोटुबा आणि मीरा यांची अजय आणि संजय ही दोन मुले आहेत. अजय गिंडे यांनी आपल्या आईच्या नावे काढलेल्या 'मीरा म्युझिक' संस्थेतर्फे विस्मृतीत जाणाऱ्या रागदारी संगीताच्या जीर्णोदाराचे कार्य चालवले आहे. 'श्री वल्लभ संगीत आश्रमा'त शिक्षक वाढल्यावर छोटुबांची त्या आश्रमात प्राचार्यपदी निवड झाली. मुळातच शिक्षकी पेशाकडे छोटुबांचा कल नसतानासुद्धा गुरूंचे ऋण आणि नंदभट यांच्याशी असलेली वचनबद्धता यामुळे हा पेशा त्यांनी स्वीकारला होता. त्यानुसार शेकडो शिष्यांना त्यांनी संगीताचे मूलभूत आणि विस्तृत असे दोन्ही प्रकारचे ज्ञान देऊन ज्ञानसंपन्न केले. या ठिकाणी रागसंगीतातील जटील प्रश्नांवर त्यांनी संगीत शिकणाऱ्या विद्यार्थ्यांसाठी व्यावहारिक तोडगे काढून ते सुकर करून दाखवले. संगीताश्रमात आयोजकांच्या भूमिकेतून अनेक उत्तमोत्तम कलाकारांचे कार्यक्रम त्यांनी आयोजित केले. या संस्थेत स्नातकोत्तर पदवीच्या विद्यार्थ्यांना ते शिकवीत असत. शिवाय त्यांच्याकडे संगीताच्या ज्ञानकोशासमान ज्ञान असल्यामुळे अनेक प्रथितयश कलाकारही वेळोवेळी त्यांच्याकडून मार्गदर्शन घेत असत. आपले उत्तम प्रशासन आणि संगीतशास्त्रातील उंची या आधारे संगीताश्रमाचा उत्कर्ष त्यांनी साधला.

श्रीवल्लभ संगीताश्रमातील छोटुबांचा काळ वर उल्लेखल्याप्रमाणे चिंतन व रियाजाचा काळ होता. त्यांनी भरपूर मैफली केल्या नाहीत किंवा त्या दृष्टीने ते कधीही आयोजकांच्या मागे लागले नाहीत. मात्र रियाज व चिंतन यांचा त्यांनी असा उत्तम संयोग केला की ते संगीतातील ज्ञानवंत भाष्यकार म्हणून गणले गेले. त्यांचे व्याख्यान

आणि प्रात्यक्षिकांचे कार्यक्रम म्हणजे जिज्ञासू आणि संगीताच्या विद्यार्थ्यांना पर्वणी असे. अन्य ठिकाणी मैफली ऐकताना विद्यार्थ्यांना पडलेले प्रश्न छोटुबांच्या व्याख्यान-प्रात्यक्षिकांमध्ये आपसूकपणे सोडवून मिळत.

याच त्यांच्या गुणवैशिष्ट्यांमुळे त्यांची कलकत्त्याच्या संगीत रीसर्च अकादमीमध्ये खास आमंत्रित पाहुणे गुरू (visiting Guru) म्हणून नेमणूक झाली. या देशापरदेशात प्रसिद्ध असलेल्या संस्थेत त्यांनी अनेक व्याख्याने प्रात्यक्षिके दिली. त्या ठिकाणी असलेल्या संग्रहात छोटुबांनी गायलेल्या अण्णासाहेब रातंजनकरांच्या ३५० बंदिशी संगीत रीसर्च अकादमीच्या श्री. विजय किचलू यांनी ध्वनिमुद्रित करून ठेवल्या आहेत. तसेच सिएॅटल येथे राहणाऱ्या प्रा.रमेश गंगोळी यांनी छोटुबांच्या आवाजातील अण्णासाहेब रातंजनकरांच्या २७५ बंदिशी ध्वनिमुद्रित करून ठेवल्या आहेत. छोटुबांनी याच गुरुऋणाच्या प्रकल्पाला आपल्या निवृत्तीच्या साठीच्या वयानंतर वाहून घेतले होते. अण्णासाहेबांनी रचलेल्या बंदिशींचे संपूर्ण स्वरलिपीकरण (notation) करून स्वत:च्या सुवाच्य हस्ताक्षरात 'अभिनव गीत मंजरी' च्या तीन खंडांत त्यांनी ते प्रकाशित केले. महाराष्ट्र गौरव पुरस्कार १९९० साली आणि संगीत नाटक अकादेमी पुरस्कारानेही छोटू गिंडे यांना गौरवण्यात आले.

अण्णासाहेबांच्या – आपल्या गुरूंच्या – बंदिशींचे ध्वनिमुद्रणाचे व प्रकाशनाचे अवाढव्य काम पूर्ण झाल्यावर छोटू गिंडेंना गुरुऋणातून मुक्त झाल्याची भावना झाली होती. ते कृतकृत्य झाल्याचे आणि निर्वाणीचे बोलत असत. आपल्या तब्येतीकडे आणि पथ्यपाण्याकडे त्यांनी लक्ष देणे कमी केले होते. यातूनच ते कलकत्त्याच्या संगीत रीसर्च अकादेमीमध्ये दुपारचे व्याख्यान संपवून शिक्षकांबरोबर आपल्या जेवणाच्या ठिकाणी परतत असताना त्यांना तीव्र हृदयविकाराचा झटका आला आणि त्यांचे देहावसन झाले. दि.१३ जुलै १९९४ हा तो दिवस होता. या दिवशी अगदी मृत्यूच्या क्षणापर्यंत ते संगीत शिकवत होते. संगीतात रममाण असताना आपल्याला मृत्यू यावा अशी त्यांची इच्छा होती. त्या इच्छेप्रमाणे त्यांना इच्छामरण मिळाले. संगीतक्षेत्राचे मात्र त्यांच्या अचानक जाण्याने अतोनात नुकसान झाले.

: ७ :

छोटुबांचे व्यक्तिमत्त्व संगीत विद्वानाला शोभेल असे भारदस्त होते. त्यांच्याकडे विद्वत्ता जरी होती तरी त्यामुळे त्यांच्या व्यक्तिमत्त्वाला जडत्व आलेले नव्हते. किंबहुना आपल्याकडे असलेला ठेवा हा आपल्या गुरूंकडून आपल्याकडे आलेला आहे या जाणिवेने ते अत्यंत लीन झालेले असत. आपल्याला जे मिळाले आहे ते देण्यासाठी,

वाटण्यासाठी आहे आणि आपल्याकडे जे नाही ते ज्यांच्याकडे आहे त्यांच्याकडून मिळवायचे आहे ही त्यांची ज्ञानदान व ज्ञानार्जनाबाबतची प्रामाणिक भावना होती.

छोटुबांच्या व्यक्तिमत्त्वाचे अधिक पैलू त्यांच्या षष्ट्यद्बिपूर्ती निमित्ताने लिहिलेल्या अभिनंदनपर लेखांमधून आणि त्यांच्या निर्वाणानंतर त्यांच्या पहिल्या स्मृतिदिनाच्या लेखांमधून समजून घेता येतात.

छोटुबांचे यथार्थ वर्णन 'हिंदुस्थानी संगीत पद्धतीचा चालता बोलता कोश' असे ओंकार सूर मंडळाच्या स्मरणिकेत केले आहे. त्यांच्या मार्गदर्शनाचा लाभ झालेल्या संस्थांची यादी खूप मोठी आहे. त्यात मुंबई विद्यापीठ, एस.एन.डी.टी. विद्यापीठ, बनारस हिंदू विश्वविद्यालय, जोधपूर विद्यापीठ, दिल्ली विद्यापीठ, इंदिरा कला संगीत विश्वविद्यालय (खैरागड), भातखंडे संगीत विद्यापीठ (मूळचे मॅरिस कॉलेज,लखनौ), अखिल भारतीय गांधर्व महाविद्यालय मंडळ, संगीत महाभारती (मुंबई), मुंबई महानगरपालिका (संगीतशिक्षण विभाग), संगीत रीसर्च अकादेमी (कलकत्ता), सांस्कृतिक व्यवहार मंत्रालय (भारत सरकार), संगीत नाटक अकादेमी (दिल्ली व लखनौ), कला अकादमी (गोवा), वॉशिंग्टन विद्यापीठ, सिएॅटल, (वॉशिंग्टन स्टेट, अमेरिका), आकाशवाणी, श्री षण्मुखानंद फाइन आर्ट्स व संगीत सभा (मुंबई), विश्वभारती (कलकत्ता, गुरुदेव टागोर यांनी स्थापलेली), सांस्कृतिक विभाग (महाराष्ट्र शासन), तंत्रशिक्षण विभाग (हैद्राबाद, आंध्र प्रदेश), स्पिक मॅके अशा प्रसिद्ध मातब्बर संस्थांचा समावेश होतो.

छोटुबांच्या संपादनाचे व संशोधनाचे सहकार्य व योगदान मिळालेली पुस्तके खूप आहेत. जगन्नाथबुवा पुरोहित (गुनिदास), विलायत हुसेन खान (प्राणप्रिया), पंडित सी.आर. व्यास (गुनिजन), पंडित दिनकर कायकिणी (दिनरंग), यांची आणि गुरू अण्णासाहेब रातंजनकर यांच्या बंदिशींचे तीन खंड प्रकाशित होण्यात छोटू गिंडे यांचा मोठा सहभाग आहे.

संगीतरचना अथवा 'बंदिश' हा छोटुबांचा अत्यंत जिव्हाळ्याचा विषय होता. त्यांनी स्वत: वीसएक बंदिशी रचल्या. परंतु त्याहूनही आपले गुरू पंडित अण्णासाहेब रातंजनकर यांना दिलेल्या वचनपूर्तीसाठी त्यांनी जवळजवळ १५०० बंदिशी गाऊन सिएॅटल येथील वॉशिंग्टन विद्यापीठ, आणि संगीत रीसर्च अकादेमी कलकत्ता येथे ध्वनिमुद्रित केल्या. त्यांच्या या सगळ्या धडपडीमागे गुरुनिष्ठा, संगीतनिष्ठा आणि मुख्य म्हणजे ते म्हणत असत त्याप्रमाणे आता उर्वरित आयुष्यात जास्तीत जास्त संगीतकार्य, मुख्य म्हणजे गुरूंचे अपूर्ण राहिलेले काम पूर्ण करण्याची त्यांची ध्येयासक्ती होती.

छोटुबांना त्यांच्या या कार्याबद्दल अनेक पुरस्कारांनी गौरवण्यात आले आहे. त्यांपैकी काही महत्त्वाचे:

१) जायंट्स इंटरनॅशनल संगीत पुरस्कार -१९८८

२) शारंगदेव फेलोशिप पुरस्कार -१९९०

३) हिंदुस्थानी संगीत गायनासाठी संगीत नाटक अकादेमीचा पुरस्कार -१९९०

४) महाराष्ट्र गौरव पुरस्कार, महाराष्ट्र सरकार – १९९०

छोटुबांचा स्वभाव अत्यंत मनमिळावू होता. एकदा एखाद्याला आपला मानला की तो आपला असा त्यांच्या सान्निध्यातील सर्वांचा अनुभव असे. रागदारी संगीतात त्यांनी शास्त्राधार शोधण्याचे मोलाचे काम तर केलेच परंतु त्याचबरोबर असंख्य अपभ्रंश झालेल्या बंदिशी सुधारून पुन्हा लिहून काढल्या असे बेळगावचे रामभाऊ विजापुरे (हार्मोनियम वादक) यांनी म्हटले आहे.

छोटुबांना कलाकारांचे कन्सल्टंट कलाकार म्हटले जाई. धृपद, ख्याल, ठुमरी, नोमतोम, सरगम, बंदिश, बोलबांट या सगळ्या पद्धती आणि प्रकारांवर त्यांचे असामान्य प्रभुत्व होते. शिक्षक, व्यक्ती आणि कलाकार या तिन्ही भूमिकांमधून त्यांनी आपले वेगळेपण दाखवून दिले आहे असे पंडित यशवंतबुवा जोशी म्हणत असत. पंडित जगन्नाथबुवा यांच्या सत्कारप्रसंगी छोटुबांनी जगन्नाथबुवा पुरोहितांच्या (गुणीदास) चिजांच्या पुस्तकाचे आपल्या हस्ताक्षरात प्रसिद्ध केले. ही स्वरलिपी (notation) करण्याचे काम इतके अचूक व शास्त्रशुद्ध झाले होते की त्या स्वरलिपीवरून त्या चिजा म्हणणारे गायक गुणिदासांच्या मनातील बंदिश गात आहेत असे वाटे.

छोटुबांना मिळालेल्या धृपदधमाराच्या तालमीमुळे त्यांच्या ख्यालगायनात चतुर लयकारी आणि वैशिष्ट्यपूर्ण बोलअंग उतरले होते. म्हणून त्यांचे गाणे ऐकताना एक उत्साहभरला आनंद मिळे आणि तल्लीनही व्हायला होई.

सर्वसाधारणपणे गायकांमध्ये मिजास, प्रतिष्ठा, प्रसिद्धीची लालसा या गोष्टी चिकटलेल्या असतात. या गोष्टींपासून छोटुबा दूर असत. त्यांच्या साध्या स्वभावामुळे त्यांच्याकडील विद्वत्तेची ओळख त्यांच्या नुसत्या तोंडओळखीने होत नसे. त्यासाठी त्यांचा दृढ परिचय व्हावा लागे. किंबहुना तो दृढ परिचय करून घ्यावा लागे. जसजसा त्यांचा दृढ परिचय होऊ लागे तसतशी छोटू गिंडे यांच्या विद्वत्तेची ओळख होऊ लागे. त्यातून त्यांच्या सहवासातील प्रत्येकाला उत्साह व प्रेरणा मिळे आणि पुढे संगीतात करण्यासारखे खूप काही आहे याची जाणीव होई. छोटुबांच्या दीर्घ सहवासाचा हा मोठा लाभ असल्याचे पंडित द.वि.काणेबुवांनी नोंदवले आहे.

गाण्याची मैफल असो किंवा वर्गात शिकवणे असो, दोन्हीही कामे छोटुबांसाठी सारखीच आनंददायी असत. दोन्हीसाठी ते सारखेच आतुर असत. ते गाणे शिकवायला लागले की चंचीतून पान निघे आणि शिकवण्याची मैफल जमे. त्या वेळी ज्ञान आणि उपदेश तर मिळेच परंतु संगीतामृतही भरभरून मिळे. सूर असे लागत, शब्द असे येत आणि बोध असा मिळे की तिथे शिकणाऱ्याचे डोळे पाझरू लागत. हा अनुभव अनेक शिष्यांनी घेतलेला आहे. छोटुबा जरी गुरू म्हणून गुरुस्थानी बसलेले असले तरी त्यात त्यांना कोणतेही श्रेष्ठत्व वाटत नसे. शिकायला येणाऱ्या नवीन शिष्याने आधीच्या शिकवणाऱ्या गुरूंचे नाव घेतले की त्याच्या त्या गुरूंची निंदा करून आपले श्रेष्ठत्व दाखवण्याचा सोस अनेक गुरूंना असतो. छोटुबा श्रेष्ठ गुरुस्थानी असले तरी त्यांच्या तोंडून दुसऱ्या गुरूंचा अनादर करणारे असे अपशब्द येत नसत. गायन श्रेष्ठ, वादन कनिष्ठ असेही ते मानत नसत. एकूण विद्या ही विद्या अक्षरे उलट करून केवळ – द्यावी – असे त्यांचे कायमचे निस्पृह धोरण असे, अशा तऱ्हेचे निरीक्षण छोटू गिंडे यांचे ज्येष्ठ शिष्य उल्हास बापट (संतूरवादक) यांनी नोंदवले आहे.

मुंबई दूरदर्शनवर सुहासिनी मुळगांवकर यांनी 'स्वरचित्राक्षर' हा कार्यक्रम करायचे ठरवले होते. त्यात धनाश्री रागातील 'तेरो ध्यान धरत' ही चीज गायची ठरली होती. ही चीज छोटुबांनी त्या कार्यक्रमात गाणाऱ्या गायकांना अशी काही रंगवून शिकवली आणि तयार करून घेतली की त्या चिजेचे शब्द जिवंत होऊन गेले. छोटुबा बंदिशी शब्द जिवंत करून शिकवत असत. साध्या साध्या वाटणाऱ्या, बाळबोध प्रकृतीच्या बंदिशी छोटुबा गाऊ लागले की त्यात विलक्षण गेयत्व आणि अर्थवाहित्व असल्याची जाणीव होई. त्यामुळे नवीन व जुन्या जाणत्या अशा सर्व गायकांना त्यांच्या मार्गदर्शनाने विशेष प्रोत्साहन मिळे. गाण्यासंबंधी हे असे तर व्यवहारातही ते उगीचच गुरू कोण, किती वर्षे शिक्षण, घराणे कोणते असे प्रश्न विचारून, माहिती घेऊन नवीन शिकणाऱ्याचा तेजोभंग करीत नसत. तसे करण्याची त्यांची पद्धत नव्हती. त्यामुळे त्यांच्या सहवासात कनिष्ठ कलाकारही खूश असत आणि त्यांच्या कार्यक्रमात ते हिरीरीने भाग घेत असत.

एकदा एका मैफलीपूर्वी छोटुबांचा आवाज बसला होता. त्यांना धडपणे बोलताही येत नव्हते तर गाणार कसे? त्यांच्या आजूबाजूच्या सर्वांनाच गाणे कसे होणार याची चिंता पडली होती. परंतु मंचावर तंबोरे जुळवून त्यांनी षड्ज लावला आणि त्यांचा आवाज किंचितसा मोकळा झाला. तेवढ्या आवाजाच्या मोजक्या भांडवलावर छोटू गिंडे यांनी लयकारी आणि बंदिशीच्या जोरावर मैफल मारून नेली. त्यांचे हे एक वैशिष्ट्य होते. मैफलीत त्यांना कारणे देणे पसंत नसे. शंभर टक्के देण्याची त्यांची वृत्ती होती असे ज्येष्ठ गायिका शुभदा पराडकर यांनी म्हटले आहे.

छोटुबांनी गुणीदास जगन्नाथबुवा पुरोहित यांच्या बंदिशींचे पुस्तक सुवाच्य अक्षरांत लिहून दिले. त्यांतील काही बंदिशींची स्वरलिपीही त्यांनी केली. एकदा बंदिशींची स्वरलिपी करून पूर्ण झाल्यावर त्यावरून जगन्नाथबुवांना त्यांनी स्वरलिपीवरून बंदिश गाऊन ऐकवतो असे सांगितले. बुवांनी परवानगी दिल्यावर त्यांनी इतक्या बारकाव्यांसह अप्रतिमपणे बंदिश ऐकवली की बुवा चकित होऊन ऐकतच राहिले. वर्षानुवर्षे तालीम घेणाऱ्या शिष्यांना जी बंदिश बारकाव्यांसह गाता येत नाही अशी बंदिश छोटू गिंडे फक्त स्वरलिपीवरून गात आहेत हे खरेच आश्चर्य होते. खरी तर हिंदुस्थानी संगीत ही गुरुमुखी विद्याच आहे. निव्वळ स्वरलिपीवरून बंदिश गाता येत नाही. परंतु छोटू गिंडे यांचे वैशिष्ट्य असलेली त्यांची बंदिशींची उपजत जाण आणि उत्कट आवड (passion) यांमुळेच ते जगन्नाथबुवांना चकित करण्याएवढी सुंदर सजिली बंदिश गाऊन दाखवू शकले.

गाण्याच्या मैफलीची शिस्त दोन प्रकारे छोटुबा पाळीत असत. गाण्याच्या मैफलीत इतरांचे कोणाचे गाणे असले तरी ऐकायला ते अगदी सुरुवातीपासून हजर असत. आपले गाणे जरी मैफलीच्या कार्यक्रमाच्या सुरवातीला असले किंवा शेवटी जरी असले तरी सुरुवातीपासून शेवटपर्यंत ऐकायला अगदी पुढे बसून मैफल ऐकण्याची शिस्त ते पाळीत असत. केवळ आपल्या गाण्यापुरते कार्यक्रमाला यायचे आणि आपली मैफल झाली की कार्यक्रमातून निघून जायचे असा मनाचा कोतेपणा ते करत नसत. थोडक्यात म्हणजे ते मैफल पूर्णांशाने जगत असत. दुसरी शिस्त म्हणजे आपल्या गाण्याची शिस्त. रागाचे आणि मांडणीचे नियम पाळून शिस्तीत ते गात असत. रागाचे सुस्पष्ट नियम, संपूर्ण बंदिश, शब्द न चोरता पूर्ण अस्ताई व अंतरे असे ते परिपूर्णतेने गात असत. गाण्यात कोणतीही आडवळणे किंवा चोरवाटा ते शोधत नसत. हे त्यांचे वर्तन म्हणजे समजून उमजून पारखून केलेले वर्तन असे. फक्त केवळ आपले गुरुजी असे सांगत, असा दाखला देण्यापुरते ते नियम नसत तर, छोटुबांच्या आपल्या स्वत:च्या चिंतनाचे आणि साधनेचे संपूर्ण समर्थन लाभलेले असे ते नियम असत. संगीत ही एक संवादाची भाषा असल्यामुळे त्या भाषेचे व्याकरण व सौंदर्याचे नियम यांचे सम्यक ज्ञान छोटू गिंडे यांना अद्ययावतपणे त्यांच्या मैफलीत अवगत असे. त्यामुळे मैफलीनंतरचे खोटे आणि लटके समर्थन देण्याची वेळ त्यांच्यावर येत नसे. त्यांच्या गाण्यात व मांडणीत ठामपणा असे. किंबहुना त्यांनी मांडलेले रागाचे चलन हेच रागाचे खरे व प्रमाण चलन मानले जाई. अभियांत्रिकीमध्ये उत्पादन हीच फुटपट्टी (product itself as standard guage) अशी उच्च प्रतीच्या व उच्च गुणवत्तेच्या उत्पादनाची वैशिष्ट्ये बनतात. इतर सर्व गौण उत्पादक ते उत्पादन आपल्या उत्पादनाच्या तुलनेसाठी व मोजमापाच्या प्रमाणासाठी गृहीत धरतात. तीच

त्या उत्पादनाची ओळख बनते. (उदा. कॅडबरी चॉकलेट, कोलगेट टूथपेस्ट). इतर उत्पादक त्या उत्पादनांसारखे उत्पादन बनवण्याचा प्रयत्न करतात. छोटुबांची मैफल ही गुणवत्तेची अशा तऱ्हेची प्रमाण कसोटी मानली जाई. ती मैफल म्हणजे आदर्श मैफलीचा मापदंड असे.

छोटुबांना राग व ताल यांची असाधारण समज तर होतीच. पण त्याला जोडून मैफलीत गाण्यात भाव ओतण्याची कला त्यांना जगन्नाथबुवा पुरोहित यांच्याकडून मिळाली असे ते सांगत असत. त्यापुढे जाऊन बंदिशीत भावनिर्मिती आणि सौंदर्यनिर्मिती यांचा स्वतंत्रपणे विचार करण्याची प्रज्ञा त्यांना लाभली होती. त्याचे एक उदाहरण आहे. जगन्नाथबुवांनी 'स्वानंदी' हा नवीन राग निर्माण केला होता. या रागात 'जियरा मानत नाही' हा बंदिशीचा मुखडा होता. जगन्नाथबुवा ही बंदिश मध्यलय त्रितालात गात असत आणि 'जियरा' या शब्दावर मींडयुक्त झोल देऊन 'जियरा मानत नाही' असे झटक्यात म्हणून समेवर येत या रागातील पंडित जितेंद्र अभिषेकी व पंडित सी.आर. व्यास यांनी गायलेली ही बंदिश यूट्यूबवर ऐकण्यासाठी उपलब्ध आहे). या प्रकारे हे समेवर येणे अवघड असून ते सोपे करण्यासाठी ही बंदिश गाणारे जगन्नाथबुवांचे शिष्य ही बंदिश विलंबित एकतालात गात असत. अर्थात त्याने ही मुखड्याची मजा येत नसे. कारण त्रितालात असे झोल देऊन मुखडा पकडणे अवघड आहे आणि एकतालात ती मुखड्याची मजा आणता येत नाही. डोंबिवलीला लीला करंबळेकर यांनी जगन्नाथबुवांच्या पंचविसाव्या पुण्यस्मरणानिमित्त तीन दिवसांचा संगीत महोत्सव केला होता. त्या महोत्सवात छोटुबा जगन्नाथबुवांचा हा 'स्वानंदी' राग गायले होते. त्यावेळी गाताना त्यांनी ही 'जियरा मानत नाही' ही बंदिश झूमरा तालात म्हटली होती. तेव्हा त्यांनी बुवांनी ही बंदिश मूळ झूमरा तालात बांधली असावी असेही आपले स्पष्टीकरण दिले होते. मूळ बंदिशीचे रचनाकार जगन्नाथबुवा जसे गायचे तसा विशिष्ट प्रकारे झोल घेऊन झूमरा तालात 'जियरा मानत नाही' हा मुखडा किती सहजतेने गाता येतो याचे उत्तम प्रात्यक्षिक त्या वेळी छोटुबांनी त्या त्यांच्या मैफलीत दिले होते. त्यांच्या स्वतंत्र प्रतिभेचे ते प्रत्यक्ष उदाहरण अनेकांनी त्या वेळी अनुभवले होते. पंडित भाई गायतोंडे यांनी हे अनुभव सांगितले आहेत. त्याचबरोबर छोटुबांच्या तालातील परिपक्वतेविषयीही भाई गायतोंडे यांनी सांगितले आहे. छोटुबा हे स्वत: लखनौला असताना उत्तम तबला वाजवायला शिकले होते. तालाला ते पक्के होते म्हणून त्यांचे धृपद धमार विलक्षण रंगत असत. कसलेल्या तबलजींना त्यांच्याबरोबर साथ करताना जागरूक राहावे लागे. लयकारीच्या जोरकस आघातामुळे हातातून ठेका सुटेल की काय याची धास्ती त्यांच्याबरोबर साथ करताना वाटत असे. त्याबरोबर लयकारीसह वाजवून समेवर येण्याचा आनंद त्यांच्या तबला साथीदारांना घेता येत असे.

शिबिरांमधून छोटुबा विषय समजावून सांगत तेव्हा तो सोपा करून सांगत. जाणकार व अजाणकार असे दोन्हीही त्यांच्या व्याख्यानात रंगून जात असत. संगीत त्यांनी किती पचनी पाडले होते ते त्यांच्या व्याख्यानांमधून दिसून येई. गायन आणि त्याचे शास्त्र या दोन्हींवर त्यांची सारखीच हुकमत असलेली तिथे लक्षात येई. मुख्य म्हणजे शास्त्र म्हणजे ग्रंथांमधील लिहिलेले दाखले नव्हे तर आपण जे गातो ते का, कसे, कोणते हे ते समजावून सांगत, त्याचा शास्त्राधार देत. तिथे हजर असणारे तर त्यांच्या विवेचनाने समाधानी होत असतच परंतु त्यानंतरही त्याच्या विवेचनात काही शंका वाटल्यास नंतर त्यांच्याकडे अडचणी, शंका घेऊन जाणारे अनेक असत. त्यात कोणालाही संकोच वाटत नसे.

पॉप्युलर बुक डेपोने सांगितल्यावरून अण्णासाहेब रातंजनकरांच्या वतीने छोटुबा मुद्रिते तपासण्यासाठी तिथे जात असत. पुस्तकांमधील त्या दुरुस्त्या हे अतिशय किचकट व वेळखाऊ काम असे. चिजांचे शब्द, त्यांचे सांगीतिक स्वरलिपीतील रूपांतर, स्वर, लय, तालविषयक चिन्हांची अचूकता या सर्व गोष्टी ते अगदी बारकाईने पाहत. आधी खिळे जुळवून मग नंतर मुद्रणदोष सुधारण्याची तेव्हा पद्धत होती. त्या पद्धतीतही छोटुबांनी अत्यंत चिकाटीने काम केले. पुढे छायामुद्रण पद्धतीने छपाई सुरू झाल्यावर त्यांनी स्वत:च्या हस्ताक्षरात बंदिशी लिहून त्या थेट छापायला द्यायला सुरुवात केली. फादर प्रॉक्स यांच्याबरोबर छोटुबांनी काम केले होते. त्यामुळे त्यांना स्वरलिपीतील बारकावे आणि अचूकता यांचे पूर्ण ज्ञान होते. चिदांनद नगरकरांच्या बंदिशींचे पुस्तक 'चित्-आनंद' संगणकावर तयार करताना त्यांच्या ज्ञानाचा पॉप्युलर प्रकाशनाला मोठा लाभ झाला आहे.

इंदूधर निरोडी हे छोटुबांकडे अनेक वर्षे शिकले आणि त्यांनी त्यांना अनेक मैफलींमधून गायनसाथ केली आहे. त्यांचा भरपूर सहवास इंदूधर निरोडी यांना लाभला आहे. छोटुबा मैफलीतून व एरवी संवादातून नेहमी पूर्वग्रह बाजूला ठेवून संगीत कलेचा आस्वाद घ्यावा असे सांगत असत. छोटुबांच्या सहवासात संगीतातील नवनवीन सौंदर्यस्थळे उलगडून मिळत, सतत काही नवीन सापडत राही असे इंदूधर निरोडी नम्रपणे नमूद करतात. त्यांनी छोटुबांच्या ज्या अनेक मैफलींमध्ये साथ केली आहे त्यांच्या अनेक आठवणी ताज्या आहेत. इचलकरंजी येथे बाळकृष्णबुवा इचलकरंजीकर महोत्सवात श्रोत्यांचा कल बघून छोटुबांनी 'शंकरा' राग ग्वाल्हेर शैलीत असा सादर केला की छोटुबा मूळ आग्रा घराण्याचे आहेत याचा सर्वांना विसर पडला.मशीदबंदर, मुंबई येथील अर्जुन शेजवल यांनी आपल्या गुरूंच्या स्मृतिनिमित्ताने आयोजलेल्या मैफलीत नोमतोम आलाप, धमार, ख्याल, ठुमरी आणि भजन गायले. तिथे साथीला असलेले श्री. तुळशीदास बोरकर 'गिंडे ठुमरी आणि भजन इतके सुंदर

गातात ते मला माहीत नव्हते' असे चकित होऊन उद्गारले. छोटुबांच्या सहवासातील अनेकांचे असेच अनुभव आहेत.

छोटुबांचे मैफलीतले गाणे आणि त्यांचे पुस्तकांमधून प्रत्ययाला येणारे पांडित्य यांतील साधर्म्य शोधणे, त्यांचा अन्वयार्थ लावणे हे सुद्धा जिज्ञासेचे काम पुस्तकी विद्वानांसाठी असे. काही वेळा पांडित्य पुस्तकापुरते राहते आणि प्रत्यक्ष मैफलीत गाता-वाजवताना नियम व व्याकरणाची त्या व्यक्तीकडून काटछाट केलेली तरी दिसते किंवा अभिव्यक्तीच्या अभिनिवेशात नियमांना त्याच्याकडून बगल तरी दिली जाते. या उलट कधी कधी नियम, व्याकरणात बद्ध झालेले गाणे केवळ पुस्तकी पढिक राहून तिथे अभिव्यक्तीची, कल्पकतेची घुसमट झाल्याचेही अनुभवाला येते. छोटुबांच्या गाण्यात पुस्तकी पांडित्य असूनही ते घराणेदार आणि कल्पकतेचा प्रत्यय देणारे असल्याचे दिसे. ही मैफलीत करावी लागणारी कसरत त्यांना सहजतेने जमे ती केवळ अण्णासाहेब रातंजनकरांसारखे समर्थ गुरू लाभल्यामुळे असे छोटुबा सांगत असत.

छोटुबांनी 'रातंजनकर फाऊंडेशन'ची स्थापना केल्यानंतर संगीतशास्त्राचे प्रगट चिंतन करण्याचे व्रत घेतले होते. भातखंडे संगीतशास्त्रावर त्यांनी अनेक व्याख्याने दिली. (त्यांतील ३२ व्याख्याने प्रात्यक्षिके सीडी स्वरूपात अजय गिंडे यांनी 'मीरा म्युझिक' या संस्थेतर्फे प्रकाशित केली आहेत.) त्यांची व्याख्यान-प्रात्यक्षिके, बंदिशींची ध्वनिमुद्रणे आणि पुस्तकांचे लेखन ही गुरुऋणातून मुक्त होण्याचा आणि गुरूंच्या अवतारकार्याच्या परिपूर्तीचा प्रयत्न होता.

छोटुबा हे मनाने निर्मळ, प्रेमळ असलेले सज्जन गृहस्थ होते. त्यांच्या निर्मळ वृत्तीचे प्रतिबिंब त्यांच्या वागणुकीत व त्यांच्या गाण्यात प्रत्यही दिसे. म्हणून त्यांचा सहवास हवाहवासा वाटे आणि त्यांचे गाणे व व्याख्यान ऐकत राहावेसे वाटे असे रामदास भटकळ यांनी म्हटले आहे.

ज्येष्ठ समीक्षक मोहन नाडकर्णी यांनी छोटुबा वयाच्या विशीत असताना त्यांच्या बेळगाव येथे गायलेल्या 'केदारबहार' रागाची आठवण जागवली आहे. मुख्य म्हणजे फैय्याज खाँसाहेबांचे गाणे छोटुबा त्या कोवळ्या वयात ज्या प्रकारे समजून मांडत होते ते मंत्रमुग्ध करणारे होते. त्या वेळी ते 'केदारबहार' हा जोडराग गायले होते. त्या रागाचे सौंदर्य आणि व्याकरण चाळीस वर्षांनतरही मैफलीच्या रूपात समोर आठवून पुन:प्रत्ययाला यावे एवढी ती विलक्षण मैफल त्या वेळी झाली. शास्त्रशुद्ध पायावरील रंगतदार मैफलींचे गायक असे छोटुबांचे वर्णन मोहन नाडकर्णी आपल्या लेखांमधून करतात.

कुमार गंधर्व आणि छोटुबा यांची बेळगावला बालपणापासूनची मैत्री होती. बालपणी गाण्याच्या क्षेत्रात एकत्रितपणे रमलेल्या त्या दोन सुहृदांची बऱ्याच कालावधीनंतर लखनौ येथे भेट झाली ती अतिशय अविस्मरणीय अशी प्रेमाची भेट होती असे कुमार गंधर्वांनी नोंदवून ठेवले आहे.

कुमार गंधर्वांनी लहानपणी जेव्हा छोटुबांना गाताना ऐकले तेव्हा त्यांना त्यांचा हेवा वाटला होता. ते चक्क तबला साथीने आत्मविश्वासाने गात होते. ज्या काळात तिथे बेळगाव मुक्कामी कुमार गंधर्व थोर गायकांच्या नकला करत असत. त्याच काळात तिथे छोटुबा त्याच नकला आपल्या स्वतंत्र शैलीत तबला साथीने करीत असत. कुमार गंधर्वांनी याबद्दलचे कौतुकभरले टिपण लिहिले आहे. छोटुबा कुमार गंधर्वांपेक्षा वयाने लहान असल्याचेही कुमारांना माहीत नव्हते. एकतर छोटुबा अंगापिंडाने मजबूत होते आणि त्यांचे गाणेही अधिक उजवे होते. त्यामुळे कुमार गंधर्व छोटुबा आपल्याहून वयाने ज्येष्ठ असल्याचे समजत असत. खूप उशिरा त्यांना हा स्वत:च्या वयाच्या ज्येष्ठत्वाचा उलगडा झाला.

संगीताच्या क्षेत्रात जी बदमाशी चालते त्या बदमाशीपासून छोटुबा व नंदभट दोघेही दूर असत. कुमार गंधर्वांना कोणी एखादा कूटप्रश्न विचारला की ते त्याला सरळ गिंडे किंवा भट यांच्याकडे पाठवत. समजून देण्याचा आणि पटवून समाधान करण्याचा हा गुण या दोघांनी अण्णासाहेब रातंजनकरांकडून उचलला होता. त्यांची स्मरणशक्तीदेखील अव्वल म्हणावी अशी होती. ही त्यांची गुणवैशिष्ट्ये कुमार गंधर्वांना माहिती होती. म्हणूनच एखादी बंदिश आठवली नाही तर कुमार गंधर्व छोटुबांना फोन करीत असत आणि त्यांची ती बंदिशीची समस्यापूर्ती छोटुबांकडून लगेचच होत असे.

छोटू गिंडे आणि नंदभट यांचे परस्पर नाते एकमेकांच्या गुरु-शिष्याचे होते. म्हणजे छोटुबा नंदभटांना गुरू मानत आणि नंदभट छोटुबांना गुरू मानत. नंदभट यांनी छोटुबांना ते लखनौला असताना शिकवले होते. या अर्थाने छोटुबा हे नंदभट यांचे शिष्य होते. त्याचबरोबर नंदभट यांचे गुरू अण्णासाहेब रातंजनकर यांचा दीर्घ सहवास छोटुबांना लाभला होता. तालीमही अधिक दीर्घकाळ मिळाली होती. त्यांना अण्णासाहेब रातंजनकर यांचे खरे वारसदार म्हटले जाई. म्हणून नंदभट छोटुबांना गुरुस्थानी मानत असत.

अतिशय तल्लख स्मरणशक्तीची देणगी छोटुबांना मिळाली होती. त्याचबरोबर त्यांच्याकडे खिलाडू वृत्तीही मोठी होती. म्हणून अनुभव व ज्ञानाच्या देवाणघेवाणीत त्यांना कधी कमीपणा वाटत नसे. या देवाणघेवाणीतूनच छोटुबा हे ज्ञानसमृद्ध

झाले. त्यात बंदिशींची त्यांना जी आतून ओढ होती त्यामुळे आणि अण्णासाहेब रातंजनकरांसारख्या अतिशीघ्र रचनाकार आणि विद्वान गुरुसान्निध्यामुळे त्यांच्या ज्ञानकक्षेला विविध परंपरांचे बळ आले.

छोटुबांची गायक म्हणून योग्यता केवढी मोठी होती या संबंधीच्या काही आठवणी त्यांचे गुरुबंधू आणि शिष्य यशवंत महाले यांनी जागवल्या आहेत. मुंबईच्या के.एम. मुन्शी सभागृहात भातखंडे संगीत महोत्सवात १९६३ साली दुपारी छोटुबांची एक मैफल झाली होती. या मैफलीला अण्णासाहेब रातंजनकर स्वत: हजर होते. दुपारी छोटुबांनी गायलेल्या 'मियां की सारंग' रागाने अण्णासाहेबांसारख्या करड्या शिस्तीच्या गुरूंच्या डोळ्यांमधून पाणी पाझरताना अनेकांनी पाहिले आहे. फैय्याज खाँसाहेबांच्या पुण्यतिथीच्या निमित्ताने आयोजलेल्या अशाच एका सकाळच्या मैफलीत छोटुबा 'हिंडोल' रागातील धमार गाऊन मग बसंतमुखारी रागात ख्याल गायले होते. त्या वेळी तिथे शेजारी बसलेल्या उपस्थितांकडे अण्णासाहेब रातंजनकरांनी 'Many a time he (Ginde) surpassed me' असे उद्गार भारावून जाऊन काढले होते. अण्णासाहेब रातंजनकरांनी रचलेल्या एकूण एक बंदिशींची लय, त्यातील शब्दसामर्थ्य आणि भाव छोटुबांना पूर्णांशाने अवगत होते. त्याचबरोबर त्यांना विलंबित, द्रुत ख्याल, टप्पा, धृपद, धमार, ठुमरी, तराणे, चतुरंग, अष्टपदी, झुले अशा सर्वच रागदारी संगीतात गायल्या जाणाऱ्या प्रकारांमधील दोन हजारांहून अधिक बंदिशी पाठ होत्या. त्यासुद्धा अशा की त्यांना कुठल्याही बंदिशीच्या अंतऱ्याचा मुखडा (अंतरे अस्थाईच्या तुलनेत कमी वेळा गायले जातात त्यामुळे ते कमी लक्षात राहतात.) कोणत्याही क्षणी विचारला तरी ते तत्क्षणी सांगू शकत असत. हा अनुभव अनेकांनी अनेकवार घेतला आहे. छोटुबा ही संगीतासाठी मिळालेली केवढी मोठी देणगी होती हे यावरून लक्षात येऊ शकते.

मैफलीत गाण्यासाठी छोटुबांनी कधी आढेवेढे घेतले नाहीत असे प्रतिपादन यशवंत महाले यांनी केले आहे. त्यांनी बिदागीसाठी कोणाची कधी अडवणूक केली नाही. उलट माझ्या गुरूंनी मला जे ज्ञान दिले आहे त्याचे मोल म्हणून तुम्ही मला काय देणार? माझ्या गुरूंच्या ज्ञानाचे मोल होऊ शकत नाही. असे सांगून जी बिदागी मिळेल ती ते स्वीकारायचे. एखाद्या रद्द झालेल्या मैफलीच्या आयत्या वेळी आलेल्या बोलावण्याचाही - हे बोलावणे नुसते फोन करून जरी आले तरी – ते विनातक्रार स्वीकार करीत. मैफलीत त्यांची पाळी केव्हाही येवो, ते त्या ठरवलेल्या पाळीनुसार गात. श्रेष्ठत्व, कनिष्ठत्वाची भावना छोटुबांना कधीही शिवली नाही. मैफल ठरवताना त्यांच्या कोणत्याही पूर्वअटी नसत.

धृपद धमार गाण्यासाठीच्या दमदार व दणकट आवाजाची देणगी छोटुबांना मिळाली होती. त्याच बरोबर गाण्यातल्या सर्व प्रकारांची तालीम आणि मार्गदर्शनही त्यांना सिद्धहस्त व ज्ञानसमृद्ध बुजुर्गांकडून मिळाले होते. या अनेक प्रकारांवरील प्रभुत्वाची कसोटी घेणारी फर्माईश एका मैफलीत त्यांना करण्यात आली आणि ते त्यात खरे उतरले. त्या मैफलीत सुरुवातीला आग्रा घराण्याच्या पद्धतीनुसार नोमतोम आलापी, मग धृपद व ख्याल गायन झाले. त्यानंतर छोटुबांना टप्पा गाण्याची विनंती झाली. राजाभैय्या पूंछवाले यांच्याकडून छोटुबांना टप्पा गाण्याची तालीम मिळालेली होतीच. त्यानुसार त्यांनी मैफलीत टप्पा सादर केला. टप्प्यानंतर त्यांना धमार गाण्याची विनंती झाली. क्षणाचाही विलंब न लावता धमार गाणे सुरू झाले. मैफल उत्तरोत्तर रंगतच गेली. खरे तर या सर्व प्रकारांमध्ये मुलभूत फरक आहे. एकामागोमाग हे प्रकार गाणे खूप अवघड आहे. परंतु छोटू गिंडे यांची या सर्व प्रकारांवर चांगली हुकमत होती. म्हणूनच असे एकामागोमाग एक वेगवेगळे प्रकार ते त्या मैफलीत गाऊ शकले व मैफल यशस्वी करू शकले.

छोटुबांच्या विचारांमध्ये सुस्पष्टपणा होता. शास्त्रात तडजोड व मोडतोड केलेली त्यांना खपत नसे. अशा वेळी ते कोणाचीही गय करत नसत. येत नसेल किंवा माहीत नसेल तर कबूल करावे या मताचे ते होते. स्वत:साठी सुद्धा त्यांचा तोच नियम असे. एकदा एका मैफलीत त्यांना शोभा गुर्टू यांनी लोकप्रिय केलेली ठुमरी गाण्याची फर्माईश करणाऱ्यांना त्यांनी तिथल्यातिथेच सांगितले की ही ठुमरी मला येत नाही. मी शोभाताईंकडून शिकून घेईन, मग गाईन. आपल्याला जे जमणार नाही, जे जमत नाही ते 'ठोकून देतो ऐसा जे' अशा पद्धतीने दडपून देणे त्यांना पसंत नसे.

छोटुबांकडे रागांचा, बंदिशींचा प्रचंड भरणा असल्यामुळे मैफलीत रागातील वेगवेगळ्या छटा ते बंदिशींद्वारे दाखवून देत. रागांबाबतचे वेगवेगळे दृष्टिकोन समजावून देत. एवढा भरणा त्यांच्याकडे होता म्हणूनच की काय मैफलीपूर्वी त्यांना आजचा मेनू काय, काय गाणार, असे विचारले तर मैफलीत काय ते बघू असे ते म्हणत. आधी काही ठरलेले नसायचे आणि आयत्या वेळी ठरवून ते इतके विलक्षण कसे गाऊ शकत असत ते सर्वांसाठी कोडे होते. नंदभट यांच्या अमृतमहोत्सवाच्या निमित्ताने आयोजलेल्या मैफलीत १२ मार्च २००० मधील ही घटना आहे. महोत्सवात सर्वांची गाणी झाली होती. शेवटी संध्याकाळी छोटुबा गाणार होते. दुपारपासून त्यांच्या इंदूधर निरोडी, सुधींद्र भौमिक यांच्यासारख्या शिष्यांना मार्गदर्शन व गप्पा चालल्या होत्या. परंतु ते काय गाणार याचा थांगपत्ता लागत नव्हता. त्यांच्या जवळच्या सर्वांनाच उत्सुकता व ताण होता. ते काय गाणार ते कळले असते तर साथीदार व शिष्यांना थोडे

रागात मनाने तरी शिरता आले असते. परंतु ते काय गाणार ते गूढ होते. मैफलीपूर्वी तंबोरे जुळवून छोटुबा ग्रीन रूममध्ये गाऊ लागल्यावर राग उघड झाला. मैफलीमध्ये तंबोरे जुळल्यावर उघड झालेला 'तिलककामोद' रागातील रूपक तालातील 'पपीहा पियू' ही बंदिश ते काही विलक्षण गायले की ते त्या रागात वर्षानुवर्षे भिजलेलेच आहेत असे वाटावे. प्रत्यक्षात अर्ध्या तासापूर्वी त्यांच्या आसपासच्यांना ते हा राग गाणार आहेत याचा थांगपत्ताही नव्हता.

गाताना छोटुबांच्यासमोर बंदिशीचा कागद किंवा वही नसे. 'चोपडीमें जो है वो खोपडीमें नही रहता' या टाकसाळी गवय्यांच्या आवडत्या वचनावर त्यांची दृढ श्रद्धा होती. मुख्य म्हणजे जे गायचे ते भावार्थासहित डोक्यात घोटवलेलेच असले पाहिजे ही पूर्वापार चालत आलेली पद्धत व परंपरा यांचे ते भोक्ते होते. म्हणूनच प्रात्यक्षिक व्याख्यानाच्या वेळीही, दीडदीड तास बोलायच्या वेळीही त्यांच्यासमोर कधी कागद घेतलेला नसायचा. कागदाशिवायच सर्व काही नीटनेटके व सुस्पष्टपणे, सुयोजितपणे जुळून येई. छोटुबा यांचे केवढे चिंतन, केवढी एकतानता आणि पाठांतर असे ते यावरून दिसून येईल.

: ८ :

गुरूच्या आज्ञेनुसार छोटुबांनी हाती घेतलेली कामे पूर्ण झाली होती. आता आपल्याला केव्हाही मृत्यू आला तरी आपण तयार आहोत असे ते म्हणत असत. कलकत्त्याला जाण्यापूर्वी त्यांची शेवटची जी मैफल मुंबईत झाली होती त्या मैफलीत ते अण्णासाहेव रातंजनकरांचा 'सालगवराळी' राग गायले होते. ती मैफल चटका लावणारी ठरली होती. कारण त्यानंतर ते जे कलकत्त्याला गेले ते शेवटचेच. त्यांची ती मुंबईची अखेरची मैफल ठरली आणि त्यांच्या अशा अचानक जाण्याने ती मैफल आठवणीत उरली अशी आठवण यशवंत महाले यांनी जागवली आहे.

दिल्ली आकाशवाणीवरील सुमती मुटाटकर या लखनौला शिकल्या आहेत. चाळीस वर्षांपूर्वी त्या जेव्हा छोटुबांना प्रथम भेटल्या तेव्हा त्या तल्लख मुलाबद्दलचे आश्चर्य त्यांनी नोंदवले आहे. अण्णासाहेब रातंजनकरांच्या अतिशय अवघड बंदिशींचे चिटोरे प्रथम छोटुबांकडे येत. ते चिटोरे वाचले आणि थोडेसे समजून घेतले की छोटुबा त्या चिटोऱ्यांवरील बंदिशी अण्णासाहेबांच्या मनाप्रमाणे म्हणू शकत असत. अण्णासाहेबांनी शिकवूनही अनेकांना उमगत नाही, समजत नाही, गाता येत नाही ते कोवळ्या शिष्याला (छोटू गिंडेंना) केवळ चिटोरे वाचून कसे समजते हे कोडे त्या वेळी अनेकांना पडलेले होते.

केरळचे संगीतज्ञ महाराजा स्वाती तिरुनाल यांच्या जन्मशताब्दी उत्सवाच्या निमित्ताने त्यांच्या हिंदी पदरचनांचे रूपांतर रागरचनांमध्ये अण्णासाहेब रातंजनकरांनी केले होते. त्यांचे जे पुस्तक तयार झाले त्याचे हस्तलिखित गिंडे यांनी तयार केले आणि ते हस्तलिखित तसेच्या तसे पुस्तकरूपात छापले गेले. कारण छपाईहूनही सुंदर, दाणेदार असे त्या हस्तलिखितातील हस्ताक्षर होते. ते लेखन व त्यातील चिन्हे बिनचूक होती. त्या संगीतमयता आणि जिवंतपणा असणाऱ्या पुस्तकाची प्रशंसा पार त्रावणकोरपासून अनेकांनी केली आणि छोटुबांचे नाव दक्षिणेत केरळात पोहोचले.

गुरू राजारामबुवा पराडकर यांच्या आज्ञेवरून सी.आर.व्यास चिदानंद नगरकर प्राचार्य असलेल्या भारतीय विद्या भवनच्या संगीत शिक्षापीठात शिकवण्यासाठी १९४६ साली रुजू झाले. त्या वेळी सी.आर.व्यास यांच्याकडे संगीतातील पदवी नव्हती आणि त्यांनी पदवी मिळवावी असा चिदानंद नगरकरांचा आग्रह होता. नगरकर, भट आणि गिंडे यांनी वेळ काढून पुढाकार घेऊन सी.आर.व्यास यांच्या पदवी परीक्षेची तयारी करून घेतली. व्यास त्या परीक्षेत प्रथम वर्गात उत्तीर्ण झाले. यामागे छोटुबांच्या मदतीचा हात महत्त्वाचा होता.

छोटुबांकडे मार्गदर्शन घेण्याकरता कोणी गेले की त्यांच्यातील शिक्षक व गायक दोन्हीही जागे होत. त्या प्रश्नाचे सर्वांगपरिपूर्ण मार्गदर्शन करण्याची त्यांची हातोटी विलक्षण होती. त्यात दिलदारपणा असे. दुसऱ्याला देऊन आपण काही विशेष करत आहोत, त्याला उपकृत करत आहोत असा त्यांचा आव जराही नसे. उलट त्यांच्या समोरील प्रश्न म्हणजे संगीतातील एक अनुत्तरित प्रश्न आहे आणि संगीताद्वारे त्याचे स्पष्ट व दिलखुलास उत्तर दिले पाहिजे अशी त्यांची तळमळ असायची, असे निरीक्षण ज्येष्ठ व्हायोलीनवादक पंडित डी.के. दातार यांनी नोंदवले आहे.

१९४९-५० सालातील ही एका मैफलीतील आठवण बबनराव हळदणकर यांनी सांगितली आहे. अण्णासाहेब रातंजनकर यांची मैफल विष्णू दिगंबर पलुस्कर पुण्यतिथीनिमित्त देवधर मास्तरांनी आयोजित केली होती. अण्णासाहेबांच्या मागे एका तंबोऱ्यावर नंदभट व दुसऱ्या तंबोऱ्यावर छोटुबा बसले होते. पोरसवदा छोटुबा त्या मैफलीत अशा तऱ्हेने साथ देत होते, उस्ताद फैय्याज खाँच्या शैलीतील सुडौल, मधुर आलापीने सहजपणे मुखडा घेऊन ते असे समेवर येत होते की एकूण श्रोतागण त्या पोरसवदा गायकावर लुब्ध झाले होते. मैफल जिंकण्याची ती छोटुबांची हातोटी तेव्हापासून अनुभवाला येत होती.

सजन मिलाप या बबनराव हळदणकर यांच्या संस्थेसाठी विशेषत: घराना संमेलन आयोजित करण्यासाठी प्रत्यक्ष व बहुमोल साह्य छोटुबांचे मिळत आले होते. सजन मिलापच्या मासिक बैठकीत छोटुबांच्या मैफली व सप्रयोग व्याख्याने रंगली आहेत.

त्यांचा त्या मैफलीमधील 'बुजुर्गो की याद दिलानेवाला' मुलतानी राग, १९८२ साली ललित राव यांच्या घरच्या मैफलीतील रंगलेला केदार राग अशा त्यांच्या मैफलींच्या अनेक आठवणी आहेत.

आपल्या सभ्य समाजात समोरासमोर एकमेकांशी आदराने बोलण्याची, तारीफ करण्याची पद्धत आहे. पाठीमागे मात्र त्या व्यक्तीविषयीचे खरे मत इतरांशी बोलले जाते. त्यामुळे समोरासमोर बोलताना समोरच्यांचे खरे मत समजणे दुरापास्त असते. याउलट पाठीमागे दिलेले मत हे खरे व प्रामाणिक मानायला हरकत नसते. गोवा संगीत अकादमीवर असताना बबनराव हळदणकर यांनी रागाच्या मानकीकरणाचा प्रकल्प राबवला होता. त्या वेळी विनयचंद्र मौद्गल्य व छोटुबा यांना त्यांनी प्रकल्पाच्या साहाय्यासाठी बोलावले होते. त्या वेळी विनयचंद्र मौद्गल्य यांनी छोटू गिंडे यांच्यासाठी काढलेले गौरवोद्‌गार लक्षणीय ठरणारे आहेत. 'छोटुबा हे भातखंडे परंपरेचे अभिमानी आहेत. मात्र ते विलक्षण सहिष्णू आहेत व आपल्याइतकाच इतर परंपरांचा आदर करतात' असे विनयचंद्र कौतुकाने म्हणाले होते. 'विद्वानांमध्ये असा सहिष्णुतेचा गुण अभावानेच दिसतो' असेही ते पुढे म्हणाले होते.

एकदा छोटुबांची बबनराव हळदणकर यांच्याबरोबर 'श्री' रागावर चर्चा चालली होती. 'श्री' रागाचे चलन गाताना छोटुबा 'रेमंमरेमपनीप' असे पंचमावर न्यास ठेवत होते. 'पंचमाऐवजी निषादावर न्यास घेतला तर श्रीरागाचे चलन बिघडण्याचा धोका कमी आहे' असे आपले मत बबनराव हळदणकर यांनी छोटू गिंडे यांना सांगितले. परंतु त्यांना ते मान्य होईना. त्याच दिवशी संध्याकाळी सजन मिलापच्या घराणा संमेलनात योगायोगाने एक आग्रा घराण्याच्या गायिका 'श्री' रागच गात होत्या आणि पंचमावर न्यास असणारे चलन घेत होत्या. ते ऐकून छोटू गिंडे अस्वस्थ झाले होते. बबनरावांकडे नंतर येऊन 'श्री' रागात निषाद न्यासाचे बबनरावांचे म्हणणे त्यांनी मान्य केले. त्यांचा हा प्रांजळपणा स्पृहणीय होता. 'पूरिया धनाश्री' हा एक स्वतंत्र राग आहे असे छोटुबांचे मत होते. त्यांचे मत चुकीचे आहे, हा जोड राग आहे हे सिद्ध करण्यासाठी पूरिया आणि धनाश्री ही अंगे वेगवेगळ्या प्रकारे या जोडरागात कशी येतात ते सप्रमाण, सप्रयोग बबनराव हळदणकर यांनी छोटुबांना दाखवून दिले. त्या वेळी त्यावर विचार करून एका रात्रीत छोटू गिंडे यांनी आपले 'पूरिया धनाश्री' रागाबद्दलचे मत सुधारले होते. त्या वेळी आपण विद्वान असलो तरी सर्वज्ञ नाही आहोत अशी आपली यामागची भूमिकाही छोटुबांनी स्पष्ट केली होती. 'विद्वान् सर्वत्र पूजयेत' असे संस्कृत वचन आहे. त्यानुसार छोटुबांच्या विद्वत्तेमुळे त्यांना सर्वत्र सन्मान लाभला. मात्र विद्वत्ता म्हणजे सर्वज्ञान नव्हे या त्यांच्या धारणेमुळे आणि त्यांच्या प्रांजळ व सहिष्णू स्वभावामुळे ते कायम एक विद्यार्थी म्हणूनच राहिले.

पंडित के. जी. गिंडे यांच्या मैफलींचे रसग्रहण

१) ITC-SRA (Link -itcsra.org/raga online)

कोलकात्याच्या संगीत रीसर्च अकादेमी या संस्थेत छोटू गिंडे यांची भरपूर ध्वनिमुद्रणे आहेत. संस्थेच्या वेबसाइटवर केदार रागातील एक धमार ऐकायला मिळतो 'माई री यसोदानंद आनंदकंद ग्वालवृंद' असा हा धमार आहे. शब्दांचे मुळात असलेले माधुर्य कलेच्या माध्यमातून कसे उच्च कोटीवर नेता येते ते या ध्वनिमुद्रणाच्या श्रवणानंतर लक्षात येते. उपज अंगाने धमार तालाशी शब्दाशब्दांनी खेळणे आणि तिहाई घेऊन समेवर येणे अतिशय सहजतेने चाललेले छोटुबांच्या या ध्वनिमुद्रणातील गायनात दिसते. सुरुवातीला चटकन राग उभा करून मर्म समजावणारी नोमतोम आलापी त्यांनी केली आहे. हे ऐन मैफलीतील ध्वनिमुद्रण आहे. तेव्हा धमार गात असताना श्रोत्यांची लयीच्या हेलकाव्यांबरोबर येणारी दाद ऐकायला मिळते. त्यावरून या मैफलीत श्रोत्यांचा प्रतिक्रियात्मक संवाद कसा असेल आणि त्याने ती मैफल अधिकाधिक कशी स्फूर्तिमय झाली असेल ते ध्यानी येते.

२) Vijaya Parrikar library of Indian music–

(Link-http://www.parrikar.org/vpl/?page_id=246)

K.G. Ginde– Rag – Chaya Tilak

छायातिलक हा एक जोड राग आहे. छायानट आणि तिलक कामोद हे राग एकमेकांशी सांधून हा राग तयार झाला आहे. पूर्वांगात 'सारेमगरेगसा' असा तिलक कामोद आणि 'रेगमपमगरे' असा छायानट राग छोटुबा त्याला जोडतात. तर उत्तरांगात 'मंपसांमंपनिरें', असे चलन घेऊन 'सांधनीनीपमपम' असे ते छायानट रागात येतात. 'जाओ तो सुनाओ हरी को' अशी त्यांची बंदिश आहे. रागमांडणीचे त्यांचे कौशल्य आणि नेटकेपणा समजून यावा यासाठीचा दाखला म्हणून हा ध्वनिमुद्रणाचा भाग इथे संदर्भ म्हणून घेतला आहे. याच छायातिलक रागात द्रुत त्रितालातील 'एक दिन नाही चैन' ही बंदिश त्यांनी गायली आहे. शब्दयोजना व शब्दफेक या बंदिशीतून अनुभवता येतात. त्याचबरोबर द्रुतलयीत अशासारख्या अवघड जोड रागाचा विस्तार कसा सहजतेने करता येतो तेही या ध्वनिमुद्रणातून समजून घेता येते. छोटुबांची गायकी या रागाच्या मांडणीच्या अनुषंगाने बदललेलीही आपल्याला दिसते.

३) मीरा म्युझिक-संध्यारंग संग्रह (TC00२)

या संग्रहात छोटू गिंडे यांनी गायलेले पूर्वकल्याण, बरवा, गौड मल्हार, तिलक कामोद, भूपाली, भैरवी हे राग आहेत आणि खमाज ठुमरी आहे. पूर्वकल्याण हा

अण्णासाहेब रातंजनकरांनी निर्मिलेला राग आहे. या ध्वनिमुद्रणात तो परिपूर्ण व विस्तारपूर्वक ऐकायला मिळतो. सुरुवातीला पूर्वकल्याण रागातील या संग्रहातील नोमतोम अप्रतिम आहे. विशेष म्हणजे हा एक स्वतंत्र राग असल्याचे जे प्रतिपादन (पूरिया व कल्याण यांचा हा जोड राग नाही) या रागाच्या निर्मात्यांनी व त्यांच्या शिष्योपशिष्यांनी केले आहे. याचा प्रत्यय आणून देणारी आलापी या रागाच्या सुरुवातीला ऐकायला मिळते. 'निरेग, मरेरेग, रेगमप, परेगरेसा, निधनिप, धमंमधसांसां' हे चलन स्वतंत्र रागाचे स्पष्ट लक्षण दाखवते. पुढे 'होवन लागी सांज' या विलंबित एकतालातील बंदिशीने याला पुष्टी मिळते. गंधार, पंचम आणि निषादावर केंद्रबिंदू ठेवून, बोल आलापीतून छोटुबांनी केलेली बढत अप्रतिम आहे. ही बढत करीत ते 'अब तो याद करो' या अंतऱ्यावर आपल्याला कसे घेऊन जातात ते आपले आपल्यालाच कळत नाही. अंतऱ्याच्या विस्तारादरम्यान त्यांची सरगम आपल्याला ऐकायला मिळते. त्यात 'मंधनिधसां' असा एक सहजतेने घेतलेला भाग आहे. मुखडा घेताना तिहाया घेऊन, मुखड्याचा रसपरिपोष होऊन तो उठावदार दिसेल अशी सुरावट ते अंतऱ्याच्या 'अब तो याद करो' या अंतऱ्याच्या मुखड्याच्या वेळी करतात. त्यामुळे त्यांचे गाणे विलक्षण रंगलेले व दिलखेचक झालेले दिसून येते. समेवर येताना श्रोत्यांना आपल्याबरोबर खेचून आणण्याचे विलक्षण कसब छोटू गिंडे यांना कसे अवगत होते ते या ध्वनिमुद्रणातून दिसून येते.

यानंतर 'धन धन भाग जागे आज मेरे' या बंदिशीत असेच रंग भरलेले ऐकायला मिळतात. त्यांचे हे गाणे उत्स्फूर्ततेचा व उपजेचा भाग आहे. लोभस किंवा जोरकस उच्चार, लांबलेला किंवा आखडलेला मुखड्याचा भाग हे तालाबरोबर खेळत ते क्षणभरात सहजतेने करतात. त्या सौंदर्यनिर्मितीने श्रोते स्तिमित होतात. त्या आनंदाचा अनुभव घेऊन श्रोते तृप्तीचा अनुभव घेत आहेत तोवर पुढचा उपजेचा तुकडा येऊन त्यांच्यावर आदळतो व त्या नवनिर्मितीच्या आनंदासाठी त्यांना सज्ज व्हावे लागते. असे या ध्वनिमुद्रणात चालले आहे असे दिसून येते. त्यांच्या तानाही अशाच व तयारीपूर्ण आहेत. त्यासुद्धा ह्या उपजेचा भाग म्हणून आतून व तालाच्या बरोबरीने सहजतेने येतात. एकूणच राग, बंदिश, ताल यांच्याशी एकजीव झालेले परिपूर्ण गायन आपल्याला या मैफलीतून छोटुबांकडून ऐकायला मिळते. उपजत व उत्स्फूर्त गायन असे या मैफलीचे वर्णन करता येईल.

पंडित के. जी. गिंडे यांची व्याख्यान-प्रात्यक्षिके

छोटू गिंडे यांच्या व्याख्यान प्रात्यक्षिकांच्या ३८ विषयांवरील एकूण ५७ सीडी अजय गिंडे यांच्या 'मीरा म्युझिक' या कंपनीने प्रकाशित केल्या आहेत. ही प्रत्यक्ष कार्यक्रमांची ध्वनिमुद्रणे आहेत, करवून घेतलेली नाहीत. एवढे विषयांचे वैविध्य असलेले व संगीताचे दीर्घकाळाचे व्याख्यान-प्रात्यक्षिकांचे कार्यक्रम केलेले छोटू गिंडे हे एकमेव गायक आहेत. भैरव अंग राग, काफी अंग राग, मल्हार अंग राग, धनाश्री अंग राग, सारंग अंग राग, कल्याण अंग राग अशा तऱ्हेचे वर्गीकरण केलेले राग त्यांच्या व्याकरण व सौंदर्यमूल्यांच्या स्पष्टीकरणासह छोटू गिंडे यानी गायले आहेत. केदार दर्शन, केदारके प्रकार, तोडीके प्रकार, कानडाके प्रकार, 'सारेगपधसां'की दुनिया (भूप,देसकार आदी राग), रागदारी संगीतमे बंदिशोंका महत्त्व, राग और समय, स्वरोच्चार और रागस्वरूप असे संगीताच्या जिज्ञासूंच्या व विद्यार्थ्यांच्या दृष्टीने महत्त्वाचे विषय त्यांनी समजावले आहेत. विष्णू नारायण भातखंडे, उस्ताद फैय्याज खाँ आणि अण्णासाहेब रातंजनकर यांच्या कार्यकर्तृत्वाचे दर्शन घडवणाऱ्या व्याख्यान-प्रात्यक्षिकांचाही अंतर्भाव या ध्वनिमुद्रण संग्रहात आहे.

गायक कलाकार व व्याख्याते गायक यांच्यामध्ये एक मोठा फरक सांगितला जातो. गायक कलाकार हे कलेतील रसपूर्णता, रंजकता यांचा अधिक विचार करतात तर व्याख्याते गायक हेतुपूर्ण कलानिर्मिती आणि सौंदर्यमीमांसा यांचा अधिक विचार करतात. त्यामुळे ते कलामूल्ये व कलानिर्मितीमागील तत्त्वे समजावून देऊ शकतात. रसिक समाजाला जशी कला हवी असते तशी कलेमागील भूमिका आणि त्या निर्मितीचे नीतिनियम समजून घ्यायचे असतात. छोटू गिंडे यांच्या व्याख्यान-प्रात्यक्षिकांचे महत्त्व या दृष्टीने लक्षात येते.

गिंडे-भट जुगलबंदी

यूट्यूब लिंक -https://youtu.be/zuLWcjvkBno

पंडित एस. सी. आर. भट व पंडित के. जी. गिंडे यांचे जुगलबंदीचे कार्यक्रम सत्तर ऐंशीच्या काळात खूप गाजले व वाखाणले गेले होते. त्यांच्या त्या जुगलबंदीची कल्पना यावी म्हणून हे ध्वनिमुद्रण घेतले आहे. या द्वयीच्या जुगलबंदीच्या सुरुवातीच्या काळातील कार्यक्रमांमध्ये दोघांचे गायन समन्वयाने व समानतेच्या पातळीवर चाले. नंतर मात्र हळुहळू छोटू गिंडेंची भूमिका मोठी होऊ लागली. ते अधिक व आक्रमकतेने

गाऊ लागले. म्हणूनच त्यांच्या जुगलबंदीला गिंडे-भट जुगलबंदी असे म्हटले जाऊ लागले. हे ध्वनिमुद्रण मात्र जुने आहे आणि त्यामध्ये दोन्ही गायकांचा प्रभाव सारखाच आहे.

१) राग गौडमल्हार - या रागात या द्वयीने सुरेख नोमतोम आलापी केली आहे. मध्यम न्यास घेऊन या दोघांनी आकर्षक व सुरेल आलापी केलेली आहे. मध्येच त्या मध्यमाला पंचम व षड्ज जोडून त्यांनी रागाचा रंग खुलवला आहे. 'मपधम' ही स्वरावली त्यांनी सुंदर रीतीने वापरली आहे. 'काहे हो' ही बंदिश त्यांनी शास्त्रीय व रंगीले पद्धतीने गायली आहे

२) राग झिंजोटी - 'मेरो मन सखी हर लिनो सांवरियाने' अण्णासाहेब रातंजनकरांची ही बंदिश हे दोघे द्रुत लयीत त्रितालात गायले आहेत. अण्णासाहेबांची ही बंदिश त्यांचे संस्कार घेऊनच आली आहे व त्या अंदाजातच या दोघांनी ती गायली आहे. द्रुत लयीत या बंदिशीच्या शब्दांची व लयीची जी गंमत चालली आहे ती ऐकण्यासारखी आहे. छोटू गिंडे व व नंदभट कसे एकमेकांशी एकरूपतेने गात आहेत व त्यांचा श्रोत्यांशी कसा संवाद चालला आहे ते या ध्वनिमुद्रणावरून ध्यानात येते.

३) राग केदार - या रागात दोघांनी दीर्घकाळ नोमतोम आलापी केली आहे. या रागाचा आणि या दोघांचा आवाका किती मोठा आहे त्याची या त्यांच्या आलापीवरून कल्पना येते. नंदभट यांनी पंचम, धैवत घेऊन जी नोमतोम आलापी केली आहे ती अतिशय रसपूर्ण आहे. या उभयतांनी रागावर केवढी मेहेनत घेतली असेल व त्यातून त्यांना रत्ने, माणके कशी सापडली असतील ते या रागाच्या आलापीतून लक्षात येते. लयीचे अनेक विलोभनीय आकार त्यांनी केलेले आहेत. 'गोरी तोरी मानत हूँ' हा धमार त्यांनी येथे नमुन्यापुरता ऐकवला आहे. त्यातून त्यांचे धृपद-धमार गाण्याचे कौशल्य दिसून येते.

४) राग सूरमल्हार - 'बरसनके बादर आये' ही त्रितालातील बंदिश ते येथे गायले आहेत. रागाचा नूर ओळखून कोणता धागा पकडावा व कोणत्या सुरावटींना प्राधान्य देऊन गावे हे या ध्वनिमुद्रणातून या ज्ञानवंतांकडून शिकण्यासारखे आहे. बंदिशीतून पुढे येणारा रागाचा रंग या द्वयीने असा खुलवला आहे कि हा राग असाच गायला जातो असे वाटावे.

❏❏❏

पंडित के. जी. गिंडे यांच्यावरील लेखन –

विजया पर्रीकर लायब्ररी (इंटरनेट) - http://www.parrikar.org/vpl/?page_id=246

आयटीसीएसआरए (इंटरनेट) – गुरु शिष्य – माजी गुरु - http://www.itcsra.org/Gurus-Shishyas.aspx

- पंडित के. जी. गिंडे यांनी 'सुजनसुत' या नावाने बंदिशी व तराणे केले आहेत. ते पुस्तक व सीडी एकत्रितपणे प्रकाशित झाले आहेत. 'सुजनसुतमंजरी' - संकलन व संगीत मार्गदर्शन - पंडित यशवंत महाले, संस्कार प्रकाशन, मुंबई

पंडित के. जी. गिंडे यांची उपलब्ध लोकप्रिय ध्वनिमुद्रणे

अनु. क्रमांक	माध्यम स्वरूप	ठिकाण/प्रकाशन	अधिक माहिती	शोधसूत्र	शेरा
१	ऑडियो क्लिप	यूट्यूब, इंटरनेट	पंडित श्रीकृष्ण रातंजनकरांचे चरित्रकथन	https://youtu.be/oprj26FNA8I	
२	व्हिडियो क्लिप	यूट्यूब इंटरनेट	राग देस	https://youtu.be/4MZqUkCYmbM	
३	व्हिडियो क्लिप	यूट्यूब, इंटरनेट	राग खट	https://youtu.be/bGYYkryMQgM	
४	व्हिडियो क्लिप	यूट्यूब, इंटरनेट	राग केदार	https://youtu.be/vdo0n9h2-wg	
५	व्हिडियो क्लिप	यूट्यूब, इंटरनेट	राग दीपक (खमाज थाट)	https://youtu.be/8Ay0WQsTnJw	
६	व्हिडियो क्लिप	यूट्यूब, इंटरनेट	राग दरबारी	https://youtu.be/5f8LaON6nhU	
७	ऑडियो सीडी	मीरा म्युझिक, मुंबई	व्याख्यान प्रात्यक्षिकांचा संग्रह	कोड एलडी ००१ ते एलडी०३८	५७ सीडी
८	ऑडियो सीडी	मीरा म्युझिक, मुंबई	मैफलींचा संग्रह	कोड आयसी००१ ते आयसी ००२	४ सीडी
९	ऑडियो सीडी	मीरा म्युझिक, मुंबई	मैफलींचा संग्रह	कोड एमएम ११ ते एमएम १७	६ सीडी

तीन गानमूर्ती
गोषवारा

तीन गानमूर्तींची त्यांच्या प्रेरक व प्रेषित गुरूंसह ओळख आपण करून घेतली. विष्णू नारायण भातखंडे या युगपुरुषाने जे कार्य अवतारपुरुष श्रीकृष्ण रातंजनकरांकडे सोपवले होते त्यांच्या संगीत कार्याची परिपूर्ती करण्याचा या तिघा चरित्रनायकांनी कसा प्रयत्न केला हे समाजासमोर यावे हा या लेखनामागील उद्देश आहे. या तिघांनीच हे परिपूर्तीचे कार्य केले असा मात्र या लेखनात दावा नाही. भातखंडे विद्यापीठात आणि त्यांच्या परीक्षा ज्या केंद्रांमध्ये होत आहेत तेथे तेथे हे परिपूर्तीचे कार्य चालूच आहे, चालूच राहील. पुढे परिशिष्टात लिहिल्याप्रमाणे अण्णासाहेबांच्या इतर अनेक शिष्यांनीही हे अवतारकार्याच्या परिपूर्तीचे कार्य पुढे नेले आहे, नेत आहेत. मात्र त्यामागील प्रेरणा कोणती व कशी, झाडाच्या उपशाखांमधून फळे मिळतात म्हणून त्या शाखा हाताशी येतात आणि नजरेला दिसतात. मात्र ज्या मुख्य शाखांनी उपशाखांचा भार फळांसकट वाहिला आहे त्या मुख्य शाखांची शक्ती आणि क्षमता जाणून घेणे जे आवश्यक असते त्या धर्तीवरील हे लेखनाचे काम आहे. त्या काळात अशाच तऱ्हेचे काम अनेकांनी केले असेल, त्यांपैकी आपले चरित्रनायक विष्णू नारायण भातखंडे यांच्या परंपरेच्या या मुख्य शाखा आहेत हे दाखवून देणे हा या लेखनामागील उद्देश आहे.

हे परिचय करून घेताना या तीन गानमूर्तींचे एक महत्त्वाचे लक्षण आपल्या ध्यानी येते ते संगीताविषयी व गुरूविषयी असलेल्या प्रगाढ श्रद्धेचे. तिघेही आपापल्या परीने तयारीचे गायक आहेत. मुख्य सांगण्याचा मुय हा की जेव्हा कलाकार घडतो आणि कलेत तो रममाण होऊ लागतो तेव्हा कलेचा अधिकाधिक आनंद हाच त्याचा ध्यास

बनतो. कलाबाह्य अन्य विषयांत रमणे त्याला आवडत नाही, त्याची तशी इच्छा होत नाही. या अर्थाने हे तिघे गानमूर्ती कलाकार होते. अत्यंत उच्च कोटीची कला त्या तिघांकडे होती. हे त्यांच्या मैफलींच्या रसग्रहणावरून आणि त्यांच्या ध्वनिमुद्रिका ऐकून आपल्या ध्यानी येऊ शकेल. ह्या तिघांनाही आपल्या कलेच्या आत्मानंदात हरवून राहायला नक्कीच आवडले असते. परंतु गुरूंची आज्ञा शिरसावंद्य मानून आणि गुरूंनी अंगिकारलेल्या संगीतकार्याचे महत्त्व जाणून या तिघांनी अध्यापनाचे, आयोजनाचे, संघटनाचे कार्य स्वीकारलेले दिसते. अर्थात हेही आपल्याला दिसते की त्यांनी स्वीकारलेले हे कार्य ते आयुष्याच्या अंतापर्यंत, हाती घेतलेला वसा न टाकता करीत राहिले.

या तिघा गानमूर्तींपैकी नंदभट हे हाडाचे शिक्षक होते असे आपल्याला दिसते. बाकी नगरकर आणि छोटू गिंडे हे केवळ कर्तव्यापोटी म्हणून अध्यापन कार्याकडे वळलेले दिसतात. असे असले तरी ह्या तिघांनीही जे अध्यापनकार्य केले आहे, विद्यार्थीवर्गाला ज्या दर्जाचे संगीत शिकवले आहे, शेकडो विद्यार्थी गाते, वाजवते आणि संगीताचे असे जाणकार बनवून ठेवले आहेत की केवळ अपघाताने ते या कार्याकडे वळले असे म्हणणे म्हणजे त्यांच्या संगीतकार्यावर अन्याय करणारे ठरेल.

नंदभट यांनी वयाच्या अठराव्या वर्षांपासून सुरू करून जवळजवळ ६४ वर्षं संगीत अध्यापनाचे काम केले. नगरकर भारतीय विद्या भवनात १९४५साली आल्यापासून त्यांच्या जीवनाच्या अखेरपर्यंत सव्वीस वर्षं अध्यापनाचे कार्य करीत होते. तर छोटू गिंडे १९५० साली मुंबईला आल्यापासून ४४ वर्षं अध्यापनाचे काम करीत होते. नगरकर यांना आयुष्य कमी मिळाल्यामुळे त्यांचे काम थांबले. तरीसुद्धा या तिघांचे एकत्रित संगीत अध्यापन एकूण १३४ वर्षे प्रदीर्घ भरते. व्यवस्थापनाच्या क्षेत्रात जशी अनुभवी व्यक्तींचे एकत्रित बळ सांगण्यासाठी त्यांच्या अनुभवाच्या वर्षांची बेरीज केली जाते तशी या आपल्या चरित्रनायकांची अध्यापनाची एकूण वर्षे पाहिल्यास त्यांचे दीर्घ व अखंडित अध्यापन कार्य मोजता येते.

या तिघांची वृत्ती प्रवृत्ती वेगवेगळी होती. नगरकर अगदी बेदरकार तर नंदभट त्या उलट अत्यंत जबाबदारीने वागणारे. छोटू गिंडेसुद्धा नंदभट यांच्या सारखेच जबाबदारीने वागणारे तरीसुद्धा काहीसे बेधडक प्रयोग करणारे असे होते. नगरकर विमुक्त कलाकार होते. त्यामुळे त्यांना गाताना काय भावेल, काय सुचेल ते सांगता यायचे नाही. त्यांची प्रज्ञा सर्वांगाने धावणारी. गायनाबरोबर वादन व नृत्याचे अंगही असल्यामुळे बढत व बंदिश ते हरहुन्नरी पद्धतीने करीत असत. नंदभट यांचे सोज्ज्वळ व मृदू व्यक्तिमत्त्व त्यांच्या गाण्यात दिसत असे. कुठेही आक्रस्ताळेपणा नसलेले,

शांतपणे रसनिष्पती करणारे त्यांचे गाणे होते. चित्तक्षोभापेक्षा त्यांचा चित्तशांतीकडे ओढा होता. छोटू गिंडे बंदिश, बंदिशीतील नाट्यतालाच्या बोलांबरोबर संयोगीत करून श्रोत्यांवर प्रभाव टाकीत असत. गाण्यात अंतर्मुख होण्यापेक्षा नाट्याद्वारे गाणे सांगणे त्यांना अधिक पसंत होते. अशी या तिघांची तीन वेगवेगळी व्यक्तिमत्त्वे होती. तरीसुद्धा अवतारकार्याच्या परिपूर्तीच्या दिशेने त्यांनी केलेले प्रयत्न हे एकमेकांना समांतर, एकाच दिशेने व पूरक असलेले दिसतात.

हे अवतारकार्य समजून घेण्याचे आणखी एक कारण म्हणजे अशा व्यक्ती, त्यांच्या परंपरा, त्यांचे समर्पण हे शतकात केव्हातरीच घडते असा इतिहास आहे. आता अशा तऱ्हेने विष्णू नारायण भातखंडे, अण्णासाहेब रातंजनकर आणि चिदानंद नगरकर, नंद भट, छोटू गिंडे असे आपले चरित्रनायक पुन:पुन्हा जन्म घेतील असे नजीकच्या भविष्यात तरी दिसत नाही. ही कार्ये काळाची गरज म्हणून घडतात. अशी गरज पुन्हा जेव्हा कधी संगीतासाठी निर्माण होईल तेव्हा असे अवतार जन्माला येतील आणि त्यांच्या कार्याची परिपूर्ती करणारे संगीतकार उपजतीलही. परंतु आज तरी या अवतार कार्यातून पुढे जात असलेले कामच केवळ आपल्या नजरेसमोर आहे.

आता संगीतासाठी आपले घर सोडून दूरवर एवढ्या लहान वयात जाऊन राहणारे होतील का? अशी निष्ठा, अशी ज्ञानपिपासा त्यांच्याकडे असू शकेल का? कलेची अशी उंची गाठण्यासाठी करायची तपश्चर्या त्यांच्याकडून होईल का? त्याहीपुढे जाऊन खरोखरच कलाकार बनण्याची तपश्चर्या त्यांच्याकडून झाली आणि ते कलाकार झाले तर गुरूंच्या परंपरेनुसार व त्याच्या अपेक्षेनुसार गाण्याला दुय्यम स्थान देऊन प्राप्त कर्तव्य म्हणून विद्यालये चालवतील का?

या सगळ्या प्रश्नांची उत्तरे आता तरी नकारार्थीच येत आहेत. लखनौला भातखंडे संगीतविद्यालयात ज्या दर्जाचे शिक्षण त्या काळात दिले जाई, किंबहुना संगीतवर्गातून गायक घडवण्याचे जे तंत्र त्या काळी अण्णासाहेब रातंजनकर यांनी अंमलात आणले आणि आपल्या चरित्रनायकांप्रमाणे आणखीही गायक, संगीत विद्वान तयार केले तसे तंत्र एकत्रितपणे शिकणाऱ्या संगीतवर्गातून आता वापरले जाताना दिसत नाही. किंबहुना आता जो काळ आला आहे त्यानुसार ज्ञानपिपासेहूनही गुणपिपासा महत्त्वाची ठरत असल्यामुळे परीक्षाकेंद्रित अभ्यासक्रम सर्वत्र राबवला जातो आहे. शिकवण्याची आणि तयारीची पद्धतही त्याप्रमाणे बदलते आहे. त्यामुळे कलेच्या वर्गांमध्ये ज्ञानी कलाकार तयार होण्याऐवजी पढिक पंडित तयार होण्याचाच संभव अधिक उरला आहे. त्यामुळे अण्णासाहेब रातंजनकर यांनी कलाकार घडवण्याचे जे तंत्र अवलंबले होते ते आता कोणी अनुसरण्याची गोष्ट दूरची म्हणावी लागेल.

या सर्व पार्श्वभूमीवर आणि कसोटीवर आपल्या चरित्रनायकांकडे पाहिल्यास त्यांची परंपरा, ज्या परंपरेत ते शिकले त्या परंपरेतील श्रेष्ठत्व आणि आपल्या चरित्रनायकांची उंची ध्यानी येते. एवढा प्रदीर्घ काळ संगीतवर्गातून पूर्ण वेळाचे मौल्यवान शिक्षण घेतलेले गायक, गायक कलाकार असूनही शिक्षणवर्गातून एवढ्या प्रदीर्घ कालावधीपर्यंत अखंडपणे शिकवणारे शिक्षक, अण्णासाहेब रातंजनकरांनी योजलेले संगीतवर्गातून कलाकार घडवायचे तंत्र अवलंबणारे शिक्षक, संगीत रचनाकार, बंदिशींचे जाणकार, संगीत भाष्यकार असे आपले अव्वल ठरावे असे चरित्रनायक होते हे त्यांच्या काळातील अनेकांशी तुलना करता ध्यानी येते. अण्णासाहेब रातंजनकरांची निवड आणि त्यांचे सततचे सक्रिय पाठबळ हे यामागचे कारण आहे. असे पाठबळ सर्वांनाच कसे मिळणार?

या तीन गानमूर्तींमध्ये अण्णासाहेब रातंजनकरांचा सहवास सर्वाधिक काळ छोटू गिंडे यांना मिळाल्यामुळे अर्थातच अण्णासाहेबांचे विहीत कार्य त्यांच्याकडून सर्वाधिक झाले आहे. पंडित भातखंडे यांनी 'हिंदुस्थानी संगीत' पद्धतीच्या क्रमिक पुस्तक मालिकेत छापलेल्या बंदिशी, स्वत: अण्णासाहेब रातंजनकरांच्या रचना, इतर अनेक पारंपरिक रचनाकारांच्या पारंपरिक व नवीन रचना अशा असंख्य बंदिशी कंठगत करून त्यांचा संग्रह सर्वांसाठी मुक्तहस्ते उधळण्याचे महत्कार्य छोटू गिंडे यांनी केले आहे. अध्यापनाएवढेच हे कार्य मोलाचे ठरलेले आहे. लोकजागृतीचे व लोकशिक्षणाचे असे एकूण परंपरागत कार्य नगरकर, नंदभट आणि छोटू गिंडे या त्रयीने जे केले आहे त्याची इतिहास नक्कीच नोंद घेईल.

❑❑❑

परिशिष्ट

शिष्यपरंपरा

अण्णासाहेब रातंजनकरांच्या या तीन गानमूर्तींचा हा परिचय करून देताना त्यांचे अवतारकार्य केवळ या तिघांनीच पुढे नेले असा प्रस्तुत लेखकाचा दावा नाही. अण्णासाहेबांचे हे कार्य त्यांच्याच प्रेरणेने त्यांच्या अन्य शिष्यांनीही पुढे नेले, वाढवले, आपापल्या परीने संगीताच्या ज्ञानाची व कलेची व्याप्ती वाढवली. अण्णासाहेब रातंजनकर यांच्या कार्याची परिपूर्ती करणाऱ्या त्यांच्या काही अन्य शिष्यांच्या कार्यकर्तृत्वाचा हा आढावा:

१) पंडित दिनकर कायकिणी (२ ऑक्टोबर १९२७ – २३ जानेवारी २०१०)

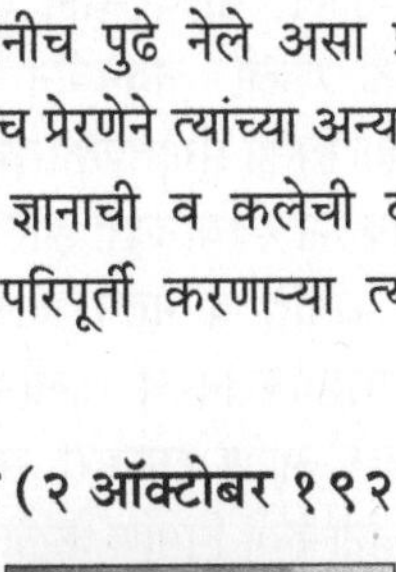

हे अण्णासाहेबांचे लखनौला तालीम मिळालेले एक मान्यवर उस्तादी गायक शिष्य होत. त्यांचा जन्म २ ऑक्टोबर १९२७ रोजी झाला. उस्ताद फैय्याज खाँचे गाणे ऐकून त्यांच्या गाण्यावर आकृष्ट झाल्यामुळे त्यांच्यासारखे गायक व्हायचे असे ठरवून ते लखनौला गेले होते. त्यापूर्वी केरेकट्टी नागेश राव (पतियाळा घराणे) यांचेकडे व थोडेसे पंडित ओंकारनाथ ठाकूर (ग्वाल्हेर) यांचेकडे त्यांचे संगीताचे शिक्षण झाले होते. आपण पूर्ण वेळाचे गायक व्हायचे असे ध्येय ठरवून ते नगरकरांच्या गाण्याच्या

मैफलीतून प्रेरणा घेऊन वयाच्या केवळ अकराव्या वर्षी लखनौला शिकायला गेले. तेथे मॅरिस कॉलेजमध्ये अण्णासाहेबांकडे शिक्षण पूर्ण करून १९४६ पासून त्यांनी मैफलीत गाणे सुरू केले.

अण्णासाहेबांचा वारसा पूर्णार्थाने दाखवणारे दिनकर कायकिणी यांचे गाणे होते. त्यांच्या गाण्यात कला होती, विद्वत्ता होती आणि उस्ताद फैय्याज खाँची रंगीली शैली होती. त्यांच्याकडे उपजत असणारे नाट्याचे अंग आणि पुढे कमावलेले लखनवी ढंगाचे अस्सल हिंदी उच्चार यांमुळे त्यांनी गायलेल्या बंदिशी जिवंत व भावपूर्ण वाटत. दिनकर कायकिणी हे स्वत: रचनाकार होते. त्यांचे 'रागरंग' हे बंदिशींचे पुस्तक प्रकाशित झाले आहे. या साऱ्या बंदिशी एका एम्पी३ सीडीत उपलब्ध आहेत. त्यांच्या अनेक बंदिशी मान्यवर गायकांकडून मैफलींमध्ये गायल्या जात असतात.

१९५४ सालापासून दिल्ली आकाशवाणीवर ते कार्यक्रमाचे संयोजक म्हणून रुजू झाले आणि १९७१ मध्ये १८ वर्षांनी डायरेक्टोरेट विभागात साहाय्यक निर्देशक या पदावरून स्वयंनिवृत्त झाले. या दरम्यान त्यांनी अनेक उत्तमोत्तम कार्यक्रमांची निर्मिती आकाशवाणीसाठी केली. नवनवीन उपक्रम राबवले. रागदारी संगीत, भावसंगीत आणि वृंदगान ह्या तिन्ही संगीतप्रकारांमध्ये त्यांनी आकाशवाणीवर असताना काम केले. आकाशवाणीवरून स्वयंनिवृत्त झाल्यावर दिनकर कायकिणींनी मुंबईच्या भारतीय विद्या भवनच्या संगीत व नर्तन शिक्षापीठाच्या प्राचार्यपदाची जबाबदारी स्वीकारली. तिथे परीक्षापद्धतीबरोबरच तालीमपद्धतीचा संगीत शिक्षणात अवलंब करून विद्यार्थी तयार केले आणि रागदारी संगीत, भावसंगीत आणि समूहगानात विद्यार्थी व त्यांच्या पालकांना रुची निर्माण केली. या ठिकाणी असताना संगीतावरील व्याख्याने, परिषदा, विषयवार चर्चा अशा उपक्रमांमधून त्यांनी ज्ञानसंपन्न व कला संपन्न संगीताविषयी समाजजागृती केली.

पंडित दिनकर कायकिणींना संगीत नाटक अकादेमी पुरस्कार, तानसेन पुरस्कार, शारंगदेव पुरस्कार, आयटीसी पुरस्कार आदी पुरस्कारांनी गौरवण्यात आले आहे. देशविदेशांत त्यांनी अनेक मैफली गाजवल्या असून संगीत परिषदांमध्ये त्यांनी व्याख्याने व व्याख्यान-प्रात्यक्षिके दिली आहेत.

दिनकर कायकिणी यांची ग्रंथसंपदा

'रागरंग' – स्वरचित बंदिशींचा व रागांचा संग्रह – प्रकाशक: रातंजनकर फाउंडेशन

दिनकर कायकिणी यांचेवरील लेखन

दिनरंग (मराठी) – लेखक सदाशिव बाक्रे प्रकाशक गौतमी प्रकाशन

'Living Music - Conversation with Pandit Dinkar Kaikini' (इंग्रजी) – लेखिका - प्रिया पुरुषोत्तम - प्रकाशक: पॉप्युलर प्रकाशन

'Dinarang' (इंग्रजी) - लेखक - सदाशिव बाक्रे, इंग्रजी अनुवाद - रमेश गंगोळी, प्रकाशक - पॉप्युलर प्रकाशन

पंडित दिनकर कायकिणी यांची काही ध्वनिमुद्रणे स्वरित संस्थेने प्रसिद्ध केली आहेत. दुवे व क्यू.आर.कोड (Links & QR Codes):

राग परज

https://www.youtube.com/watch?v=R7njEhbQl18&feature=player_detailpage

राग यमन कल्याण - भाग १

https://www.youtube.com/watch?v=Tkn6VdBcYUE&feature=player_detailpage

२) पंडित यशवंत महाले (१६ जून १९३५)

अण्णासाहेबांकडे प्रत्यक्ष शिकलेले आणि संगीत हा व्यवसाय न घेताही त्यांच्या परंपरेला दृढपणे पुढे नेणारे त्यांचे हे एक शिष्य आहेत. अण्णासाहेबांबरोबरच त्यांचे पट्टशिष्य असलेले पंडित छोटू गिंडे यांचीही तालीम यशवंत महालेंना मिळाली.

यशवंत महालेंचा जन्म १६ जून १९३५ रोजी झाला. ते आयुर्विमा महामंडळात

नोकरीला होते. त्या नोकरीत असताना त्यांनी आपली बदली लखनौला मागून घेतली. या बदलीतून त्यांनी लखनौच्या मॅरिस कॉलेजमध्ये गाणे शिकण्याची संधी साधली. सुरुवातीला तिथे विनायकराव लेले व गोविंदराव नातू यांची तालीम त्यांना मिळाली. गोविंदरावांच्या सांगण्यानुसार ते उस्ताद रहिमुयैनखान डागर यांचेकडे धृपद-धमार शिकले. त्यानंतर त्यांना अण्णासाहेबांची तालीम लखनौला व नंतर अण्णासाहेब मुंबईला आल्यावर मुंबईत श्रीवल्लभ संगीतालयात मिळाली. या प्रदीर्घ तालमीतून यशवंत महालेंच्यावर अण्णासाहेबांच्या परंपरेचे खोलवर संस्कार झाले व तशीच त्यांची संगीतसाधनाही झाली.

संगीतविषयक विलक्षण तळमळ, जिज्ञासा आणि खळाळता उत्साह पंडित यशवंत महाले यांचेकडे आहे. त्यांच्याकडील परंपरेचा अनमोल ठेवा विद्यार्थी व जिज्ञासूंसाठी केव्हाही मोकळा असतो. वेगवेगळ्या नियतकालिकांतून त्यांनी विपुल लेखन केले आहे. त्यात 'आधुनिक महाराष्ट्राची जडणघडण-शिल्पकार चरित्रकोश' या 'विवेक' साप्ताहिकाच्या प्रकल्पात त्यांनी सहा संगीतकारांवर लिहिले आहे. संगीत रीसर्च अकादमी व इतर संस्थांच्या परिसंवादांसाठी लेख लिहिले आहेत. पंडित महाले हे रचनाकार असून सुजनदास या नावाने त्यांनी केलेल्या १२५ बंदिशी 'यशसंगीतामृत' ह्या पुस्तकात प्रकाशित झाल्या आहेत. त्या सोबत सीडीही आहे.

परीक्षार्थी व विद्यार्थ्यांना ते नियमितपणे तालीम देत असतात. भातखंडे संगीत संस्थान लखनौ, गांधर्व महाविद्यालय मंडळ व अन्य विद्यापीठांसाठी परीक्षक म्हणून ते जबाबदारी पार पाडत असतात. मुंबई आकाशवाणीच्या आवाज चाचणी मंडळाचे सभासद म्हणून ते नियुक्त आहेत. मुंबई विद्यापीठाच्या पदव्युत्तर विद्यार्थ्यांना व्याख्याते म्हणून ते मार्गदर्शन करतात. त्याप्रमाणे व्याख्यान प्रात्यक्षिकांच्या कार्यक्रमांतून संगीताचा प्रसार व जागृतीचे काम ते करीत असतात. पंडित यशवंत महाले यांना संगीताचा चालता बोलता संदर्भकोश म्हणून संगीतवर्तुळात ओळखले जाते.

संगीतविषयक अनेक उपक्रमांमध्ये त्यांनी मोलाची कामगिरी पार पाडली आहे. ते उपक्रम असे:

१९९७ साली भातखंडे संगीत संस्थानच्या श्रीलंकेतील विद्यार्थ्यांच्या गायन परीक्षेसाठी तिथे जाऊन ४५ दिवसांत ११०० विद्यार्थ्यांची परीक्षा पार पाडण्याचा एक विक्रम त्यांनी केला.

पंडित अण्णासाहेब रातंजनकरांचे लेख व त्यांची भाषणे यांचे एकहाती संकलन करून 'Aesthetic Aspects of India's Musical Heritage' हा ग्रंथ संपादित केला

जुलै २०१४ मध्ये पंडित के. जी. गिंडे यांच्या बंदिशीचे गायन संयोजन व त्या

ध्वनिमुद्रणाचे सी.डी. स्वरूपात प्रकाशन.

अण्णासाहेब रातंजनकरांनी 'चतुर्दंडी प्रकाशिका' या ग्रंथाचा हिंदी अनुवाद करून ठेवला होता. त्याचे संपादन करून त्याचे प्रकाशन २२ फेब्रुवारी २०१५ रोजी केले.

पंडित गोविंदराव नातू यांच्या १४० बंदिशींचे गायन संयोजन व त्या ध्वनिमुद्रणाचे सी.डी. स्वरूपात प्रकाशन ऑगस्ट २०१५ मध्ये केले.

अण्णासाहेब रातंजनकरांच्या 'अभिनव गीतमंजिरी' या पुस्तकातील बंदिशी, त्यांनी रचलेली तालांची लक्षणगीते व अण्णासाहेबांचे अभंग यांचे छोटू गिंडे यांनी केलेल्या गायनाचे स्वत: भर घालून गायन संयोजन व त्या ध्वनिमुद्रणाचे सी.डी. स्वरूपात प्रकाशन फेब्रुवारी २०१६ मध्ये प्रकाशित.

इंदूधर निरोडी यांनी तयार केलेल्या संपूर्ण भातखंडे एम्‌पी३ सोबत दिलेल्या पुस्तकातील गीतांचे संपादन केले.

पंडित यशवंत महाले यांच्या संगीत कार्याबद्दल त्यांना अनेक पुरस्कार देण्यात आले आहेत. ते असे:

मार्च २००७ मध्ये 'स्वरसाधनारत्न' पुरस्कार

२६ जानेवारी २०१३ मध्ये दादर माटुंगा कल्चरल सेंटरचा 'जीवनगौरव' पुरस्कार

एप्रिल २०१५ मध्ये अल्लादियाखाँ विश्वस्त मंडळातर्फे 'स्वरव्रती' पुरस्कार

जून २०१५ मध्ये पुण्याच्या गानवर्धनचा 'संगीतभूषण' पुरस्कार

३) पंडित बाळासाहेब पूँछवाले (१५ डिसेंबर १९१८ – ४ जानेवारी २००५)

बाळासाहेब पूँछवाले यांचा जन्म ग्वाल्हेरला झाला. त्यांचे वडील पंडित राजाभैय्या पूँछवाले यांच्याकडून त्यांना घरातूनच ग्वाल्हेर घराण्याची चांगली तालीम मिळाली. राजाभैय्या हे पंडित विष्णू नारायण भातखंडे यांचे सहयोगी सहकारी होते. भातखंडेंना राजाभैय्यांकडून त्यांच्या क्रमिक पुस्तकमालिकेसाठी अनेक पारंपरिक बंदिशी मिळाल्या होत्या. बाळासाहेब पूँछवालेंना अण्णासाहेब रातंजनकारांकडूनही प्रदीर्घ

तालीम मिळाली. एक शैलीदार गायक म्हणून बाळासाहेबांनी देशभर मान्यता मिळवली होती. टप्पा ह्या गायनप्रकारावर हुकमत असलेले ते एक गायक मानले जात.

ग्वाल्हेरच्या माधव संगीत विद्यालयात आधी अध्यापक व नंतर त्या महाविद्यालायाचे प्राचार्य म्हणून बाळासाहेबांची कारकीर्द घडली. कोलकात्याची संगीत रीसर्च ॲकेडमी, आकाशवाणी भोपाळ व ग्वाल्हेर केंद्र, संगीत नाटक अकादेमी, दिल्ली, फोर्ड फाउंडेशन आणि संगीत महाभारती, मुंबई, या संस्थांनी ग्वाल्हेर घराण्याचे प्रतिनिधी म्हणून बाळासाहेबांची ध्वनिमुद्रणे करवून घेऊन ती जतन करून ठेवली आहेत. 'रसिक' या टोपणनावाने त्यांनी अप्रचलित रागांमध्ये ६०० च्या वर बंदिशी बनवल्या आहेत. 'मैं जैसा भी हूँ' हे त्यांचे आत्मचरित्र प्रसिद्ध झाले आहे. त्यात काही बंदिशी दिल्या आहेत. त्यांनी शाश्वती मंडल, प्रभाकर गोहदकर आणि साधना देशमुख मोहिते यांसारख्या इतर कलावंतांना तालीम दिली आहे.

बाळासाहेबांना 'संगीताचार्य' (अभिनव कला परिषद, भोपाळ १९८१), 'शिखर सन्मान' (मध्यप्रदेश शासन, १९८७-८८), संगीत नाटक अकादेमी पुरस्कार (नवी दिल्ली १९९३), 'भैरवी कला सन्मान' (भैरवी कला समिती, नवी दिल्ली १९९५), डि.लिट ही पदवी (इंदिरा कला संगीत विश्वविद्यालय, खैरागड २००२) या सन्मानांनी गौरवण्यात आले होते.

बाळासाहेब पूँछवाले यांची ध्वनिमुद्रणे-दुवे व क्यू.आर.कोड (Links & QR Codes):

राग देवरंजनी

https://www.youtube.com/watch?feature=player_detailpage&v=wynMcbkBM40

४) विदुषी सुमती मुटाटकर – (१० डिसेंबर १९१६ – २८ फेब्रुवारी २००७)

मध्यप्रदेशातील बालाघाट येथे अंबर्डेकर परिवारात सुमती मुटाटकर यांचा जन्म झाला. त्यांचे वडील न्यायाधीश या पदावर होते. त्यांचे वडील व त्यांचे आजोबा यांना संगीताची आवड असल्यामुळे त्यांच्या घरात संगीताचे वातावरण होते.

लखनौला मॅरिस कॉलेजमध्ये अण्णासाहेब रातंजनकरांच्या मार्गदर्शनाखाली संगीत निपुण (एम.म्युझिक) व त्यापुढे त्यांच्याच मार्गदर्शनाखाली 'म्युझिकल ॲस्पेक्ट्स ऑफ इंडियन म्युझिक' या विषयावर त्यांनी डॉक्टरेट केली. अण्णासाहेबांच्या मार्गदर्शनाखाली गायनकला व संगीतविद्या या दोन्हींमध्ये त्या विशेष श्रेणी व कौशल्य प्राप्त करून पारंगत झाल्या. त्याचबरोबर आपल्या मराठी मातृभाषेबरोबर हिंदी, इंग्रजी, संस्कृत, बंगाली व गुजराती या भाषांवरही त्यांनी प्रभुत्व मिळवले.

दिल्ली आकाशवाणीवर व दूरदर्शनवर निर्माती व एमिरेटस फेलो या पदावर त्या होत्या. दिल्ली विश्वविद्यालयात प्राध्यापक व डीन ही पदे त्यांनी भूषवली. कुरुक्षेत्र विश्वविद्यालय व कोलकात्याची संगीत रीसर्च अकादेमी येथे त्या अभ्यागत अधिव्याख्याता (Visiting Lecturer) होत्या. आपल्या देशातील व परदेशातील श्रोत्यांना त्यांनी आपल्या विद्वत्तापूर्ण गायनकलेचा प्रत्यय आपल्या मैफलींमधून आणून दिला होता. विशेषत: धृपद धमार गायिका म्हणून त्यांनी चांगली प्रसिद्धी प्राप्त केली होती. आपल्या आग्रा घराण्याच्या शैलीबरोबर ग्वाल्हेर घराण्यातील अष्टपदी, झूला व चतुरंग हे प्रकार त्या अभिनव व सुंदर रीतीने सादर करीत असत. पारंपरिक रागांबरोबर अनवट व अप्रचलित रागांचे सखोल ज्ञान त्यांना होते. म्हणून त्यांना अष्टपैलू कलाकार व विद्वान भाष्यकार म्हणून ओळखले जाई. त्यांच्या मार्गदर्शनाखाली अनेकांनी संशोधन केले आहे. त्यांनी इंग्रजीतून आपले गुरुवर्य रातंजनकर यांचे चरित्र लिहिले आहे.

मानसन्मान:

संगीत नाटक अकादेमीच्या फेलो - १९७९

साहित्य कला परिषदेचा सन्मान

भातखंडे संगीत महाविद्यालायाचा 'डायमंड ज्युबिली सन्मान'

धृपद मेला समिती, वाराणसी आणि आंतरराष्ट्रीय महिला समितीतर्फे 'ॲवॉर्ड ऑफ एमिनन्स' सन्मान

भारत शासनाची 'पद्मश्री' उपाधी – १९९९

मध्यप्रदेश शासनाचा 'कालिदास सन्मान' – २००१

सुमती मुटाटकर यांची ध्वनिमुद्रणे - दुवे व क्यू.आर.कोड (Links & QR Codes):

प्रा. सुमती मुटाटकर - स्वातंत्र्यदिनाच्या साक्षीदार थोर व्यक्ती

https://www.youtube.com/watch?v=CiJufd7S7MU&feature=player_detailpage

५) पंडित चिन्मय लाहिरी – (२० मार्च १९२० – १७ ऑगस्ट १९८४)

या बंगालच्या सुप्रसिद्ध गायकाचा जन्म एका प्रतिष्ठित ब्राह्मण जमीनदार कुटुंबात झाला. चिन्मय लाहिरी यांचे वडील लखनौला इंजिनिअर होते. त्यामुळे त्यांचे बालपण लखनौला व्यतीत झाले.

लहानपणापासून चिन्मय लाहिरींना संगीताची विलक्षण ओढ होती. त्या पोटीच ते लखनौला अण्णासाहेब रातंजनकर यांच्या संपर्कात आले. अण्णासाहेबांकडे मॅरिस कॉलेजात त्यांचे संगीताचे शिक्षण झाले. तेथील संगीताचे शिक्षण पूर्ण झाल्यावर त्यांना लखनौ आकाशवाणीवर संगीत निर्माता म्हणून नोकरी मिळाली.

मात्र त्या नोकरीत ते रमले नाहीत. १९४७ साली त्यांनी आपला मुक्काम कोलकाता येथे हलवला व गायन आणि संगीत अध्यापनावर आपले लक्ष केंद्रित केले. कोलकात्याच्या एच.एम.व्ही. ग्रामोफोन कंपनीत चिन्मय लाहिरी निर्देशक म्हणून काही काळ होते. त्यानंतर रवींद्रभारती विश्वविद्यालयात ते अभ्यागत अधिव्याख्याता म्हणून रुजू झाले ते तिथे अखेरपर्यंत होते. आपल्या रुचीपूर्ण व शैलीदार गायनाने त्यानी श्रोत्यांवर मोठी छाप पाडली. १९५२ साली चिन्मय लाहिरी यानी 'ऑल बंगाल संगीत परिषदेत' आपले गायन सादर केले. त्यानंतर त्यांची ख्याती होऊन ती सर्वदूर पसरली. बंगाली चित्रपटांना त्यांनी संगीत दिग्दर्शन केले आहे व त्यांत पार्श्वगायनही केले आहे. त्यांचे सुमधुर संगीत व त्यांनी गायलेली गीते ही रागदारी पायावर आधारलेली श्रवणीय आहेत.

पंडित चिन्मय लाहिरी यांनी शामकौंस, योगमाया, प्रभाती तोडी, कुसुमी कल्याण, गंधारिका, वागधीश्वरी अशा नवीन रागांची निर्मिती केली. अनेक शिष्यांना त्यांनी घडवले. त्यांत परवीन सुलताना, क्षिप्रा बसू, मीरा बॅनर्जी, सत्यनाथ मुखर्जी, मानवेंद्र मुखर्जी, शामल मिश्रा, दिनानाथ मिश्रा, विजय चक्रवर्ती, हेमंत शुक्ला, त्यांचा मुलगा शामल लाहिरी व सून मंदिरा लाहिरी यांचा समावेश आहे. पंडित चिन्मय लाहिरी यांचे 'मगनगीत ओ तानमंजरी' हे पुस्तक चार भागांत प्रसिद्ध झाले आहे.

चिन्मय लाहिरी यांची ध्वनिमुद्रणे- दुवे व क्यू.आर.कोड (Links & QR Codes):

चिन्मय लाहिरी राग रागेश्री

https://www.youtube.com/watch?v=Qc0WPNvT6Qk&feature=player_detailpage

चिन्मय लाहिरी राग बसंत मुखारी

https://www.youtube.com/watch?v=-kmglndCTX8&feature=player_detailpage

६) **पंडित मुकुंद काळविंट** – (२८ ऑगस्ट १९१७ – १२ डिसेंबर २००३)

मुकुंद काळविंट यांचा ग्वाल्हेर येथे गात्या घरात जन्म झाला. त्यांचे वडील दामोदर काळविंट हे संगीताचे उच्च कोटीचे विद्वान होते. मुकुंद काळविंट यांच्या

आजोबांच्या (यांचेच 'मुकुंद' हे नाव नातवाला ठेवले होते) इच्छेनुसार संगीताचे कार्यक्षेत्र नातवाला द्यायचे वडिलांनी ठरवले होते. दामोदर काळविंट सहपरिवार काशीयात्रेला गेले असताना त्यांनी तेथेच स्थायिक व्हावे असा तेथील संगीतमार्तंडानी त्यांना आग्रह केला म्हणून दामोदर काळविंट वाराणसीला कायमचे स्थायिक झाले.

मुकुंद काळविंट यांना गाणे शिकवायचे म्हणून त्यांना मात्र ग्वाल्हेरला ठेवले होते आणि तिथे ग्वाल्हेर घराण्याची त्यांची तालीम चालू होती. तिथे राजाभैय्या पूँछवाले होते त्यांच्याकडे मुकुंदची तालीम चालू होती. तिथे राजाभैय्यांकडे एकदा पंडित अण्णासाहेब रातंजनकर आले असताना त्यांनी मुकुंद काळविंटची तालीम ऐकली आणि त्यांना लखनौला मॅरिस कॉलेजमध्ये गाणे शिकायला येण्याचा आग्रह केला. तिथे आपण स्वत: तालीम देऊ असे अण्णासाहेबांनी त्यांना सांगितले. त्यानुसार मुकुंद काळविंट लखनौला गेले आणि तिथे मॅरिस कॉलेजमध्ये अण्णासाहेबांकडे त्यांनी गाण्याची तालीम घेतली.

अण्णासाहेबांकडून त्यांना घराणेदार तालीम मिळाली आणि त्याचबरोबर रागमांडणीबाबतचे मुलभूत चिंतन-विचारही प्राप्त झाले. त्यामुळेच मुकुंद काळविंट साधेसोपे व बाळबोध वाटणारे राग अशा तऱ्हेने अलंकारांनी सजवून गात की ते किती सुंदर असू शकतात याचा ऐकणाऱ्या रसिकांस नव्याने प्रत्यय येई. त्या उलट अवघड, अनवट व अप्रचलित राग ते इतक्या सहजसुलभतेने सादर करीत ते राग गायला खूप सोपे आहेत, गेय आहेत असे ऐकणाऱ्यांस वाटे. ही सगळी त्यांचे गुरू अण्णासाहेब रातंजनकर यांची त्यांना देणगी होती. मुकुंद काळविंट यांच्याकडून मिश्र राग किंवा जोड राग ऐकतानाही असाच अनुभव येई. त्यांचा कोणता राग कुठून सुरू झाला व ते दुसऱ्या रागातून पहिल्या रागात कधी शिरले ते समजतही नसे. बरे, हे गात असताना ते काही अवघड काही करीत आहेत असा त्यांचा अभिनिवेश नसे. गाण्याचा भाग व रागाची गरज यातून हे ते अगदी सहजतेने सादर करीत असत.

नवीन राग व नवीन बंदिशी मुकुंद काळविंट यांनी केल्या आहेत. देवप्रिया, मुकुंदप्रिया हे त्यांनी रचलेले राग आहेत.

मॅरिस कॉलेजमध्ये त्यांनी काही काळ अध्यापन केल्यावर वाराणसीच्या भारतीय संगीत विद्यालयाचे प्राचार्यपद भूषविले. त्यांनी वसंत कन्या महाविद्यालयात संगीत अध्यापन केले. देवाशीश डे, विद्या कातगडे, मंगला तिवारी, शशी कवीमंडन, डॉ. मंजू वर्मा हे त्यांचे मान्यवर शिष्य आहेत.

त्यांना अनेक संगीत पुरस्कार मिळाले. त्यात उत्तरप्रदेश शासनाचा 'संगीत नाटक अकादेमी' पुरस्कार हा एक महत्त्वाचा पुरस्कार आहे.

पंडित मुकुंद काळविंट यांची ध्वनिमुद्रणे- दुवे व क्यू.आर.कोड (Links & QR Codes):

मुकुंद काळविंट राग देवप्रिया

https://www.youtube.com/watch?feature=player_detailpage&v=Fmm86227Juc

७) रोशन ऊर्फ रोशनलाल नागरथ (१४ जुलै १९१७ – १६ नोव्हेंबर १९६७)

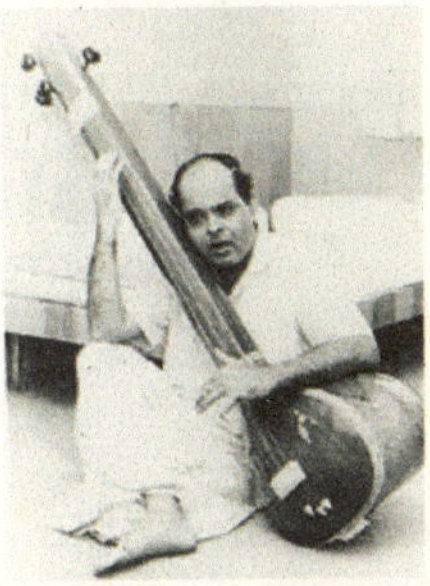

रोशन यांचा जन्म गुजरनवाला या सध्या पाकिस्तानात असलेल्या शहरात झाला. त्यांनी तरुण वयात गाणे शिकायला सुरुवात केली. गाणे शिकायच्या ओढीने ते लखनौला अण्णासाहेब रातंजनकरांकडे शिकायला गेले. तिथून पुढे ते दिल्ली आकाशवाणीवर १९४० साली इसराज वादक म्हणून नोकरीला लागले. मात्र त्या नोकरीत ते कायमचे रमले नाहीत.

१९४८ साली ते मुंबईला आले. सिनेदिग्दर्शक केदार शर्मा यांनी त्यांना संगीत दिग्दर्शनाची संधी दिली. १९५० साली आलेल्या 'बावरे नैन' या चित्रपटाला त्यांनी दिलेले संगीत लोकप्रिय झाले. १९५० ते १९६७ अशी सतरा वर्षे रोशन यानी हिंदी चित्रपटसृष्टीत संगीत दिग्दर्शनाचे मोलाचे काम केले. या दरम्यान त्यांनी ५५ चित्रपटांना संगीत दिले. कव्वालींचा चित्रपटांत त्यांनी केलेला प्रयोग हे त्यांचे वैशिष्ट्य मानले जाते. तीन मिनिटांचे संगीत असलेल्या गाण्यांच्या त्या काळात त्यांनी १०/१५ मिनिटे लांबीच्या कव्वाल्या बनवल्या. कव्वालीला संगीत देताना ते सांगत असत की 'माझ्या कव्वाल्या ऐकून कव्वालीसाठी माझ्याकडे निर्मात्यांची रीघ लागेल.' हा त्यांचा आत्मविश्वास खरा ठरला. 'निगाहे मिलानेको जी चाहता है' (साडेसहा मिनिटे), 'न तो कारवाँकी तलाश है' (तेरा मिनिटे) यांसारख्या त्यांनी स्वरबद्ध केलेल्या दीर्घ लांबीच्या कव्वाल्या लोकप्रिय झाल्या आणि ते 'कव्वालीमास्टर' म्हणून ओळखले

जाऊ लागले. त्यांच्या कव्वालीचे एक मोठे वैशिष्ट्य म्हणजे त्यांचा रागदारी पाया आणि त्यांतील रागदारी आलापी हे आहे. रोशनसाहेब अण्णासाहेब रातंजनकरांकडे ज्या आग्रा घराण्याची गायकी शिकले त्या घराण्याला 'कव्वाल बच्चोंका घराना' असेही म्हणत. अशा परंपरेतून मिळालेल्या कव्वाली गायकीचा उत्तम व कल्पक उपयोग मोठ्या धाष्टर्याने रोशनसाहेबांनी केला.

१९६३ साली रोशनसाहेबांना 'ताजमहाल' या चित्रपटाच्या संगीतासाठी 'फिल्मफेअर पुरस्कार' मिळाला.

रोशन यांची ध्वनिमुद्रणे - दुवे व क्यू.आर.कोड (Links & QR Codes):

रोशन यांचे चरित्र

https://www.youtube.com/watch?v=J3Mf2dvEQJY&feature=player_detailpage

रोशनलाल नागरथ – भाग १

https://www.youtube.com/watch?v=Sgj54zNzfnw&feature=player_detailpage

रोशनलाल नागरथ – भाग २

https://www.youtube.com/watch?v=Ns26jLH16O0&feature=player_detailpage

रोशनलाल नागरथ – भाग ३

https://www.youtube.com/watch?v=Lj0DfSXo82Y&feature=player_detailpage

रोशनलाल नागरथ – भाग ४
https://www.youtube.com/watch?v=IkkrrMwzzSc&feature=player_detailpage

८) पंडित गोविंदराव दंताळे (१८ जून १९२१ – ७ एप्रिल २००९)

जी. एन्. ऊर्फ गोविंदराव दंताळे यांचा जन्म नागपूर येथे झाला. त्यांचे संगीताचे प्रारंभिक शिक्षण नागपूरच्या भातखंडे संगीत महाविद्यालयाचे प्राचार्य शंकरराव परवर्तक यांच्याकडे झाले. त्याच संस्थेत त्यानी शामराव विलायजी यांच्याकडे जलतरंग वादनाचेही शिक्षण घेतले. याच दरम्यान त्यानी चित्रकलेचेही धडे घेतले आणि 'चारकोल' उपयोजित चित्रकलेत प्राविण्य मिळवले. गाणे, जलतरंग, चित्रकला यांबरोबर त्यांचे महाविद्यालयीन शिक्षण सुरू होते. १९४२ साली ते तत्वज्ञान, अर्थशास्त्र व इंग्रजी साहित्य हे विषय घेऊन बी.ए. झाले. आणि इंग्रजी साहित्याच्या विषयात १९४४ साली एम.ए. झाले.

ते संगीताचे पुढील शिक्षण घेण्यासाठी १९४४ साली लखनौला गेले. तिथे अण्णासाहेब रातंजनकर यांच्याकडे मॅरिस कॉलेजमध्ये चार वर्षे शिकून १९४८ साली **मास्टर म्युझिक झाले.**

ते हैद्राबाद येथे स्थायिक १९५२ सालापासून झाले. तिथे त्यांनी पहिल्या शासकीय संगीत महाविद्यालयाची स्थापना केली. त्या महाविद्यालयात कर्नाटक व हिंदुस्थानी संगीताचे अभ्यासक्रम सुरू करून भक्कम पाया घातला.

तिथे १९५२ ते १९७६ असे ते २४ वर्षे प्राचार्यपदी होते. त्याचबरोबर त्या काळात आंध्र राज्याच्या शासकीय संगीत संस्थांसाठी नेमलेल्या निवड मंडळावर ते कार्यरत होते. हैद्राबाद आकाशवाणीच्या कंठचाचणी व कार्यक्रम आयोजन समितीत ते होते. उस्मानिया विद्यापीठाच्या व नागपूर विद्यापीठाच्या कलाविभागाच्या

शिक्षणमंडळावर त्यांची नेमणूक झालेली होती. हैद्राबादच्या संगीत नाटक अकादेमीचे ते चार वर्षे मानद चिटणीस होते.

हिंदुस्थानी संगीत व कर्नाटकी संगीताच्या जुगलबंदीचे कार्यक्रम गोविंदराव दंताळे यांनी कर्नाटकी गायक व्ही.व्यंकय्या यांच्यासहित सुरू केले. त्यांच्या या प्रकारच्या अभिनव जुगलबंदीच्या कार्यक्रमाला त्यावेळी राष्ट्रपती डॉ. राजेंद्र प्रसाद व माहिती व नभोवाणी मंत्री डॉक्टर बी.व्ही.केसकर उपस्थित होते. त्यांचे ते 'फ्यूजन' जुगलबंदीचे अनेक कार्यक्रम पुढे झाले व वाखाणले गेले.

गोविंदराव दंताळे हे ख्याल, टप्पा, तराणा यावर प्रभुत्व असणारे गायक समजले जात. अप्रचलित रागांचे मुलभूत ज्ञान असणारे व्यासंगी संगीतकार, जलतरंग वादक, शैलीदार चित्रकार आणि संगीत रचनाकार अशी त्यांची ओळख आहे. अप्रचलित व प्रचलीत रागांमध्ये त्यांनी २०० बंदिशी केल्या आहेत. जोगियावराळी या नवीन रागाची त्यांनी निर्मिती केली.

त्यांना मिळालेले पुरस्कार व सन्मान असे:

'आंध्रप्रदेश संगीत अकादेमी फेलोशिप' पुरस्कार – १९८२

'आंध्रप्रदेश शासन पहिली तेलगू' परिषद – १९७५

'सांस्कृतिक प्रतिनिधी मंडळ', सोव्हिएत रशिया – १९५५

'सांस्कृतिक प्रतिनिधी मंडळ', अमेरिकन प्रोफेसर्स - १९६४

'सांस्कृतिक प्रतिनिधी मंडळ', ऑक्सफर्ड प्ले हाऊस – १९५८ व १९६५

पंडित गोविंदराव दंताळे यांची ध्वनिमुद्रणे- दुवे व क्यू.आर.कोड (Links & QR Codes):

पंडित गोविंदराव दंताळे – जलतरंग राग मालकंस
https://www.youtube.com/watch?v=-axrxHYTnSQ&feature=player_detailpage

९) पंडित व्ही. जी. जोग (८ फेब्रुवारी १९२२ – ३१ जानेवारी २००४)

मुंबई इलाख्यामधील वाई या संस्थानात पंडित व्ही.जी. ऊर्फ विष्णुपंत जोग यांचा जन्म झाला. वयाच्या पाचव्या वर्षी ते पितृछायेला पारखे झाले.

१९३८ पासून व्ही. जी. जोग यांची पंडित वि.रा. आठवले याचेकडे संगीताची तालीम सुरू झाली. पुढे बाबा अल्लाउद्दिन खाँ व त्यानंतर पंडित अण्णासाहेब रातंजनकर यांची प्रदीर्घ तालीम त्यांना मिळाली. पुढे पंडित गणपतबुवा पुरोहित यांच्याकडे शिकून पंडित भास्करबुवा बखले यांची गायकी त्यांनी आपल्या व्हायोलिनवादनात आणली. कर्नाटक संगीतातील पंडित विघ्नेश्वर शास्त्री यांच्याकडे शिकून पंडित व्ही. जी. जोग यांनी कर्नाटक संगीतातील सूक्ष्म श्रुती व सूक्ष्म लयीचे ज्ञान आत्मसात केले व ते आपल्या व्हायोलीन वादनात आणले. दीर्घ रियाज व चिंतन विचारातून त्यांनी व्हायोलीन वादनात तंत अंग व गायकी अंगाचे बारकावे आत्मसात केले.

लखनौच्या मॅरिस संगीत महाविद्यालयात पंडित अण्णासाहेब रातंजनकरांनी पंडित व्ही. जी. जोग यांची अध्यापक म्हणून १९३८ मध्ये नेमणूक केली. तिथे अनेक विद्यार्थ्यांना त्यांनी तयार केले. ते स्वत: श्रेष्ठ दर्जाचे व्हायोलीनवादक होते. विशेषत: त्या वेळी रागदारी संगीताच्या मैफलींमध्ये सारंगीच्या साथीला जे महत्त्व होते तसे महत्त्व पंडित व्ही. जी. जोग यांनी आपल्या व्हायोलीन साथीने त्या वाद्याला मिळवून दिले. गायकी अंगाचे सूक्ष्म आविष्कार भारतीय संगीतात कसे आणता येतात ते त्यांनी आपल्या व्हायोलीन वादनाच्या मैफलींमधून दाखवून दिलेच, परंतु त्याचबरोबर साथसंगत आणि जुगलबंदी कार्यक्रमांमधून त्यानी व्हायोलीन या वाद्याची गुणवत्ता कशी बावनकशी आहे ते सिद्ध केले. कोलकात्याची आय.टी.सी. संगीत रीसर्च अकादेमी व कोलकाता आकाशवाणीसाठी व्ही. जी. जोग यांनी मोलाचे वैचारिक व सांगीतिक योगदान दिले.

पंडित व्ही. जी. जोग यांना मिळालेले मानसन्मान असे:

'तंत्री विलास व बेला सम्राट'

'संगीत नाटक अकादेमी' पुरस्कार

‘राज्य नाटक’ पुरस्कार (पश्चिम बंगाल शासन)
‘भुवालका’ पुरस्कार
‘आय.टी.सी.’ पुरस्कार
‘हाफीजअली खाँ’ पुरस्कार
भारत सरकारचा ‘पद्मभूषण’ पुरस्कार

पंडित व्ही. जी. जोग यांची ध्वनिमुद्रणे - दुवे व क्यू.आर.कोड (Links & QR Codes):

पंडित व्ही. जी. जोग – राग जयजयवंती

https://www.youtube.com/watch?v=9wMPD4DJvOY&feature=player_detailpage

पंडित व्ही. जी. जोग – राग किर्वाणी

https://www.youtube.com/watch?v=prMqImNP7CM&feature=player_detailpage

पंडित व्ही. जी. जोग आणि उत्साद अमजादअली खाँ व्हायोलीन व सरोद जुगलबंदी

राग अहिर भैरव

https://www.youtube.com/watch?v=GmZviXjyNc4&feature=player_detailpage

१०) पंडित प्रभाकर नारायण चिंचोरे (१९१२ -२०००)

यांचा जन्म इंदूर येथे झाला. त्यांचे संगीताचे प्रारंभिक शिक्षण श्री. गोपाळराव जोशी यांचेकडे झाले. मॅरिस कॉलेज, लखनौ (भातखंडे संगीत महाविद्यालय) येथे अण्णासाहेब रातंजनकरांच्या सान्निध्यात दहा वर्षे त्यांचे शिक्षण झाले, भातखंडे महाविद्यालयात सर्वात प्रथम 'संगीत निपुण' होणारे ते विद्यार्थी होते. ख्याल, धृपद, धमार, टप्पा या प्रकारचे विशेष अध्ययन त्यांनी केले होते. इंग्लंडला त्यांना १९५२ मध्ये मिळालेल्या फेलोशिपच्या अंतर्गत त्यांनी पाश्चात्य संगीताचा विशेष अभ्यास केला होता. लंडन येथे त्यांनी संगीतवर्ग संचलित केले आणि हिंदुस्थानी संगीतावर व्याख्याने दिली. विश्वभारती विश्वविद्यालय, शांतिनिकेतन, कोलकाता आणि वनस्थळी विद्यापीठ, राजस्थान, येथे दीर्घकाळ संगीत विभागाध्यक्ष होते. ख्यालगायनात त्यांना सुवर्णपदक मिळाले होते. माधव संगीत महाविद्यालय, ग्वाल्हेर, शासकीय संगीत महाविद्यालय, इंदूर, या महाविद्यालयांत प्राचार्य म्हणून काम केले. इंदिरा कला विश्वविद्यालयाचे १९६० ते १९६७ पर्यंत ते उपकुलपती होते. पाश्चात्य नृत्यनाट्याच्या (Opera) धर्तीवर भारतीय रागसंगीतबद्ध गीतनाट्ये त्यांनी बसवली. त्यात 'नायिका भेद', 'अधूना भरत', 'सिद्धार्थ जन्म', 'स्मृतिविभ्रम', 'वर्षा मंगल', 'मल्हार', 'बसंतकी बहार', 'उजलो म्हारो देश', 'महाराष्ट्र दर्शन' आदी संगीत नाट्यांचा समावेश आहे. देशातील अनेक संगीत समारोह व संगीत परिषदांमध्ये त्यांनी आपले कार्यक्रम सादर केले आहेत. जाति-प्रबंध-ख्याल-रूपक यांचे रचनाशास्त्र व त्यांचा विकास या विषयावर त्यांनी भरीव संशोधन केले आहे. 'भातखंडे स्मृति ग्रंथ', 'गीतसंग्रह' या ग्रंथांचे त्यांनी संपादन केले आहे. 'इंडियन फोक सॉंग्ज फॉर स्कूल बॉइज' या नावाने त्यांनी मंडी-सुकेतच्या भागातील लोकगीतांचे युरोपीय पाश्चात्य स्वरलिपीत पुस्तक लिहिले आहे.

लखनौला शिक्षण घेणाऱ्यांपैकी ते सुरुवातीचे शिष्य. संगीतात निपुणची परीक्षा उत्तीर्ण होत असताना संस्कृतविषय घेऊन एम.ए. झाले. संगीताच्या क्षेत्रात ते उच्च विद्याविभूषित मानले जायचे. इंदिरा कला विश्वविद्यालयातर्फे 'भातखंडे स्मृतिग्रंथ'

या हिंदी पुस्तकाचे संपादन त्यांनी केले. तसेच पॉप्युलर प्रकाशनाने प्रकाशित केलेल्या 'हिंदुस्थानी संगीत पद्धती' (लेखक : विष्णू नारायण भातखंडे) यांच्या मौलिक ग्रंथाच्या दुसऱ्या आवृत्तीच्या पाच भागांचे संपादन त्यांनी स्वत: व्यस्त असताना व प्रकृती साथ देत नसताना अतिशय जियेने व तळमळीने केले. त्यात भातखंडेंविषयी बरीच नवीन माहिती उपलब्ध करून दिली आहे. त्यासाठी बहुमोल टिपा लिहिल्या. शिवाय भातखंडे यांच्या 'लक्ष्यसंगीत' ह्या संस्कृत ग्रंथाचा अनुवाद उपलब्ध करून दिला. वसंत राजुरकर इत्यादी त्यांचे शिष्य संगीतक्षेत्रात कार्यरत झाले आणि या संपादनाच्या कामातही त्यांनी मदत केली. चिंचोरे यांच्या मृत्यूनंतर त्यांनी जमवलेल्या बंदिशींचे 'संगीत प्रभाकर' हे पुस्तक राजुरकरांनी संपादित केले.

अण्णासाहेब रातंजनकरांच्या या सर्वच शिष्यांच्या कार्याकडे नजर टाकल्यास ज्या गोष्टी, आणि वैशिष्ट्ये समोर येतात ती अशी:

हे सर्व शिष्य कला व कलेविषयीचे ज्ञान यांत समतोल साधताना दिसतात. म्हणजे गाणारे जसे कधी कधी जसे म्हणतात 'मला गुरूंनी जसे शिकवले आहे तसे मी गातो, वाजवतो, या अधिक मला जास्त माहीत नाही' तसे या शिष्यांना म्हणायची वेळ आलेली नाही. त्यांना त्यांच्या गुरूंनी -म्हणजे अण्णासाहेबांनी कला व कलेचे ज्ञान यात परिपूर्ण व समर्थ केले आहे. त्यामुळेच हे शिष्य अवतारकार्य समर्थपणे पुढे नेऊ शकले आहेत.

संगीत अध्यापन, संगीत प्रचार आणि ज्ञानविस्ताराचे काम या सर्व शिष्यांनी आपले आयुष्य झोकून देऊन केलेले आहे असे दिसते. हे त्यांचे कार्यसुद्धा त्यांनी प्रसिद्धीपराङ्मुख राहून केलेले आहे. आपल्याला हे काम दिले आहे, ते आपल्याला होता होईतो पूर्ण करायचे आहे अशा नि:स्पृह व प्रामाणिक भावनेने या सर्व शिष्यांनी हे काम तडीला नेले आहे असे दिसते.

अण्णासाहेब जसे लखनौला गेले व तिथे त्यांनी आपल्या घरापासून दूर राहून काम केले तसे या शिष्यांनी आपले मूळ जन्मस्थान व घरापासून दूर जाऊन हे कार्य केलेले आहे. आपले तीन चरित्रनायक मुंबईला आले, दिनकर कायकिणी काही काळ दिल्लीत राहिले, मुकुंद काळविंट वाराणसीला गेले, गोविंद दंताळे हैद्राबादला गेले, प्रभाकर चिंचोरे खैरागड नंतर इंदूरात स्थायिक झाले. असे हे शिष्य वेगवेगळ्या ठिकाणी गेले, तिथे राहिले आणि आपले कार्य त्यांनी पार पाडले.

❐❐❐

FCW - #0112 - 061026 - C0 - 216/140/9 - PB - 9788179919132 - Matt Lamination